NGÔN NGỮ
TẠP CHÍ VĂN HỌC NGHỆ THUẬT
SỐ ĐẶC BIỆT PHƯƠNG TẤN
THÁNG 01 NĂM 2025

NHÓM CHỦ TRƯƠNG:
Luân Hoán - Song Thao - Nguyễn Vy Khanh - Hồ Đình Nghiêm - Lê Hân

CỘNG TÁC TRONG SỐ NÀY:
NGUYỄN ĐẠI HOÀNG • NGUYỄN ƯỚC • THÁI TÚ HẠP • THIẾU KHANH • TÔN NỮ THU DUNG • CHÂU THẠCH • ĐỖ TRƯỜNG • PHẠM CHU SA • VƯƠNG TRÙNG DƯƠNG • CÔNG HUYỀN TÔN NỮ QUI HỒNG • LÂM ANH • NGUYỄN PHÚ YÊN • LUÂN HOÁN • PHAN NI TẤN • TIỂU NGUYỆT • TRẦN HOÀI THƯ • NGUYỄN NHÃ TIÊN • NGUYỄN LỆ UYÊN • VƯƠNG HỒNG ANH • DUNG THỊ VÂN • NGUYỄN VY KHANH • HOÀNG XUÂN SƠN • NGUYÊN MINH • TẦN HOÀI DẠ VŨ • TỪ DUNG • LÊ VĂN TRUNG • HƯ VÔ • TRẦN DZẠ LỮ • NGÔ NGUYÊN NGHIỄM • TRẦN VẤN LỆ • TỪ KẾ TƯỜNG • BÙI MỸ DUNG • LÊ TRIỀU ĐIỂN • TRẦN THOẠI NGUYÊN • BÙI THANH XUÂN • TRƯƠNG VĂN BẢO • ĐYNH HOÀNG SA • ĐYNH TRẦM CA • TỪ VÕ HẠNH • THẾ PHONG • GS. TAM ÍCH • HOÀNG KIM OANH •...

BÌA: Uyên Nguyên Trần Triết
ĐỌC BẢN THẢO: Quy Hồng
DÀN TRANG: Công Nguyễn

LIÊN LẠC:
Thư và bài vở mời gởi về:
- Luân Hoán: lebao_hoang@yahoo.com
- Song Thao: tatrungson@hotmail.com

TÒA SOẠN & TRỊ SỰ:
- Lê Hân: (408) 722-5626
han.le3359@gmail.com

MỤC LỤC
NGÔN NGỮ ĐẶC BIỆT - PHƯƠNG TẤN

PHẦN IV: BẠN VĂN, BÁO CHÍ & DƯ LUẬN

PHẦN V: THƠ PHƯƠNG TẤN
BẠN VĂN, BÁO CHÍ VÀ DƯ LUẬN
THEO DÒNG THỜI GIAN TỪ NĂM 1961 ĐẾN NĂM 2024

THƯ ĐẦU SÁCH

Tuyển Tập đời sinh hoạt văn học nghệ thuật của nhà thơ Phương Tấn (ngoài bút danh chính này còn dùng 9 tên khác), bao gồm 5 phần chính, theo mục lục chi tiết, đã ghi:

- Phần 1: tác giả và tác phẩm
- Phần 2: thơ Phương Tấn
- Phần 3: văn Phương Tấn
- Phần 4: bạn văn, báo chí và dư luận
- Phần 5: thơ Phương Tấn theo dòng thời gian từ 1961 đến 2024 (năm in tuyển tập này).

Các bạn yêu thích thơ văn sẽ thú vị đọc sau khi mang tác phẩm này về với tủ sách gia đình mình, vậy nên không có gì cần nói trước qua Thư Đầu Sách này. Phần 4 và phần 5 là hai phần nhận định, giới thiệu thơ Phương Tấn.

Có thể nói đây là 2 phần nhận diện giá trị sáng tác của một cây bút, đã được công nhận thành danh trong sự nghiệp viết đều tay trường kỳ, với 20 tác phẩm đã ấn hành, gồm 11 tập thơ và 9 cuốn khác dành cho ký sự, bút ký, văn dịch và nghiên cứu giới thiệu võ thuật.

Ở hai phần này, những cây viết từng đọc, từng yêu thích và từng đã viết về thơ Phương Tấn khá đông, chưa kể mảng báo chí cũng góp phần không nhỏ làm nên tên tuổi Phương Tấn.

Tôi tin bạn đọc đã yêu thơ Phương Tấn hoặc chưa có dịp thưởng thức qua, sẽ ưu ái đọc từng bài một với thích thú, khi đã sở hữu tuyển tập quan trọng và bề thế này.

Phương Tấn đã thành danh trước 1975 về thi ca. Đã đóng góp bài viết cho nhiều tuyển tập văn học, cũng như được giới thiệu trong nhiều tác phẩm biên khảo, sưu tập. Đó là những minh chứng cụ thể cho tay thơ cứng cáp, giàu thi vị Phương Tấn, nhà thơ được sinh ra trên đất sông Hàn, Đà Nẵng, Quảng Nam.

Thư Đầu Sách, thay mặt tạp chí Ngôn Ngữ tại Hoa Kỳ, kính mời quí bạn đọc bước vào thế giới văn thơ của một người khởi nghiệp từ 1961 đến nay, 63 năm dài, chưa dừng lại.

Thân tình cảm ơn.

Luân Hoán
Tháng 11-2024

PHẦN I

PHƯƠNG TẤN
TÁC GIẢ & TÁC PHẨM

TÁC GIẢ
PHƯƠNG TẤN

Phương Tấn tên thật Nguyễn Tấn Phương, sinh năm 1946 tại Đà Nẵng.

- Các bút hiệu đã ký:

Phương Tấn, Nguyễn Tấn Phương, Hồ Tịch Tịnh, Thích Như Nghi, Người Thành Phố, NTP, Chị Ngọc Ngà, Phương Phương, Hồng Ân, Thái Thị Yến Phương...

- Các báo đã cộng tác:

Tuổi Xanh, Tuổi Ngọc, Tuổi Hoa, Tinh Hoa, Áo Trắng, Mây Hồng, Phượng Hồng, Thằng Bờm, Phổ Thông, Mai, Thời Nay, Bách Khoa, Văn, Văn Học, Dân Ta, Ngàn Khơi, Khởi Hành, Hồn Văn, Tiểu Thuyết Tuần San, Quật Khởi, Cấp Tiến, Văn Nghệ Tiền Phong, Phụ Nữ Diễn Đàn, Độc Lập, Đuốc Nhà Nam, Thế Hệ Trẻ, Ngôn Luận, Dân Chủ, Hòa Bình, Thế Đứng, Bạn, Bạn Trẻ, Công Luận, Thực Tế, Gió Mới, Kiến Thức Ngày Nay, Thể Thao, Thể Thao Ngày Nay, Thanh Niên Thể Thao, Văn Nghệ & Đời Sống,

Điện Ảnh & Kịch Trường, Văn Tuyển, Văn Chương, Vận Động, Quán Văn, Cửu Long, Ra Khơi, Chiến Sĩ Cộng Hòa, Sài Gòn Mới, Đối Thoại (Đại học Văn Khoa), Lý Tưởng (Không Quân), Mối Dây (Hướng Đao), Thương Yêu (Du Ca), Diệu Quang (Phật Giáo), Lập Trường (Huế), Sức Mạnh (Đà Nẵng), Sóng (Tuy Hòa), Thư Quán Bản Thảo, Thế Giới Văn Học, Văn Hữu, Người Việt, Việt Báo, Việt Mỹ, Ngôn Ngữ...

Và các trang mạng: Newvietart, Núi Ấn Sông Trà, Vuôngchiếu, Saimonthidan, Thang-phai.blogspot, Học xá, Văn Thơ Lạc Việt, Tuongtri, Banvannghe, Art2all.net, Dutule.com, Saigon_ocean, Việt Luận Úc Châu, Vanchuongviet, Sangtao.org...

- Chủ bút các tạp chí:

  1. Sau Lưng Các Người (1963)
  2. Cùng Khổ (1968)
  3. Ngôn Ngữ (1973)
  4. Ngôi Sao Võ Thuật (1999 đến 2010)
  5. Sổ Tay Võ Thuật (1992 đến 2014)

- Trong Ban chủ biên:

  1. Nghiên Cứu Võ Thuật (1990)
  2. Tìm Hiểu Võ Thuật (1990)

- Khởi xướng tại Việt Nam:

  1. International Festival Of Vietnamese Traditional Martial Arts (Liên Hoan Quốc Tế Võ Cổ Truyền Việt Nam – 2006 - 2014).
  2. Hong Bang International Martial Arts Festival (Liên Hoan Võ thuật Quốc tế Hồng Bàng – 2006 - 2014).

- Tác phẩm đã xuất bản:

1. *Rừng* (1963, thơ)
2. *Vỡ* (1965, thơ)
3. *Thơ Tình Của Một Thi Sĩ Việt Nam Trên Đất Mỹ* (xuất bản và lưu trữ tại Cornell University Library USA 1970 tại Mỹ, tái bản 1971 tại Việt Nam, thơ)
4. *Khổ Lụy* (1971, thơ)
5. *Trai Việt Gái Mỹ* (1972, ký sự)
6. *Hòa Bình Ta Mơ thấy Em* (xuất bản 1972 tái bản 1974, bút ký)
7. *Võ Sư, Đại Lực Sĩ Hà Châu – Phá Sơn Hồng Gia Quyền* (1992, võ thuật / văn)
8. *Sáu Khuôn Mặt Võ Lâm Việt Nam* (1992, võ thuật / văn)
9. *Wushu – Võ Thuật Trung Hoa Cổ Điển & Hiện Đại* (với grandmaster Nguyễn Lâm, võ thuật / văn)
10. *Quảng Nam Võ Đạo* (1995, võ thuật / 1 bộ 2 cuốn, văn)
11. *Thái Cực Võ Đạo* (1997, võ thuật / văn)
12. *Antoine Le Conte, Người Mang Theo Quê Hương – Antoine Le Conte, Celui Qui Porte Son Pays Dans Son Coeur* (2008, võ thuật / Việt & Pháp / văn)
13. *Những Người Mở Đường Đưa Võ Việt Ra Thế Giới – Pioneers Who Have Paved The Way For Vietnamese Martial Arts To The World* (xuất bản 2012 tái bản 2014, võ thuật / Việt & Anh & Pháp / văn)
14. *Di Bút Của Một Người Con Gái* (xuất bản 2017 tái bản 2019, thơ)
15. *Lục Bát Phương Tấn* (xuất bản 2018 tái bản 2023, thơ)
16. *Lung Linh Tình Đầu* (2023, thơ)
17. *Thơ Phương Tấn – Tuyển tập 1* (2023, thơ)
18. *Tuyển tập thơ văn THƯA MẸ* (xuất bản 2024, thơ & văn).
19. *Vớt Bình Minh Trong Đêm* (2024, thơ)
20. *Chết Sững Giữa Cơn Mơ* (2024, thơ).

- Phương Tấn có mặt trong:

1. *Nhân Chứng – 150 tác giả hiện đại*. NXB Nhân Chứng 1967.
2. *Thơ Miền Nam Trong Thời Chiến* – Thư Ấn Quán Hoa Kỳ tuyển chọn 2009.
3. *Văn Học Miền Nam 1954-1975* – Nhà phê bình văn học Nguyễn Vy Khanh biên soạn. Toronto Nguyễn Publishings xuất bản 2016, tái bản 2018.

4. *Tác Giả Việt Nam-Vietnamese Authors* – Lê Bảo Hoàng - sưu tập. Songvan Magazine xuất bản 2005. NXB Nhân Ảnh tái bản 2006, tái bản lần hai 2017, tái bản lần ba 2020.
5. *Chân Dung Văn Nghệ Sĩ Việt* – Nhà phê bình văn học, nhà thơ Ngô Nguyên Nghiễm biên khảo. NXB Hội Nhà Văn xuất bản 2016, tái bản 2018.
6. *Thơ Việt Đầu Thế Kỷ 21* – Nhà thơ Luân Hoán, nhà thơ Lê Hân, họa sĩ Khánh Trường biên soạn. NXB Nhân Ảnh xuất bản 2019.
7. *43 Năm Văn Học Việt Nam Hải Ngoại* – Nhà phê bình văn học Nguyễn Vy Khanh, nhà thơ Luân Hoán, họa sĩ Khánh Trường biên soạn. NXB Mở Nguồn xuất bản 2019.
8. *Những Vần Thơ Chạm Lửa* – Nhà phê bình, nhận định thơ Nguyễn Xuân Dương biên soạn. NXB Đại học Thái Nguyên xuất bản 2019.
9. *Nhà Thơ Nhà Văn Việt Giữa Thế Kỷ XX* – Nhà phê bình văn học, nhà thơ Ngô Nguyên Nghiễm biên khảo. NXB Hội Nhà Văn xuất bản 2020.
10. *Chân Dung Văn Học Một Góc Nhìn* – Nhà Phê bình Văn học Đỗ Trường biên khảo. NXB Nhân Ảnh xuất bản 2024.
.....

- Thơ Phương Tấn, các nhạc sĩ đã phổ nhạc:

  Trần Quang Lộc, Đynh Trầm Ca, Giao Tiên, Phan Ni Tấn, Lam Duy, Thanh Sử, Anh Huỳnh, Võ An Nhơn, Nguyễn Tuấn, Cung Minh Huân, Đức Thảo...

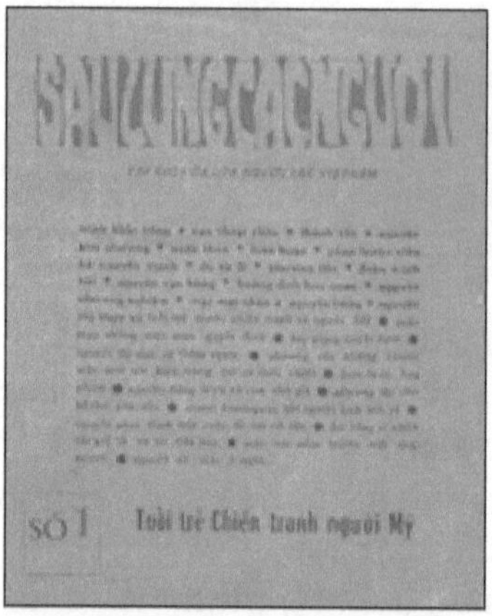

CÁC TẠP CHÍ DO PHƯƠNG TẤN CHỦ TRƯƠNG

CÁC TÁC PHẨM CỦA PHƯƠNG TẤN ĐÃ XUẤT BẢN

PHƯƠNG TẤN CÓ MẶT TRONG 10 TÁC PHẨM BIÊN KHẢO

PHƯƠNG TẤN qua nét vẽ của nhà văn Vũ Uyên Giang

PHƯƠNG TẤN qua nét vẽ của nhà văn Đặng Châu Long.

PHƯƠNG TẤN qua nét vẽ của nhà văn Vũ Uyên Giang

PHƯƠNG TẤN qua nét vẽ của HS Phan Ngọc Diên.

PHẦN II

PHƯƠNG TẤN
THƠ

Đợi Bóng

Cha tôi theo cách mạng
Huyễn mộng giữa đất trời
Sầu đùn theo năm tháng
Mẹ đợi bóng ma trơi.

(Đà Nẵng 1960)

Phủi Tâm Rớt Hạt Bụi Trần

1.
Và trong bụi đất vô minh
Tiếng chuông trầm lụy vọng kinh vô thường

Thương thương. Ghét ghét. Thương thương
Còn đây. Mất đó. Nghe dường rỗng không.

2.
Đừng trông mong. Đừng đợi mong
Lội sông vớt bóng vướng dòng phù vân

Phủi tâm rớt hạt bụi trần
Lấm lem khổ lụy dậy mầm phân ly.

3.
Ô kìa ánh chớp từ bi
Gửi trong vô lượng xanh rì nguyên sơ

Ô kìa tiếng khóc trẻ thơ
Thế gian chìm đắm bên bờ tử sinh.

4.
Tay lần hạt. Lật trang kinh
Sắc không. Không sắc. Giật mình. Mình ư?

Lật trang kinh. Tìm chân như...
Phật ơi, đời loạn! Trầm tư, kiếp người!

5.
Ác ma giả khóc giả cười
Níu chân phiền não giả người thiện tâm

Thiện căn trổ nhụy xanh mầm
Pháp thân tọa giữa chân tâm cõi đời.

6.
Chúng sinh nằm gác vai đời
Tiếng chuông rụng xuống đất trời sầu bi

Ô kìa ánh chớp từ bi
Gửi trong vô lượng xanh rì nguyên sơ.

(1964)

Sống cùng thi sĩ Hoàng Tư Thiện
tác giả tập thơ Trăng Khuyết tại
Chùa Bà Đen, Tây Ninh.

Ở Huế Nhớ Phương

Ơi mắt hiền đen mắt buồn dưới phố
Không mắt nào buồn,
                    buồn hơn mắt Phương
Phố thả lầu cao phố trắng dị thường
Gió hót véo von cười nghiêng ngửa áo.

Gót lẫn trong sương sầu bay ảo não
Trời cũng trầm trầm thơm ngát da Phương
Cánh trắng choai choai phơ phất trong trời
Ơi Phương ơi Phương anh về nhóm lửa.

Xin dấy cho cao hồn reo từng bữa
Để lấy thơ hồng thắp sáng thân Phương
Sương sẽ vàng phai chảy xuống êm đềm
Mắt sẽ hiền vui nằm ve vuốt nắng.

Thơ thắp cho cao soi tay lụa trắng
Phương đứng bên trời chải tóc trong mai
Nắng thả lầu cao nhỏ xuống hai vai
Chim cũng chuyền vui reo đầy vạt áo.

Anh vuốt thân Phương ăn từng hạt bão
Anh ăn sầu em cho hết cô đơn
Yêu Phương của anh bằng nước mắt này
Chăn con chiên anh chăn từng sợi tóc.

Những lúc Phương biếng ăn
                              biếng ngủ
                              biếng chơi
                              hay Phương hờn khóc
Anh đấm ngực mình đổ tội cho anh
E Phương gầy thêm mắt có còn xanh
Mắt có còn xanh nằm ve vuốt nắng.

Ơi Huế buổi mai buổi chiều nhớ chi nhớ lạ
Ngại quê mình trời trở lấy ai hôn
Ai bồng Phương anh ngại má phai hồng
Ai khẽ đậu cho mây trời xuống nhạc.

Ớt chi không cay muối chi không mặn
Má lúm đồng tiền bảo chi không thương
Mùa thu quê mình thường mưa không Phương
Sao lệ anh rơi dù chưa kịp khóc.

Sao mây bay bay cho anh tưởng tóc
Sao trời xanh xanh cho nhớ dáng Phương
A, người ngày xưa bảo có thiên đường
Anh e thiên đường nằm trong mắt ngọc
Ngọc những buồn buồn vì Phương hay khóc
Công chúa khóc nhè là Phương của anh!

Phương nghe đó trời thu lên lành lạnh
Lòng cũng vàng theo lá ở trên cây
Vui cũng bay theo gió ở trong ngày
Một chút lệ thêm chút buồn vừa chín.

Nhớ chi lạ biết môi còn mũm mĩm
Cắn ô mai răng là lúa ở trên trời
Tay cầm lược là lụa ở trên mây
Mắt là ngọc ở trong thu vừa trổ.

Buồn chi lạ buồn không ai buồn hộ
Hồn vi vu bay khuất ở trong trăng
Ngậm chút gió chừng có hơi Phương thở
Phương là sương hay sóng vỗ trong anh...

(1964)

HÃY VUI NHƯ TÌNH ĐẮNG

Gai hồng chích lệ khô
Mưa hoài không bến đỗ
Gai hồng vuốt ngực xanh
Hồn lạnh những không ngờ.

Anh sầu trong mắt lá
Em cười trong cánh gai
Anh sầu trong mắt đá
Em cười trong cánh phai.

Lệ ngậm bóng chim soi
Mắc giữa cành bông máu
Hồn ngậm bóng trăng soi
Mắc giữa cành bông máu
Buồn hoài những mưa mai
Mắc giữa cành bông máu.

Hãy vui như lòng vắng
Bụi phủ qua nhiều năm
Hãy vui như tình đắng
Răng chạm giữa đường răng
Ngỡ hai hàng nến trắng.

Em sầu trong mắt lá
Anh cười trong cánh gai
Em sầu trong mắt đá
Anh cười trong cánh phai.

(Sàigòn 1965)

THƯA MẸ

Con lột mũ cởi giày và tháo mép
Những chua ngoa xin mắc lại cho đời
Nay trở ngựa rầu rầu qua lưng mẹ
Thân cũng tàn con gõ lấy mà chơi.

Xin đừng hỏi e một lời cũng mỏi
Tương tàn kia bòn mót hết xương da
Con ngồi gỡ trăng phơi trong mắt lạnh
Lấy nắng chiều hong một chút sầu khuya.

Cho được thở hơi bay trong kẽ lá
Chút lòng vui đậu xuống mép sương chiều
Chút gió nổi lay hồn trong bãi đá
Hồn nghêu ngao cùng bầy lệ chắt chiu.

Cho được nói lời bay trong kẽ nón
Lời reo vui lách tách vỗ quanh vành
Chân cát bụi xin quỳ trong mắt mẹ
Thân đã vàng hay nắng đã vàng hanh.

Con sẽ thở hơi con trong vú mẹ
Tí bi ai khẽ động mé chân đời
Chim lẻ bạn chơi mỗi mình quạnh quẽ
Chạm tiếng kêu, ngại Chúa cũng chơi vơi.

Thôi đà mỏi con vui lòng trở ngựa
Tương tàn kia bòn mót hết xương da
Chiến tranh kia vẫn nằm ve vuốt lửa
Vuốt lưng người đất xé vuốt lưng cha.

Thôi đà mỏi con vui lòng trở ngựa
Thân tong teo dắt dạ chắt chiu về
Thêm chút gạo chút lửa cười trong bếp
Chút bao dung lốp bốp vỗ trong con.

Mẹ so đũa gắp lòng reo trong mắt
Gắp một đời rót xuống chén cơm con.

(Đà Nẵng 1965)

Thư Cho Em Trai
Ở Quân Y Viện Nguyễn Huệ, Nha Trang

Anh về muộn một hôm sau tiệc cưới
Nghe nhà khoe tiếc có mỗi mình anh
Lầu dưới lầu trên rộn ràng hai họ
Vợ em xinh đáo để là xinh.

Anh về muộn một hôm sau tiệc cưới
Chút gì vui còn loáng thoáng quanh nhà
Lòng chợt mát như có người vừa tưới
Cho thịt xương riu rít ở bao la.

Em đà đến đầu đời hạnh phúc
Chút tình anh xin trải xuống làm duyên
Thêm bài thơ anh đang ngồi viết
Cho vợ chồng em làm vốn bước lên thuyền.

Mây rẽ đất rắc cho đời hạt lệ
Em chèo qua,
                qua cho hết truân chuyên
Anh sẽ vớt đời đời hạnh phúc
Của vợ chồng em làm hạnh phúc cho mình.

Em biết đó với thân tàn ma dại
Một sớm kia anh thở những hơi trăng
Đất sẽ hé cùng thịt da sẽ trải
Cho hồn anh khẽ đậu ở hư vô.

Em cũng biết Mẹ mỗi ngày một yếu
Cha thì đi từ thuở nọ chưa về
Bốn thằng con sống chung cùng manh chiếu
Cùng chút xương người Mẹ róc cho con.

Mẹ đà chết ở trong cùng sự sống
Nói làm sao tròn nghĩa Mẹ thương con
Anh biết phận nghĩ mình lêu lỏng
Đành cậy em sớm tối quanh người.

Mai mốt chi đây em rời bệnh viện
Mừng cho em đôi nạng trên mình
Anh chỉ ngại lá cờ phủ xuống
Phủ theo sau lời lẽ hy sinh.

Nạng sẽ gõ, vui nhà vui cửa
Vui như bom, hể hả dội trong khuya
Vui như đạn, reo ca ngoài biển lửa
Toe toét cười, mừng sông núi héo queo.

Thôi hãy nhận chút tình riêng anh rót
Xuống tình em lất phất tí chua cay
Em đừng hỏi sao lời anh không ngọt
Sao giọng buồn thiu
                như tiếng chim lẻ bạn thở trong ngày.

Em đừng hỏi sao lời anh không ngọt
Nào uống đi rồi có chia tay.

Em uống đi rồi có chia tay!

(1971)

Khoai Lang
Vỏ Đỏ Lòng Vàng

Kính thưa chị cơm bữa no bữa đói
Nhà lêu bêu thuê tháng được tháng không
Xuôi với ngược cũng làm thân tôi mọi
Ngược rồi xuôi vẫn lấy cát lấp sông..

Tuổi thì nhỏ sao lòng nghe đà mỏi
Mắt còn trong sao dạ đã bơ phờ
Chúa thì cao em làm sao mà với
Khổ còn qua, qua mãi ai ngờ.

Kính thưa chị đôi lần em chợt hỏi
Đời có cái chi vui quá là vui
Vui đến khóc dù mình chưa kịp khóc
Thêm chút vui lại một chút ngậm ngùi.

Uổng chi lạ mười mấy năm ăn học
Trả cho thầy hết trọi những văn chương
Đời bày vẽ toàn gì gì lạ quá
E chết đi Chúa ngại mỗi thiên đường.

Kính thưa chị như loài chim bạc phước
Một sớm mai chị gọi chim ơi chim
Như loài hoa tưởng ngủ hoài bên suối
Trong rừng kia được hoàng tử đưa về.

Chị bùi ngùi bảo sao em gầy quá
Ốm tong teo như sậy ở sau nhà
Em muốn khóc những lần nghe chị trách
Ngại con trai ai đi khóc dị ghê!

Kính thưa chị nay đầu đường mai xó chợ
Ít bài thơ dăm cuốn sách theo mình
Còn nghĩa gì đâu một đời lận đận
Còn nghĩa gì đâu mà nhục hay vinh.

Con nhà ruộng hỏi chi tiền với bạc
Cá đặt rò củi chị vớt ngoài mương
Cơm lại ngon em cứ ăn sạch bát
Vét hết nồi sao còn thấy đói meo.

Kính thưa chị, nhà có bé Lan bé Phụng
Có dì Chuyền vui líu xíu như chim
Mỗi sáng dậy em lại mừng trong bụng
Em mừng em được sống nốt một ngày.

Thôi chịu dại như một loài tầm gửi
Xin ở đây ăn bưởi trổ sau vườn
Ngủ trên cây xước mía lùi trong bếp
Buồn cưỡi trâu mà tìm được quê hương.

A, cưỡi trâu mà tìm được quê hương!

(Biên Hòa 1972)

Bước Ra Từ Nhà Thương Điên Biên Hòa

Cung cúc giữa xó đời
Chờn vờn bóng ma trơi
Cười sao cười quá đỗi
Ta giỡn, kệ ta chơi.

Ta tự làm khán giả
Cùng sân khấu trống không
Phá lên cười ha hả
Tên lạc chợ trôi sông.

Cúi và từng bụm cát
Nỗi bạo hành trong tay
Ta đấm ta xây xát
Rồi thu thân đứng cười.

Ta đấm ta ngã xuống
Hồn mắc nơi cành khô
Ta đấm ta ngã xuống
Ngã xuống ta đứng lên
Gỡ hồn và ngúc ngoắc.

Này giữa lòng thánh địa
Thượng đế treo toòng ten
Nhiễu nhương cười hô hố
Và thánh thần Amen!

Hai với hai mười sáu
Từng khoảng buồn lên cao
Từng niềm vui xuống thấp
Ta vo đầu cười khan.

Nào, bật trái tim ra
Treo leo heo đầu lưỡi
Nỗi khốn cùng tròn xoe
Tò tí tò tí te.

(Biên Hòa 1973)

Thương Cây Nhớ Cội

Lúa của nông dân mặt vàng da bủng
Lúa của quê cha chắt mót hai mùa
Trong từng chén cơm lẫn từng chút máu
Máu của hai miền đất của quê chung.

Còng lưng thay trâu cày qua luống đất
Qua những luống đời ròng rã chiến chinh
Ngưng bắn nghe đâu riêng cho thành thị
Chỉ có thị thành không có đao binh.

Mỗi sáng ra đồng cờ vàng cờ đỏ
Cờ của bên này cờ của bên kia
Đây đạn Trung Xô đấy bom Mỹ quốc
Kia xác đồng bào nọ xác anh em.

Giựt đất cắm cờ cắm cờ giựt đất
Cờ của hận thù đất của Việt Nam
Bom đạn cho ai vì ai lường lật
Đâu phải người ngoài giết nhau cho cam.

Lúa của nông dân mặt vàng da bủng
Đất của cha ông chân lấm tay bùn
Đạn của Trung Xô bom của Mỹ quốc
Cờ của hai miền đất của quê chung.

(Đại Lộc 26-03-1973)

Nắng Hạn

Lên rừng, rừng trơ xương
Xuống sông, sông cạn nước
Nắng tha lửa lên nương
Mây tha sương về núi.

Một con chim cùi cũi
Giữa cơn mơ cháy rừng
Một con thuyền lầm lũi
Lụi hụi giữa đời sông.

Đứng trong trời mênh mông
Tôi nhỏ nhoi chiếc bóng
Thênh thang đôi cánh mộng
Vướng trên ngọn hư không.

Ai ngóng bên kia sông
Ai ngóng bên này sông
Một con thuyền mắc cạn
Một nỗi đau bềnh bồng.

(Sàigòn 1975)

Oan Khiên

1. CHIẾN BÀO

Nắng tàn chinh, rụng trong chiều
Oan khiên líu lưỡi buồn thiu đất trời
Chiến bào quảy xác mà chơi
Kiếm cung ủ dột thây phơi giữa đời.

2. TANG BỒNG

Tưởng đâu chiến trận vang trời
Thưa không. Sông khóc, lệ thời khô queo
Tưởng đâu. Đâu tưởng trớ trêu
Tang bồng ngơ ngác. Bọt bèo ngác ngơ.

3. NÚM RUỘT

Núi ơi. Tiên đứng thẫn thờ (*)
Biển ơi. Rồng ẵm dật dờ bầy con
Nước non, ơi hỡi nước non
Cũng cùng núm ruột trăm con rạc rời.

4. TƯƠNG TÀN

Anh hào chìm lỉm giữa khơi
Cuốc kêu chi cuốc, đội trời mà đau
Tương tàn. Lấy máu mà lau
Cờ vàng đỏ lửa xưa nào lạ chi! (**)

5. MẠT LỘ
Nhạn giàn giụa, khóc phân ly
Giang sơn mạt lộ từ khi giặc về
Giặc như ma. Giặc tứ bề
Giặc trong rừng rậm cửa lòng quê cha (***).

6. LẠ ĐỜI
Lạ đời, thời buổi can qua
Đấu cha tố mẹ mới là trung kiên..
Lạ đời, thời buổi đảo điên
Mùa xuân trốn biệt tận miền chân như.

7. HỎI?
Hỏi ngày. Trời đất ngất ngư
Hỏi đêm. Biển động dường như sóng gầm
Hỏi người. Tưởng hỏi cõi âm
Hỏi mình. Cười ngất. Cười bầm ruột gan!

(1975 - 2024 - The Fall of Saigon)

(&***) Truyền thuyết con Rồng cháu Tiên của dòng giống Việt.*
(**) Cờ đỏ sao vàng.

Thiên An Môn

Trước hàng song sắt đỏ
Quỷ đánh rơi mặt trời
Sau hàng song sắt đó
Chờn vờn bóng xương phơi.

Phật cũng vừa treo cổ
Chết cùng Chúa đêm qua!

(Hồng Kông 1989)

Mỗi Tiếng Chuông Rơi Nhỏ Một Giọt Buồn...

Mỗi tiếng chuông rơi
Nhỏ một giọt buồn
Rớt vào trong mắt
Thành lửa đầu hương.

Hương bao nhiêu hương
Buồn bao nhiêu buồn
Nhỏ bao nhiêu giọt
Rớt vào tiếng chuông.

Buồn...
    Buồn...
        Buồn...
            Buồn...
Rớt vào tiếng chuông.

(Paris tháng 3-1996)

Rời Trúc Lâm Thiền Viện, Paris. Tôi chầm chậm bước xuống từng bậc thềm.
Hồ như cả tâm thể tôi thấm đẫm cả trời chiều ướp đầy khói sương, hơi lạnh,
mùi hương và tiếng chuông chùa buồn vô hạn...

Chết Sững Giữa Cơn Mơ

Gõ lấy thân lép kẹp
Như gõ vào áo quan
Đất trời vừa khép mắt
Buồn hơn thuở hồng hoang.

Những đồng tiền mẹ rót
Lăn qua kẽ tay mòn
Hạnh phúc nào còn sót
Lọt thỏm giữa đời con.

Tiêu xài da thịt mẹ
Nến tắt. Gió là con
Con là quân đổ đốn
Yêu Mẹ như thù con.

Gõ chiếc thân lép kẹp
Như gõ vào áo quan
Con cười như gỗ ván
Xếp vó giữa gò hoang.

Con cười như vết đạn
Chết sững giữa cơn mơ.

(Sàigòn tháng 7-1997, ngày Mẹ mất)

Chờ Đến Thiên Thu Một Bóng Người

Chiều xuống sâu buông tiếng thở dài
Đêm Sài Gòn chạm bóng thu phai
Có cô gái nọ ngồi hong tóc
Ngỡ gió lùa mây xõa xuống vai.

Sóng cuộn đời sông, sông bạc phếch
Giang hồ xếp vó tự bao năm
Nhớ em mình nhớ thời yêu mệt
Ngóng mãi bên đường bóng biệt tăm.

Ai lỡ đưa người qua bến sông
Hình như bến lạc sóng mênh mông
Sóng xô thuyền mắc bờ nước lạ
Mình, kẻ lạc loài giữa gió đông.

Và như pho tượng bên triền núi
Chờ đến thiên thu một bóng người
Chờ đến xuân già sông rã nhánh
Ô hay, mình cứ tuổi hai mươi.

(Sàigòn 2017)

Chuyện Đời Xưa, Cô Tiên Và Chàng Thi Sĩ

1. NỤ HOA

Tròng trành nhớ nhớ thương thương
Sông dường hí hửng sóng dường hí ha

Cười cười lí lắc lí la
Nắng sà nhặt lấy nụ hoa cựa mình...

2. CÔ TIÊN

Ô hay nụ đã ra hoa
Trà mi đã trổ mặn mà thuyền quyên

Nghe đâu có một cô tiên
Vịn vai thi sĩ, dịu hiền bước ra.

3. TÌNH ƠI!

Tơ hồng se thuở nguyệt hoa
Se đi se lại bao la là tình

Cỏ cây quẫy nắng lung linh
Thương chi thương lạ ơi tình, tình ơi!

4. SANG SÔNG

Tiếng chim chật cả khoang đò
Líu lo líu lít hôm đò sang sông

Có ai đốt rạ vườn hồng
Mà thơm mùi lúa mà hong ngọn tình.

5. MỘT ĐÔI

Ngọn tình chàng cõng về dinh
Mình thêm mình nữa, hai mình một đôi

Cau tươi trầu quế quệt vôi
Têm mai têm trúc thắm môi đỏ lòng (*)

6. DƯNG KHÔNG

Dưng không. Trời trút cơn giông
Bão đâu úp xuống rối bòng một đôi

Nát lòng. Xẻ bóng. Lẻ đôi
Bóng kêu u uẩn, một tôi giữa đời.

7. NHẸ TÊNH

Khoắt khuya trải dạ ra phơi
Ngọn tình ướt lệ thương thời phu thê

Đêm nhàu bỏ lạc sao khuê
Ngó trời trông đất cõi về nhẹ tênh!

(2019)

(*) Giống tre làm mai mối theo điển tích trong sách "Lưỡng ban thu vũ am tùy bút" mọc trên bờ đầm gọi là "Mai trúc".

Ngó Tâm, Thấy Phật Chắt Chiu Cội Tình

1. HỔM RÀY...

Hổm rày chim chóc ì xèo
Ỏng a ỏng ẹo mè nheo đất trời

Chim thưa, chim đẹp nhất đời
Chèn ơi, mình đẹp ngời ngời hơn chim.

2. CHÙM HUM...

Mình thương, thương thiệt à nha
Dạ trao bên bển, ruột rà ngu ngơ

Chùm hum làm triệu câu thơ
Vẫn không làm nổi câu thơ thương Mình.

3. NHỚ MÌNH

Cỏ cây nũng nịu nũng na
Và mây ỏn ẻn mượt mà bóng duyên

Thấy nhãn lồng, nhớ chim quyên (*)
Lia thia nhớ chậu, nhân duyên... nhớ Mình.

(*) Ca dao: Chim quyên ăn trái nhãn lồng,
lia thia quen chậu vợ chồng quen hơi

4. TRẦU CAU
Nhớ Mình, nhớ lá trầu cay
Cay cay lại nhớ cau kia... nhớ trầu

Nhớ trầu, cau có khóc đâu
Mà sao ướt cả canh thâu với tình.

5. BỤI TRO
Tang tình tang tính tình tang (*)
Thuyền chung. Phận mỏng. Đôi đàng bụi tro

Thương ai, vạc đứng buồn xo
Nhớ ai, bìm bịp co ro kêu chiều.

6. MÌNH ƠI!
Lên chùa, tượng Phật buồn thiu
Ngó tâm, thấy Phật chắt chiu cội tình

Cội tình mọc cõi vãng sinh
Khuya khuya giỡn bóng ghẹo hình. Mình ơi!

(2020)

(*) Ca dao

LẬT TRANG KINH. TỤNG CHỮ TÌNH

1. THẬP THÒ

Tung tăng gió giỡn cùng mây
Chao ôi, nắng trải thơm đầy dạ ai!

Ỉ a, bậu quýnh quên cài...
Để thương lồ lộ. Mối mai thập thò.

2. TÌNH SÂU

Qua đây cũng có quạt mo (*)
Bậu cười xin đổi ba bò chín trâu

Qua rằng qua chẳng lấy trâu
Bậu ơi lấy bậu tình sâu là tình!

3. LẠNH TANH

Dưng không, núi đứng chết trân
Còn sông khóc mướt. Cõi trần ngộ ghê!

Bậu ơi, hết bậu ngồi kề
Thơ qua đắng ngắt. Đi. Về. Lạnh tanh.

4. ĐIẾNG LÒNG
Im nghe cây cỏ càu nhàu
Chim uyên chắc lưỡi dàu dàu bóng xuân (**)

Cớ chi đậu nhánh trầm luân
Bậu kêu dáo dác tình quân điếng lòng.

5. QUẠNH HIU
Lật trang kinh. Tụng chữ tình
Vạn trang kinh mỗi chữ Mình. Mình ơi!

Bậu đi bỏ bóng bỏ đời
Bỏ qua hiu quạnh bỏ trời quạnh hiu.

6. TỊNH KHÔNG
Núi cao. Cao tít, tít xa
Tịnh không. Đá nở nụ hoa bồ đề

Lành thay! Bụi phủ sông mê
Ô hay thuyền ngộ. Bốn bề là không.

(2021)

(*) Ca dao:
"Thằng Bờm có cái quạt mo
Phú ông xin đổi ba bò, chín trâu
Bờm rằng: Bờm chẳng lấy trâu"
(**) Chim uyên (chim uyên ương)

Quảy Gánh Lên Núi Chơi

Bỏ em riêng một thúng
Còn thúng xếp sách xưa
Vứt lượt là áo thụng
Quảy gánh lên núi chơi.

Lách ra khỏi xó đời
Quảy gánh lên núi chơi
Thả bằng hết bong bóng
Bay bằng hết trong trời.

Ngại đời xa lắm bụi
Ta phủi sạch tâm mình
Ngại bèo mây bám đuổi
Lòng ủ đầy tiếng kinh.

Em níu lòng cho chắc
Lúc lách qua xó đời
Ta giữ lòng đà chặt
Quảy gánh lên núi chơi.

(2022)

Lệ Nở Thành Hoa Ngỡ Sương Mai

Chiều lặng thinh nghe tiếng lá rơi
Ồ không, chỉ là cọng tóc rời
Tóc ơi, ấp mãi lòng ta nhé
Nhú mầm nở rộ những vô thanh.

Một giọt mưa thầm thấm cổ ai
Ồ không, chỉ là hạt lệ dài
Lệ ơi, ủ mãi niềm vui ấy
Lệ nở thành hoa ngỡ sương mai.

Mái tóc người, thương quá là thương
Ồ không, chỉ là sóng tình trường
Sóng ơi, vỗ mãi đời hiu quạnh
Sóng sánh cho đời một chút hương.

Em thường dụi mặt vào ngực anh
Ồ không, ổ lót tiếng chim uyên
Chim ơi, thủ thỉ tình như nhất
Thủ thỉ đưa đò cập bến duyên.

Nụ cười em, thoang thoảng phù dung
Ồ không, hoa nở chốn vô cùng
Thơm trong nhân thế hương tình lụy
Bóng đời lóng lánh bóng tương tư.

(2023)

Trời Vào Xuân
Mà Như Cuối Thu

Đò đi, nhớ quá người quay lại
Phố xá ngày xưa đã lỡ thì
Nước ngược ngỡ đâu người đi mãi
Ồ không. Nẫu ruột chuyện phân ly!

Kể chi chết sống thời tao loạn
Gươm giáo đâu chừa kẻ từ bi
Trăm họ quay cuồng cơn mê sảng
Chuông chùa thủ thỉ giọng sầu bi.

Quay lại. Đâu say mà quýnh quáng
Mò mãi không ra đất nước mình
Sớm tinh mơ như trời chạng vạng
Người nối người cứ thế lặng thinh.

Trời vào xuân mà như cuối thu
Thương Sài Gòn hiu hắt sương mù
Giả ngó lơ mà lòng nghẹn đắng
Nước mắt nhòe. Không, trời mưa thu!

(2023)

Đầy Những Oan Khiên Đến Sững Hồn

Núi đứng bên đời thân trơ trụi
Rừng cũng trơ xương vấy bụi trần
Mây dật dờ lủi tha lủi thủi
Thiện tâm hồ dễ chốn dung thân.

Giong ruổi ta về qua phố thị
Ô sao nghe nói đã vào xuân
Cỏ cây hốc hác buồn chi lạ
Buồn như thu xoắn xuýt trầm luân.

Lạ quá ra đường đầy thổ phỉ
Đầy những oan khiên đến sững hồn
Ai đứng góc đường say túy lúy!
Sáng tinh mơ lại bảo hoàng hôn.

Say, ai say thốt lời bi lụy
Thốt tiếng tang thương xót Nước mình
Say, ai say thế thời ma mị
Trời vào thu sao gọi là xuân!

(2023)

Yêu Quá Việt Nam

Đêm qua Chúa khóc cùng ta đó
Phật cũng khều vai ngó xuống đời
Chao ôi mây cõng sương cùng gió
Đất hở dột hoài Nước chẳng vơi.

Khuya khuya tiếng hú nghe ghê quá
Vương vãi hồn oan lạnh cả người
Quạ kêu quạ hót, cười rệu rã
Chiến loạn, oan cừu tuổi hai mươi.

Trải lòng, cùng đốt cho đổ lửa
Thiêu hết vô minh hóa thiện lành
Tịnh lòng, tối ngủ nhà để cửa
Mát rượi tình quê gió trong xanh.

Quê hương yêu quá, ai kêu đó
Yêu cả mùi trâu cả lúa vàng
Cả sông cả núi cùng trăm họ
Yêu quá Việt Nam, yêu chứa chan.

(2023)

Ung Dung Cõi Ngộ Tâm Lần Tiếng Kinh

CỬA PHẬT
Lên chùa cúng Phật lạy sư
Tượng ngơ ngẩn đứng ma sư gật gù

Xàm tăng phô diễn vai mù
Gậy quơ cửa Phật âm u cõi trần.

VÔ MINH
Chúng sinh dạ xót tâm bào
Bao con trầm lụy đậu vào trang kinh

Hồn đơn, phách chiếc vô minh
Ung dung bụi đất tử sinh mịt mù.

OAN GIA
Lếch tha lếch thếch đầy đàng
Xa xa như thể vô vàn thây ma

Ô hay thời buổi can qua
Sớt chia mỗi chuyện oan gia. Đắng lòng.

TRỜI ĐẤT
Trời sao, sáng ngẩn chiều ngơ
Đất sao khóc miết vật vờ nước non?

Bao giờ Bắc sắt Nam son
Bấy giờ Nam sắt Bắc son một nhà.

MẸ RẰNG...
Mẹ ngồi kể chuyện trầu cau
Quệt vôi trầu thắm cau cay đỏ tình

Mẹ rằng, như bóng như hình
Như chung như thủy như tình Bắc Nam.

HÒ KHOAN

Đất trời nhòe nhoẹt bóng đêm
Nhân sinh phờ phạc đen nhèm bụi tro

Lạ đời chim vẫn líu lo:
Ta là ánh nắng khoan hò hò khoan.

BUÔNG XẢ

Thong dong ngồi giữa u minh
Buông buông xả xả u tình phù vân

Tịnh thiền ngồi giữa thanh bần
Ung dung cõi ngộ tâm lần tiếng kinh.

(Yêu quá Việt Nam 29-3-2024)

MẸ, MƯỜI BA HẠNH ĐẦU ĐÀ

Thưa Mẹ, hôm nay con ngồi đọc Mười Ba Hạnh Đầu Đà – pháp tu của ngài Đại Ca Diếp là đại đệ tử của Đức Phật Thích Ca - con nghĩ ngay về Mẹ. Nghĩ về những năm tháng chiến tranh, nghèo đói triền miên, ngủ bụi ngủ bờ, nay đây mai đó, chạy loạn khắp nơi, cướp giật tứ bề, tên bay đạn lạc, chồng theo "cách mạng" biền biệt bao năm. Mình Mẹ chăm bón bầy con 4 đứa, ngày ngày qua tháng, tháng tháng qua năm, qua cả đời Mẹ. Mẹ ơi!

Mẹ,
Mười Ba Hạnh Đầu Đà

1.

Áo quần tơi tả
Vải vá đâu ra
Một y không có
Nói gì ba y.

2.

Đồng bào đói meo
Bụng rỗng cồn cào
Cơm rau tí tẹo
Chan đầy nỗi đau.

3.
Không tiền có bạc
Bạc nước bạc non
Phúc phần phờ phạc
Giữ bạc nuôi con.

4.
Nay ở gốc cây
Mai ở nghĩa địa
Ngồi ngủ đắp mây
Độc cư giữa trời.

5.
Chén mẻ đời nhạt
Lấy gì bình bát
Bao năm khao khát
Chăm con thành người.

6.
Cội phước lắt lay
Tuột tay là chết
Cuốc bẫm cày sâu
Giấu sầu ai hay.

7.
Mẹ là chiếc võng
Đưa suốt bầy con
Lưng khòm Mẹ cõng
Oằn mình qua sông.

8.
Lết lê giữa trời
Một đời tĩnh lặng
Nghĩa nặng tình sâu
Mình vẫn là mình.

9.

Phúc lộc là Mẹ
Tâm nở dạ tươi
Dẫu đời quạnh quẽ
Lành thay, tiếng cười.

10.

Lạy Mẹ! Mẹ yêu!

(18-8-2024)

(*) 13 Hạnh Đầu Đà - pháp tu của ngài Đại Ca Diếp là đại đệ tử của Đức Phật Thích Ca:
1. Y phục làm bằng những mảnh vải rách. 2. Chỉ dùng ba y. 3. Khất thực mà ăn. 4. Chỉ một bữa vào giờ trưa. 5. Không ăn quá no. 6. Không giữ tiền bạc. 7. Sống độc cư. 8. Sống trong nghĩa địa. 9. Sống dưới gốc cây. 10. Sống ngoài trời . Không ở cố định, thường du hành. 12. Ngồi ngủ, không nằm ngủ. 13. Chỉ dùng bình bát.

PHẦN III

PHƯƠNG TẤN

VĂN

TÔI ĐÃ KHÓC
NHƯ CHƯA TỪNG ĐƯỢC KHÓC

1.

ANH EM LÀM THƠ VIẾT VĂN THUỞ ẤY

Vào thập niên 1960, anh em làm văn nghệ như chúng tôi thường độ tuổi 18 - 20. Chúng tôi thường lập bút nhóm và một số anh em ngoài bút hiệu còn đặt thêm một cái tên con gái. Châu Thị Ngọc Lệ là nhà thơ Luân Hoán. Hoàng Thị Bích Ni là nhà thơ, nhà biên khảo, dịch thuật Nguyễn Kim Phượng (Nguyễn Phú Long), Nguyễn Thị Liên Phượng là nhà thơ Nguyễn Nho Sa Mạc. Riêng tôi cũng lập bút nhóm và thêm một cái tên con gái Thái Thị Yến Phương dưới một số bài thơ đăng báo và nổi lên như một hiện tượng, ồn ào trên một số báo chí, anh em văn nghệ và đài phát thanh thời ấy..

Có một điều tôi muốn nói là thời làm văn nghệ của chúng tôi - anh em thường khi chỉ mới biết nhau qua bút hiệu, qua thơ, qua văn trên các báo và tạp chí là đã thương nhau, quý nhau. Đến khi gặp nhau là có thể trở thành tri kỷ. Tâm tính của chúng tôi rất hồn nhiên, thật thà và dễ thương. Và một điều tôi cũng muốn nói là thời làm văn nghệ của chúng tôi, ngoài độ tuổi 18, 20 còn có một số nhà văn, nhà thơ đã thành danh hoặc lớn tuổi. Họ sáng tác và cộng tác báo này, tạp chí nọ thì chúng tôi cũng sáng tác, cũng cộng tác báo này, tạp chí nọ. Họ là tiến sĩ, là giáo sư, là nhạc sĩ... Chúng tôi là học sinh trung học đệ nhất cấp, đệ nhị cấp... Báo chí thời làm văn nghệ của chúng tôi tuyển chọn bài vở không do sự quen biết, do tuổi tác, do địa vị mà do giá trị của tác phẩm. Không khí văn nghệ thời ấy thật đáng yêu, đáng nhớ và rộn ràng làm sao! Một bài thơ đăng trên một tạp chí uy tín thời ấy thì có thể không chỉ lớp biết, trường biết, gia đình biết, thành phố biết mà anh em văn nghệ cả nước đều biết.

2.

CHỜ ĐẾN MÙ MẮT

"Vàng Lạnh" là bài thơ đầu tiên của nhà thơ Nguyễn Nho Sa Mạc đăng trên tạp chí Mai. Trong bài thơ "Vàng Lạnh" có một câu tôi rất thích: "Nhìn phố dài bỗng chốc hóa rừng hoang" vì nó cùng tâm trạng trong bài: "Đà Nẵng, Trời Ni Đất Nớ" của tôi đăng trước đó trên tạp chí Gió Mới do nhà thơ Nguyên Sa chủ trương: "Lầu dinh mà như cồn cát, thênh thang hút nẻo đường đi". Chúng tôi biết nhau qua thơ trên các báo và tạp chí, nhưng chưa hề gặp mặt.

Đầu năm 1963, tôi cùng một số anh em in chung thi tuyển "Rừng". Tập thơ chưa có giấy phép in ấn, nhưng những tờ quảng cáo khổ lớn đã được in và dán đầy thành phố Đà Nẵng. Một hôm tôi vào nhà sách Sông Đà chợt thấy trên tờ quảng cáo có hàng chữ viết tay bằng mực tím, đều đặn: "Anh em chờ đến mù mắt sao Rừng vẫn chưa có hở Phương Tấn?" có cả chữ ký và tên Nguyễn Nho Sa Mạc. Tôi vui không kể xiết.

Tháng 3 năm 1963, thi tuyển "Rừng" bị Ty Kiểm Duyệt Thừa Thiên - Huế không cho ấn hành vì "phạm vấn đề chính trị và tôn giáo". Do sự khiếu nại của tôi, "Rừng" được chuyển vào Sài Gòn cho Hội Đồng Kiểm Duyệt Trung Ương quyết định. Tháng 4 năm 1963, Hội Đồng Kiểm Duyệt Trung Ương trả "Rừng" về cho Ty Kiểm Duyệt Thừa Thiên - Huế với hàng chữ "Cấm phổ biến". Tôi chết lặng trước những bài thơ của tôi và anh em đầy những hàng gạch nát bằng bút đỏ. Tháng 7 năm 1963, thi tuyển "Rừng" in liều không giấy phép và phát hành tại các nhà sách ở Đà Nẵng, một số tỉnh thành và qua tay anh em văn nghệ thân quen, trong đó có Nguyễn Nho Sa Mạc.

3.
NGUYỄN NHO SA MẠC ẤP Ủ TẬP THƠ VÀNG LẠNH

Tháng 12 năm 1963, tôi bất ngờ và vui mừng được nhà giáo Nguyễn Phú Long tức dịch giả Nguyễn Kim Phượng tức nhà thơ Hoàng Thị Bích Ni đưa Nguyễn Nho Sa Mạc đến nhà thăm tôi. Nguyễn Nho Sa Mạc hiền lành và dễ thương quá! Anh xoan tuổi tôi và cùng chung nỗi niềm trước một đất nước bị chia cắt. Anh tâm sự cùng tôi nhiều dự định về văn nghệ, trong đó có việc xuất bản tập thơ "Vàng Lạnh" mà anh ấp ủ. Trong 2 tháng sau đó, chúng tôi còn gặp nhau 3 lần. Lần nào anh cũng đọc những bài thơ mới làm để tặng tôi và chúng tôi cùng say sưa bàn chuyện văn chương và thế sự.

Thật bàng hoàng, 8 giờ tối đêm 25 Tết năm Quí Mẹo (1964), Nguyễn Nho Sa Mạc đột ngột qua đời tại Đà Nẵng. Tôi không còn một lần nào được nghe anh đọc thơ nữa. Nguyễn Nho Sa Mạc đã xa tôi vĩnh viễn. Tôi đã khóc như chưa từng được khóc hôm tiễn anh về lòng đất ở Hội An.

Hay tin Nguyễn Nho Sa Mạc mất, nhà văn Trần Phong Giao thư ký tòa soạn tạp chí Văn có nhờ tôi viết vài dòng về buổi tiễn biệt Nguyễn Nho Sa Mạc. Tôi đã viết và đã đăng trên tạp chí Văn cùng với 2 bài thơ thương tiếc Nguyễn Nho Sa Mạc.

VÁN KHUA LÁCH CÁCH HỒN KHE KHẼ VỀ

Khuya xa xác đổ về trời
Phố cao sầu cũng nghe dời vóc hoa

Tay lùa con nước xót xa
Chân lùa bóng vỡ phôi pha thiên tài

Từ anh bỏ lại tuổi mai
Cát vàng thả gió chia hai bạn bè

Bừng bừng xô dạt lòng khe
Ván khua lách cách hồn khe khẽ về...

THÔI YÊN SẦU THỔI NHẠC VÀNG XUỐNG THÂN

Dấy từ bão cát trôi lên
Cỗ xe người trắng lênh đênh theo về

Ngàn con nước kéo lê thê
Một vùng biển lạ trăm bề hoang mang

Xôn xao lụa gió điêu tàn
Thôi yên sầu thổi nhạc vàng xuống thân...

(Hội An 25 Tết năm Quý Mẹo, 1964, gửi Nguyễn Nho Sa Mạc)

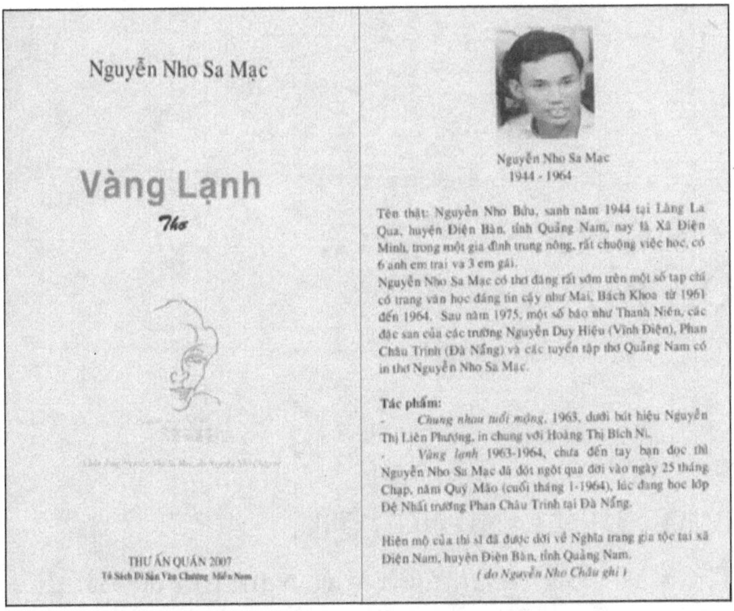

Nguyễn Nho Sa Mạc

Vàng Lạnh

Thơ

THƯ ẤN QUÁN 2007
Tủ Sách Di Sản Văn Chương Miền Nam

Nguyễn Nho Sa Mạc
1944 - 1964

Tên thật: Nguyễn Nho Bửu, sanh năm 1944 tại Làng La Qua, huyện Điện Bàn, tỉnh Quảng Nam, nay là Xã Điện Minh, trong một gia đình trung nông, rất chuộng việc học, có 6 anh em trai và 3 em gái.
Nguyễn Nho Sa Mạc có thơ đăng rất sớm trên một số tạp chí có trang văn học đáng tin cậy như Mai, Bách Khoa từ 1961 đến 1964. Sau năm 1975, một số báo như Thanh Niên, các đặc san của các trường Nguyễn Duy Hiệu (Vĩnh Điện), Phan Châu Trinh (Đà Nẵng) và các tuyển tập thơ Quảng Nam có in thơ Nguyễn Nho Sa Mạc.

Tác phẩm:

- *Chung nhau tuổi mộng*, 1963, dưới bút hiệu Nguyễn Thị Liên Phương, in chung với Hoàng Thị Bích Ni.
- *Vàng lạnh* 1963-1964, chưa đến tay bạn đọc thì Nguyễn Nho Sa Mạc đã đột ngột qua đời vào ngày 25 tháng Chạp, năm Quý Mão (cuối tháng 1-1964), lúc đang học lớp Đệ Nhất trường Phan Châu Trinh tại Đà Nẵng.

Hiện mộ của thi sĩ đã được dời về Nghĩa trang gia tộc tại xã Điện Nam, huyện Điện Bàn, tỉnh Quảng Nam.

(do Nguyễn Nho Châu ghi)

Vàng Lạnh – Tập thơ của Nguyễn Nho Sa Mạc.

EM NGHE KHÔNG, HÒA BÌNH?

1.

BUỒN ĐẾN LẶNG NGƯỜI

Thưa Mẹ, 6 giờ sáng giờ Việt Nam phi cơ bắt đầu vào địa phận Saigon. Dù người mệt lã sau gần 30 tiếng thức trắng trên đường bay từ Mỹ về, nhưng con vẫn cố mở mắt chồm người sát cửa kính nhìn xuống Sàigòn dưới kia.

Các thành phố ở nhiều quốc gia mà con đã đi qua - từ cao nhìn xuống, lộng lẫy và quyến rũ. Sàigòn trong ánh sáng lờ mờ của đèn đóm trông thật buồn. Dù thế nào, Việt Nam vẫn là quê nhà dấu yêu. Con đã sinh ra và lớn lên với lòng tự hào mình là người Việt Nam.

Thưa Mẹ, song song với các cuộc biểu tình chống chiến tranh Việt Nam diễn ra nhiều ngày tại Washington D.C, New York, San Francisco... trên đất Mỹ, máy bay Mỹ tiếp tục ném bom, không kích ồ ạt các trọng điểm của CS Bắc Việt. Và, theo báo đài trong và ngoài nước, nhiều trận đánh ác liệt vẫn tiếp diễn ngày đêm trên chiến trường Việt Nam.

Mỗi lần đọc xong những mẩu phân ưu nằm đặc kín trên những tờ nhật báo từ quê nhà gửi sang, con lại buồn đến lặng người. Ôi những người Việt Nam, những anh em, bà con, cô bác của con ở cả hai miền Nam Bắc sao lại nỡ giết nhau, kèn cựa trong mê vọng, ngụp lặn trong khổ ải. Sao chúng ta không: "Dạy bảo nhau, giúp đỡ nhau. Ta đem những tư tưởng sáng kiến của ta tạo thành những khí cụ phá rừng núi, khai khẩn sở mỏ điền địa đem lại nguồn kinh tế sung túc cho xã hội. Ta chế tạo nhiều máy móc tối tân để thay thế cho sức người bớt nặng nhọc, được hưởng sung sướng tự do... Nếu hiểu thế thì đâu còn nạn giai cấp đấu tranh, đâu còn lao tù khổ sở, đâu còn khí giới nguyên tử, khinh khí để giết hại, khiến cho sự chết chóc, điêu linh quá sức tưởng tượng như ngày nay." (*)

2.

SÀI GÒN CỦA TÔI

Mẹ ơi! Con đã ở Sài Gòn được hai ngày. Buồn quá, con không muốn gặp một ai. Buồn vì nhà hàng, quán bar, ổ điếm dày đặc bên cạnh sách báo thương mại và khiêu dâm. Buồn vì một bộ phận lớp trẻ lao mình vào con đường nghiện ngập và phong trào Hippy khơi nguồn từ Mỹ lan qua châu Âu và đang vào Việt Nam mà con đã ngán ngẩm khi còn ở San Francisco - được mệnh danh là thành phố Hippy của Mỹ. Với chủ trương chống chiến tranh (make love not war) mang tính hiện sinh, hoa hippy đã trở thành sức mạnh (flower power) như một nạn dịch được vẽ từ áo quần, xe cộ ra đến đường phố, cùng khắp. Dân Hippy Việt Nam được nhận diện với cách ăn mặc, cách sống, cách nghĩ "bất cần đời" và "lập dị" của họ. Mẹ ơi, con không biết tương lai những người trẻ ấy rồi sẽ về đâu giữa một đất nước đang đắm mình trong chiến loạn.

3.

KHẮC GHI LỜI MẸ DẠY

Đà Nẵng! Vâng, con đã về Đà Nẵng. Vui mừng làm sao, Mẹ ơi! Trong những lá thư gần đây, Mẹ thường viết cho con: "Đà Nẵng là thành-phố-hy-vọng của lớp người cùng khổ. Trong mọi thiên tai, chiến nạn, nghèo đói, bệnh tật, người dân miền Trung vẫn bấu víu vào Đà Nẵng. Lẽ ra, những người ăn trên ngồi trước giữa thời buổi nhiễu nhương này phải san sẻ, bênh vực đồng bào khốn khổ, bạc phước thì tiếc thay, không ít người trong họ đã lấy cái bất nhân, giả người để che đậy. để bào mòn và giết đi niềm hy vọng của cả một thành phố được gọi là thành-phố-hy-vọng."

Thưa Mẹ, những lời Mẹ dạy con thuộc nằm lòng. Vâng, phải thương yêu kẻ khác như chính mình. Phải giữ tâm trí trong sáng, ý chí mạnh mẽ và việc làm hữu ích cho chính mình và xã hội. Thưa Mẹ, những lời Mẹ dạy thật ngắn ngủi, thật giản dị nhưng lại mang một sức sống mãnh liệt, một tinh thần bi-trí-dũng tỏa vào người con. Thần trí con ngay những lúc phờ phạc nhất, thân thể con ngay những lúc mệt mỏi nhất vẫn khắc ghi lời Mẹ dạy.

Mẹ ơi! Xe chưa dừng, con đã thấy Mẹ mặc chiếc áo ngắn màu hồng đất, cổ đeo xâu chuỗi ngọc xanh mướt mà Mẹ rất quý đứng lóng ngóng ở cửa lớn trông ra đường. Con đã nhảy xuống xe, chạy vội đến ôm lấy Mẹ. Hình như Mẹ đã gầy đi hơn hai năm trước. Mẹ đã không cầm được nước mắt và không thốt được thành lời. Thưa Mẹ, Mẹ có phải hiện thân của đức Phật trong câu chuyện "Đôi Guốc Ngược" mà con đã đọc biết bao lần mỗi khi nhớ Mẹ...

4.
ĐÔI GUỐC NGƯỢC

"Ngày xửa ngày xưa khi Phật còn tại thế, có một chàng thiếu niên mồ côi cha sống cùng Mẹ từ thuở ấu thơ. Mẹ chàng mộ Phật thường tọa thiền và đọc kinh hàng đêm. Chàng ngồi cạnh Mẹ, lắng nghe. Qua kinh, chàng biết Phật là một người có 32 tướng tốt, 80 vẻ đẹp, là bậc giác ngộ, nhập thế độ sinh.

Một ngày kia chàng xin Mẹ cho chàng lên đường tìm Phật. Tháng ngày trôi qua, chàng trèo non lội suối không hề quản ngại gian nan.

Một hôm ngay dưới chân núi, chàng bỗng gặp một ông lão cốt cách như tiên ông đang ngồi xếp bằng thiền định. Chàng vui mừng, chắp tay cúi đầu:

- Thưa ông. Ông biết Phật đang ở đâu xin chỉ giúp cho cháu?

Ông lão từ tốn hỏi:

- Cháu muốn tìm Phật để làm gì?

- Thưa ông, cháu tìm Phật để xin cho Mẹ cháu được khỏe mạnh và sống lâu cùng cháu.

Ông lão cười thật hiền:

- Cháu là một người con hiếu thảo, hiếm có.

Ông lão nhỏ nhẹ tiếp:

- Cháu hãy quay về nhà. Trên đường về, cháu sẽ được gặp một người. Người đó mang guốc trái ở chân phải và guốc phải ở chân trái. Đấy chính là hiện thân của đức Phật.

Chàng thiếu niên hớn hở, cúi đầu tạ ơn ông lão và hối hả quay về nhà. Trên đường, chàng vừa chạy vừa nhìn quanh ngó quẩn. Trông lên nhìn xuống hết người này đến người nọ. Ngày qua ngày lòng buồn rười rượi. Mái nhà tranh của Mẹ con chàng đã ló dạng, nhưng vẫn không nhìn thấy một ai mang guốc trái ở chân phải và guốc phải ở chân trái như ông lão đã nói. Về đến nhà trời đã khuya và lạnh căm. Chiếc đèn dầu leo lét, hắt ra từ song cửa cùng hình dạng chập chờn, hắt hiu trông ra của Mẹ chàng.

Chàng kêu: "Mẹ ơi! Mẹ ơi!" Nghe tiếng kêu của con, Mẹ chàng vội vã xỏ đôi guốc mở cửa chạy ra ôm lấy chàng ràn rụa nước mắt. Mới xa chàng không lâu mà Mẹ chàng tiều tụy, nước da xanh mướt. Mừng con về, Mẹ chàng đã hối hả xỏ đôi guốc, nhưng là đôi guốc ngược. Mừng con về, Mẹ chàng đã không còn nhớ chiếc nào cho chân trái và chiếc nào cho chân phải. Chàng ôm siết lấy Mẹ, nghẹn ngào trong nước mắt: "Ôi đức Phật của con!"

Thưa Mẹ, trong kinh Samvuttanikaya mà Mẹ hằng đọc, con mãi nhớ lời đức Phật với chúng đệ tử: "Hỡi các tì khưu, các thầy đừng nên để tâm trí vào những tư tưởng sau đây: "Thế giới là hữu hạn, thế giới là vô cùng. Điều đó chưa quan trọng. Điều quan trọng là, ta dạy các thầy về sự khổ, nguồn gốc sự khổ, đạo diệt khổ và con đường đi đến diệt khổ. Những điều đó có ích – vì sẽ đưa các thầy đến cứu cánh của giác ngộ và giải thoát vậy." Thưa Mẹ, những lời đức Phật dạy với chúng đệ tử ngày xưa khác nào những lời Mẹ dạy con ngày nay. Và chính đó là con đường, là giấc mơ của con. Dẫu trên đường, dẫy đầy khổ đau và cô đơn tuyệt cùng.

4.

EM NGHE KHÔNG, HÒA BÌNH!

Hòa Bình, Hòa Bình! Tên gọi của một cơn mơ tuyệt diệu giữa năm tháng hãi hùng của chiến tranh. Hòa Bình,

Hòa Bình! Tên gọi của một niềm hy vọng chan hòa trên từng cọng lúa, dây khoai. Hòa Bình, Hòa Bình! Ta mơ thấy em trong nỗi chua xót đang nói, trong niềm cô liêu đang viết. Em nghe không, Hòa Bình!

Thưa Mẹ, dù thế nào con cũng phải bước lên và đi cho hết con đường hằng nguyện. Lớp người cùng khổ con sẽ đến với họ. Đến không bằng môi mép mà bằng việc làm, cách thiết thực. Nói theo Danilo-Dolci, con thích được chết trước khi một em bé chết vì đói. Thưa Mẹ, thật tệ hại nếu sợ thân xác phải hiến đi cho lý tưởng. Và tệ hơn, không dám bước lên khi bên mình không còn một ai dám bước. Xin Mẹ dìu dắt và ơn trên phù hộ!

(Mỹ - Việt Nam 1971)

(*) Thượng tọa Thích Đức Nhuận, Phật Học Tinh Hoa trang 295.

Hòa Bình Ta Mơ Thấy Em
Tập bút ký của Phương Tấn
xuất bản 1972 tái bản 1974 tại Việt Nam

CHIỀU XUỐNG CHẬM TRÊN CHIẾN ĐỊA TÀN

1. NGƯỜI LÍNH NẰM XUỐNG TRÊN KHẮP BỤI BỜ VIỆT NAM

Thưa Mẹ, con đang nghĩ đến việc in tập thơ và tổ chức đọc thơ lần thứ hai của con tại tiểu bang Texas. Con đang nghĩ đến tập bút ký viết dở dang. Con đang nghĩ đến tháng ngày lù mù ở Mỹ. Và nghĩ đến Mẹ. Thưa Mẹ trong bốn thằng con, có lẽ con là người làm khổ Mẹ nhất. Theo Mẹ, con sinh ra chỉ có bảy tháng mười ngày, ốm yếu quá đỗi. Không một ai dám nghĩ Mẹ sẽ nuôi được con giữa sự nghèo đói và đơn độc của Mẹ. Nhưng vượt lên tất cả, Mẹ đã nuôi được con và con đã lớn dần lên trong lồng kính. Chiếc lồng mà Mẹ nuôi con khó hơn nuôi một con chim sâu nhỏ. Và nay, con đã lớn khôn nhưng con vẫn làm khổ Mẹ. Khổ không vì con hút xách, đàng điếm mà khổ vì cái lý tưởng con đeo đuổi. Cái lý tưởng làm cho thần trí con lắm khi điên loạn, thân xác con héo mòn. Nhưng, lý tưởng lại đầy ma lực và quyến rũ làm sao, Mẹ ơi!

Khi con viết thư này về Mẹ giữa một căn phòng ấm cúng, tuyết xuống đầy ngoài kia thật thơ mộng thì ở quê nhà cuộc chiến vẫn sôi động và "người lính" lại tiếp tục nằm xuống trên khắp bụi bờ Việt Nam.

2.
CHÍNH NGƯỜI LÍNH MỚI LÀ NGƯỜI CẦU NGUYỆN HÒA BÌNH NHIỀU HƠN BẤT CỨ AI

Thưa Mẹ, sau bao năm ròng rã vì chiến tranh, máu người lính đã chan hòa trên từng cọng rau, ngọn lúa và thấm sâu dưới lòng đất tổ tiên. Mẹ ơi có phải chúng ta được sống, được hít thở, được nói năng và đi đứng là nhờ người lính đã hy sinh để chúng ta được sống, nhờ trái tim người lính đã ngưng đập để chúng ta được hít thở, nhờ đôi môi người lính đã khép lại để chúng ta được nói năng và nhờ chân tay người lính đã không còn để chúng ta được đi đứng. Thưa Mẹ, sự hy sinh của người lính không hề phai nhạt trong tâm trí con dù ở bất cứ nơi đâu, vui sướng hay buồn khổ. Và chính họ, nói theo Douglas Mac Arthur, mới là người cầu nguyện hòa bình nhiều hơn bất cứ ai.

Mẹ ạ, từ nhiều năm con vẫn ước ao viết một tập tâm bút, trải cho hết lòng dũng cảm, nỗi chịu đựng và niềm chua xót của người lính trong cuộc chiến, nhưng cho đến nay vẫn bất lực. Bất lực vì lòng dũng cảm, nỗi chịu đựng và niềm chua xót của người lính đã vượt trên chữ viết, vượt trên tài trí con. Viết thế nào, nói ra sao cũng không gói trọn được ý nghĩa ấy:

"Có phi công đi rồi không bao giờ trở lại, cũng có người về mà trên thân tàu lỗ chỗ đầy dấu đạn phòng không, cũng có người khi an toàn trên bãi đậu rồi mới biết người xạ thủ phi hành của mình đã gục đầu trên cây đại liên mà chết tự lúc nào, cũng có khi người hoa tiêu chánh bị phòng không ngồi chết ngay ngắn trên ghế lái trong "tư thế còn sống", cái chết thật đẹp, đẹp như cái chết của Từ Hải mà người hoa tiêu phụ vẫn cố cắn răng để nước mắt mình lăn dài xuống má, tiếp tục bay, thi hành cho xong sứ mạng đã rồi mới về, cũng có người phải bỏ tàu giữa rừng để về bằng một tàu khác hoặc băng rừng lội suối đến 5, 7 ngày sau mới về với một thể xác đói khát và đầy thương tích." (1)

Và thưa Mẹ, khi một đại úy phi công Hoa Kỳ trong bữa cơm ông ta đã ăn gần nửa ký thịt với bơ, sữa, hột gà, táo, nho rồi mới bước lên chiếc trực thăng võ trang Cobra mà cất cánh, trong khi hoa tiêu Việt Nam cũng trước một phi vụ chỉ "thổi hết một cái kèn làm bằng bột chín, rồi ngửa cổ uống ực nước lã trong bi-đông, xong... cuốn võng leo lên ghế lái, bay vù vù, bay như điên." (2)

Mẹ ơi, uống nước bi-đông là đã quý. Ngay trong khi chiến đấu người lính đến "nước ở vũng chân trâu còn uống được nữa là." (3)

3.
XÁC BẠN HAY XÁC THÙ? ĐÓ LÀ XÁC CỦA CON EM VIỆT NAM

Thưa Mẹ, nói đến sự hy sinh của người lính - sự hy sinh đã làm con không cầm được nước mắt khi đọc một đoạn phóng sự trên một tạp chí:

"Giữa quang cảnh tiêu điều thê lương của một chiều khi tàn trận. Xác người nằm đó ngổn ngang, có lẽ không nên còn mang trong đầu cái ý tưởng xác bạn hay xác thù. Đó là xác của con em Việt Nam. Thế thôi. Chẳng ai vui gì, kể cả đoàn quân vừa reo hò chiến thắng, tôi nghĩ vậy, khi phải tận mắt chứng kiến cái quang cảnh rờn rợn này, trong giờ khắc cuối cùng của một ngày như hôm nay. Quanh đây, khi chiều sắp lịm tàn, những thây ma nằm đó, tôi có cảm tưởng cây lá cũng buồn huống hồ con người. Tôi thẩn thờ đứng nhìn buổi chiều xuống chậm trên chiến địa tàn." (4)

Mẹ ơi, trong cái chiến tranh mà "người đi không bao giờ trở lại" đã là một ám ảnh hãi hùng nhất cho người sống. Ám ảnh càng lớn, hy sinh càng nhiều thì sự chết chóc càng dữ dội:

"Từ hướng Xa-Cam, một đoàn người gồng gánh, bồng bế nhau chạy loạn về hướng chúng tôi, tức thì mấy quả đạn pháo kích được câu đến từ núi Gió rớt vào giữa đám người dân chạy loạn này, gây vô số người chết, vô số người bị thương, có người bị thương cách đây vài hôm giờ lại bị thương nữa, có những người sắp chết, muốn được chết cho rảnh tay người thân chạy nạn thì bây giờ được chết.

"Trong số những người chết này, một cảnh tượng thật thương tâm đã xảy ra ngay bên bìa rừng cao su An Lộc: "Một người mẹ bồng đứa con khoảng sáu tháng bị mảnh pháo kích phá vỡ khuôn ngực và bà ngã ra chết liền tại chỗ, đứa nhỏ không chết cũng không bị thương, nó bò lên bụng mẹ nó, khóc thét trong sự hãi hùng. Khóc mệt, nó lại gục đầu vào ngực mẹ nó mà bú. Một người khác, cũng chạy loạn đến bế nó ra thì mặt mũi nó bê bết máu của mẹ nó và trong mồm nó cũng có máu mà có lẽ nó tưởng đó là chất sữa nên đã hút vào. Một lúc sau nó cũng chết luôn trên tay người bế nó. Có phải nó đã uống máu của người chết nên vi trùng đã thay mảnh pháo kích mà vật nó luôn chăng?"

"Một cảnh tượng khác mà tôi cũng không làm sao quên được:"Một đứa bé gái khoảng 13 tuổi mù cả hai mắt, gầy yếu, xanh xao cõng thằng anh độ chừng 15 tuổi, bị cụt chân. Đứa nhỏ mù mắt, cõng đứa lớn cụt chân, đứa cụt chân ngồi trên lưng đứa mù mắt để chỉ đường mà chạy trốn đạn..." (5)

Ôi, tội ác của chiến tranh. Thê thảm quá, thưa Mẹ!

4.
MỤC ĐÍCH CỦA CHIẾN TRANH LÀ HÒA BÌNH

Mẹ ơi, trong những lúc như lúc này con muốn ôm từng người lính chiến, muốn xiết chặt tay họ để bày tỏ nỗi xúc động và niềm quý trọng của mình. Lúc ở quê nhà, mỗi lần bắt gặp người lính trong bộ đồ đầy bùn đất và hơi đạn, trong râu tóc chồm bồm chưa kịp cạo hớt, trong mặt mũi bơ phờ vì thiếu ngủ vừa từ mặt trận về, con đã run lên vì xúc động và yêu quý. Cái yêu quý cuồn cuộn như sóng vỡ làm tim con đập mạnh và nước mắt con ràn rụa.

Người lính chiến đã chết đi và đang sống khổ có phải là để chiến tranh sớm chấm dứt không, thưa Mẹ? Vì như Aristote đã nói mục đích của chiến tranh là hòa bình. Con mong lời Aristote là một sự thật. Một sự thật sẽ đến sớm, thật sớm cho quê hương Việt Nam sau những đen tối và hãi hùng của một cuộc chiến kỳ lạ... mà người ta gọi là nội chiến: "Xác người nằm đó ngổn ngang, có lẽ không nên còn mang trong đầu cái ý tưởng xác bạn hay xác thù. Đó là xác của con em Việt Nam. Thế thôi. Chẳng ai vui gì, kể cả đoàn quân vừa reo hò chiến thắng." (4).

Mẹ ơi, con nhớ Mẹ!

(Ohio 1971)

** (1+2+5) Trích "Trên Vùng Trời Đất Nước" của Lưu Văn Giỏi trong nguyệt san "Tiền Phong" số 91 và 92 của Tổng cục CTCT/VNCH.*
** (3) Trích "Quảng Trị Đã Trở Về" của Nguyễn Nhơn Phúc trong nguyệt san "Tiền Phong" số 91 của Tổng cục CTCT/VNCH.*
** (4) Trích "Đường Vào Mặt Trân Kontum" của Vũ Hoàng và Kim Tuấn trong nguyệt san "Tiền Phong" số 91 của Tổng cục CTCT/VNCH.*

Nghĩa trang Liệt sĩ CSBV

Nghĩa trang Quân đội VNCH

Tưởng nhớ những người con của hai miền Nam Bắc đã bỏ mạng trong cuộc nội chiến tương tàn.

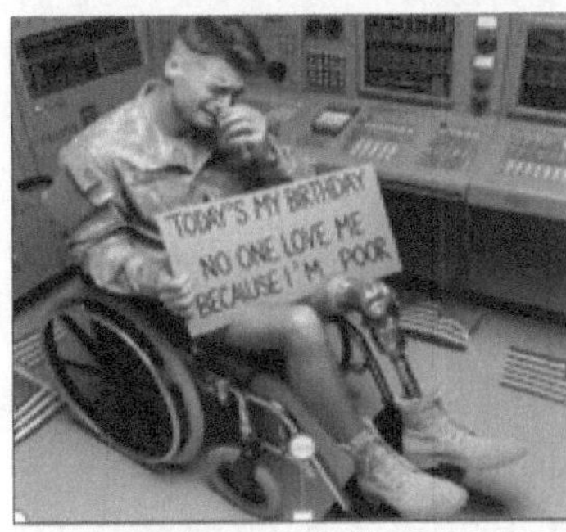

Một thương phế binh Mỹ khóc với hàng chữ ghi trên tấm carton: “Hôm nay là sinh nhật của tôi. Không một ai yêu thương tôi. Vì tôi nghèo”.

Phương Tấn phục vụ trong Quân đội VNCH.

Phương Tấn và một thương phế binh Mỹ đã tham chiến trong chiến tranh VN.

MỒNG MỘT TẾT VIỆT NAM ĐỌC "THƠ TÌNH CỦA MỘT THI SĨ VIỆT NAM TRÊN ĐẤT MỸ"

1. MẸ ĐANG NGỬI ĐƯỢC MÙI THƠM CỦA HỒN CON ĐANG CHÁY CÙNG THƠ

Thưa Mẹ, suốt những hôm nay con mệt lã vì lo tổ chức đêm đọc thơ của con vào đêm mồng một tết Việt Nam tại Sheppard Airforce Base. Con đã thực hiện được 200 tập thơ quay ronéo bằng phương tiện nhà trường nhờ sự giúp đỡ tận tình của người thầy dạy ở lớp sư phạm. Và đây, cũng là lần thứ hai con tổ chức đọc thơ trên đất Mỹ.

Mẹ ơi, hôm qua con đã đóng hết cửa phòng riêng và ngồi suốt đêm nhìn ngắm mê mệt những tập thơ vừa quay xong. Không một hạnh phúc nào bằng lúc này. Mọi người đã ngủ yên, bàn ghế đã ngủ yên, chỉ còn mình con cùng nỗi cô đơn tuyệt cùng với thơ. Chắc Mẹ đang ngửi được mùi thơm của hồn con đang cháy cùng thơ, phải không Mẹ.

2. SỰ THÀNH CÔNG CỦA ĐÊM ĐỌC THƠ ĐÃ VƯỢT TRÊN SỰ MONG ĐỢI

Bây giờ là đêm mồng một Tết Việt Nam ở Mỹ. Trong phòng sinh hoạt của nhà trường đã được kết hoa, những câu đối và hình ảnh Tết Việt Nam được viết và vẽ khắp nơi, rực rỡ trong ánh sáng của bao ngọn đèn. Gần 200 khóa sinh Việt Nam và nước ngoài đã được mời tham dự trong đêm đọc thơ của con. Bia, nước ngọt, bánh trái được bày la liệt trên các bàn.

7 giờ tối, theo "kiểu Mỹ", đêm đọc thơ được mở đầu bằng một "màn" ăn đứng. Lúc ăn, Đại úy Khanh đại diện cho khóa sinh Việt Nam đã mở lời bằng những câu chúc Tết rồi giới thiệu con trước toàn thể anh em bằng tiếng Việt và tiếng Anh: "Tôi rất tự hào và xúc động được giới thiệu anh Phương Tấn, không những là một khóa sinh Việt Nam xuất sắc mà còn là một thi sĩ Việt Nam tài hoa. Đêm nay anh sẽ dành cho chúng ta một đêm đọc thơ của anh. Những bài thơ thấm đẫm tính nhân văn và tràn đầy cảm xúc được anh làm tại Mỹ. Ngoài số bài về quê hương, gia đình, người thân ở quê nhà, số bài còn lại là những gì anh đã sống và khắc ghi ở Mỹ, trong đó có những mối tình thơ mộng đã đi qua trong anh. Tất cả được mang tên: *"Thơ Tình Của Một Thi Sĩ Việt Nam Trên Đất Mỹ"* cho đêm đọc thơ hôm nay...". Đại úy Khanh dứt lời giữa tiếng vỗ tay tưởng chừng không dứt, kèm theo những tiếng huýt sáo cổ vũ liên hồi của anh em.

Thưa Mẹ, buổi đọc thơ được xen kẽ phần văn nghệ. Anh em có mặt đã cùng đàn, cùng hát và cùng nghe đọc thơ. Thưa Mẹ, sự thành công sau đêm đọc thơ đã vượt trên sự mong đợi của con. Tất cả đã im phăng phắc trong suốt mỗi bài thơ được đọc và òa vỡ khi con đọc xong. Con đã đọc gần trọn các bài thơ trong tập: *"Thơ Tình Của Một Thi Sĩ Việt Nam Trên Đất Mỹ"*. Lần đầu trong đời, con đã tự nguyện đọc chính thơ mình giữa đám đông. Một đám đông không cùng quê hương và trên một xứ lạ. Một đám đông mà trong đó mỗi người có mặt đã góp một chút lửa cho thơ con được cháy bập bùng giữa rừng khuya. Soi thấu được từng cành cây héo rũ, từng chiếc lá vàng lạnh, từng rễ cây dài buồn, từng con chim chết non, tiếng thở dài của côn trùng cho chí oan hồn đâu đó trên một quê hương thời loạn. Thưa Mẹ, rừng khuya có phải là tâm hồn của con đã được soi thấu bởi một nỗi buồn quá đỗi.

Sau phần đọc thơ, tất cả anh em Việt Nam và nước ngoài đều ào đến xin thơ có chữ ký của con. Gần 200 tập thơ không đủ tặng nên Đại úy Khanh đề nghị làm phiếu bốc thăm cho những người may mắn. Anh em còn lại đã được con ký tặng những bài thơ quay rời. Anh em vây quanh khen tặng con và dù Đại úy Khanh nhiều lần nhắc nhở, nhưng anh em vẫn không cho nhân viên nhà trường tháo gỡ những affiche giới thiệu về đêm đọc thơ của con nhằm trả phòng cho nhà trường. Tất cả muốn giữ lại để kỷ niệm mà theo họ là một đêm đáng tự hào cho những người đang học, và vinh dự cho những người học sau không riêng cho người Việt Nam. Đại úy Khanh khều vai con bảo nhỏ: "Anh em ngưỡng mộ Phương Tấn quá mức. Anh là thần tượng của họ".

Thưa Mẹ, bác sĩ Bever – người phụ trách chăm lo sức khỏe cho khóa sinh nước ngoài tại Sheppard Airforce Base đến bắt tay con thân mật: "Anh là một nghệ sĩ đã làm tôi xúc động đến bàng hoàng. Xúc động không do lời nói. Vì với ngôn ngữ Việt Nam trong thơ anh, tôi đã không hiểu gì hết nhưng sự xúc động vẫn đến do chính điệu bộ và giọng đọc của anh. Anh đã cho tôi hiểu được thơ anh qua sự truyền cảm mãnh liệt đó. Anh là một-nghệ sĩ mà tôi tin rằng kẻ điếc cũng phải cảm động khi anh đọc thơ..."

3.
ƯỚC CHI GIỜ NÀY CON ĐƯỢC MỪNG TUỔI MẸ

Mẹ ơi, nửa khuya mồng một Tết Việt Nam con về lại phòng. Đường vắng không một bóng người. Mẹ thấy không, tất cả rồi con cũng chỉ một mình. Con lủi thủi với sự mệt mỏi và tự dưng buồn lạ. Ước chi giờ này con được mừng tuổi Mẹ. Con nhớ Mẹ và khóc đây, Mẹ ơi!

(Texas, USA 1971)

Tập *"Thơ Tình Của Một Thi Sĩ Việt Nam Trên Đất Mỹ"* được in và lưu trữ tại:
- Database: Cornell University Library, USA.
- Author/Creator: Phương-Tấn
- Title: Thơ tình của một thi sĩ Việt Nam trên đất Mỹ.
- Published: Người trẻ Việt Nam, 1970.
- Description: 74 p. 19 cm.

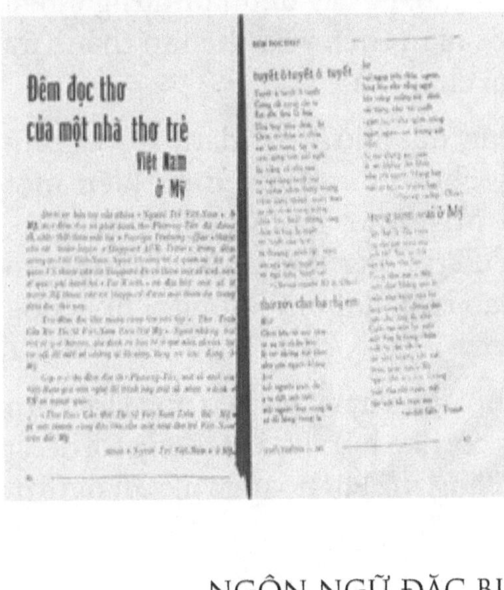

Đêm đọc thơ của một nhà thơ trẻ Việt Nam ở Mỹ

Bài báo trên tạp chí Phổ Thông về đêm đọc *"Thơ Tình Của Một Thi Sĩ Việt Nam Trên Đất Mỹ"* của Phương Tấn 1971.

TRỜI ĐẤT MANG MANG AI NGƯỜI TRI KỶ (*)

1. RỪNG CỌP FINOM

Một hôm, tôi tạt qua bìa rừng Finom Đà Lạt, bỗng thấy một đám trai trẻ gần chục đứa đang vây đánh một ông lão say rượu để cướp bộ da cọp của ông mang bên mình. Ông lão ngoài 70, người quắc thước, râu tóc bạc phơ, tay chân quờ quạng. Có điều lạ, cả đám trai trẻ hung hãn không hạ được, trái lại còn bị té ngã khi chạm vào tay chân ông. Dưới mắt nhà võ, tôi chợt nhận ra ông lão là một bậc cao thủ. Mỗi bước chân, mỗi đường tay đều là những chiêu thức kỳ ảo tạo thành một màn thép vừa che kín thân vừa làm đối thủ bị quật té khi chạm vào.

Tôi hiểu, ông lão đang đùa giỡn với đám trẻ và nhủ thầm: "Thật là dịp may cho mình được diện kiến một bậc cao minh." Tôi liền nhảy vào, đánh giạt cả đám trẻ làm chúng hoảng sợ bỏ chạy. Ông lão vắt bộ da cọp trên vai, khập khễnh đi sâu vào rừng Finom không nhìn, cũng không một lời với tôi.

Đứng ngẩn ngơ một hồi, tôi vụt chạy theo ông lão. Hơn 10km đường rừng quanh co, heo hút, khó đi. Bóng tối đang đổ dần xuống, khu rừng càng trở lên hoang vu, rợn người.

Cơ ngơi của ông lão là căn chòi trống trơ, hiu quạnh nằm cạnh một cái rẫy bắp còm cõi gần như phó thác cho trời đất trông coi. Tôi nhặt chiếc đèn dầu nằm chỏng chơ trên nền đất. Đèn đã cạn sạch dầu từ bao giờ. Tôi chạy ra ngoài nhặt một mớ củi khô nhúm lửa. Ánh sáng lập lòe, xua tan phần nào sự âm u đang đè nặng cảnh đời ông lão lẫn tâm hồn tôi. Tôi ngồi xuống "chiếc giường" bằng mấy khúc cây rừng xù xì ghép lại. Ông lão lấy chai rượu trắng ở góc chòi ngửa cổ uống một hơi rồi ném về phía tôi:

- Uống đi!

Tôi đưa tay bắt lấy, lòng chạnh đau:

- Thưa cụ, cháu không biết uống.

Ông lão gật gù, một lát lại hỏi:

- Có hạ được cọp không?

- Dạ không ạ.

- Nếu không thì về ngay đi. Cọp sắp đến rồi đấy.

Tôi nhìn ra khu rừng. Ngoài chút ánh sáng nhòe nhoẹt nhờ mấy cành củi khô cháy dở, biến mọi vật quanh tôi kể cả ông lão chập chờn như những bóng ma, còn lại chỉ là một bóng đen dày đặc cùng với những âm thanh ghê rợn của khu rừng nổi tiếng nhiều thú dữ. Bất chợt tôi lạnh người và trái tim thắt lại khi nghĩ mình phải trở ra khu rừng giờ này, còn ông lão thì chống chọi với thú dữ trong cảnh cô đơn tuyệt cùng của trời đất và con người.

Đột nhiên những tiếng gầm gừ đâu đây mỗi lúc một rõ. Và bất chợt một con cọp từ bên ngoài nhảy chồm vào căn chòi, nhanh như chớp ông lão ngồi sụp xuống thủ thế. Con cọp vừa từ trên cao hạ mình, ông lẹ làng tung một đấm tay mặt, bồi tiếp cú đấm tay trái vào thân cọp và quất thêm một đòn chân vào ngay hạ bộ của nó. Con vật chỉ còn là một đống thịt mềm nhũn trước mặt tôi. Ông lão rút cặp song phủ nơi liếp chòi, lấp loáng qua ánh lửa, đập lên mình cọp cho tỉnh dậy và nói như người cha dạy con:

- Tại sao con không thương già. Đây là lần thứ 3, già tha mạng. Một lần nữa, con chỉ còn là một bộ da khô.

Ông lão vừa nói vừa chỉ bộ da cọp đang nằm chơ vơ dưới đất mà sáng nay ông đã mang theo bên mình. Con cọp nằm rạp đầu như lạy tạ rồi nặng nề vươn mình kéo lê 4 chân rời khỏi căn chòi và mất hút trong đêm. Đêm đó, tôi ngủ cùng ông lão. Ông không hề nhắc lại chuyện hạ cọp.

2.
MỘT NHÀ HÀNH ĐẠO ĐÃ CHỨNG NGỘ VỀ CUỘC ĐỜI

Từ đấy, tôi xin phép cha tôi được vào rừng Finom sống và học võ bên ông. Ông tên Lê Sáng, quê Lái Thiêu, lên rừng Finom cất chòi, làm rẫy ẩn cư. Ông ít nói, không hề nhắc về đời riêng và chỉ truyền dạy cho tôi khi đã mềm người vì rượu. Những lúc đó dưới mắt thường, ông là người "nát rượu" nhưng với tôi mỗi lời nói, mỗi hành động của ông đều mang tính ẩn dụ, hàm chứa ý nghĩa của một con người tự do, khinh thường số phận. Sống mỗi mình giữa khu rừng Finom như ông, phải chăng là cách sống của một nhà hành đạo đã chứng ngộ về cuộc đời?

Sau gần 4 năm bên ông, tôi đã học được biết bao điều vô giá, từ những nguyên lý của võ đạo, cho đến những công phu đặc dị của võ học như Liên hoàn tam cước pháp, Nhất bộ tam mã phi tiễn cước, Liên hoàn nhất thủ giải pháp công, Liên hoàn thối thủ giải pháp mã công, Di ảnh kỳ hình liên bộ pháp thân.... Đặc biệt, tôi còn học được phần nào cách khuất phục cọp bằng tay không, và biết chút ít khôi hài hóa võ công bằng những chiêu thức hoạt kê, ngay ở những tình huống chết người - vừa như để đùa giỡn với cuộc đời vừa như thể hiện cái phong thái ung dung, điềm thị của bậc võ công thượng thừa, không hề chấp chi đến trạng tướng bên ngoài.

3.
DÕI MẮT VÀO BÓNG TỐI

Một hôm, tôi từ nhà vào lại rừng Finom, đem thật nhiều rượu cho ông. Căn nhà và cái rẫy còm cõi vẫn nằm đó trơ trọi cùng những con cọp đêm đêm vẫn rạp mình khi qua lại nơi đây, nhưng ông thì không còn. Rừng Finom chắc hẳn không lạnh lẽo và hoang vu bằng tâm hồn tôi lúc này. Tôi đã nằm một mình trên "chiếc giường" ghép bằng mấy khúc cây rừng xù xì của ông, suốt nhiều đêm dõi mắt vào bóng tối cầu mong ông trở về. Tôi khao khát được nhìn đôi mắt rực sáng đôn hậu, giọng nói trầm trầm u uẩn cho đến tiếng rượu chảy buồn buồn mỗi lần ông nâng chai mà uống. Tất cả đã cho tôi sự sống, và hình như đã làm cho cây rừng xanh hơn, suối rừng trong hơn và thú rừng hiền hơn...

4.
VUNG CHÉN TIÊU SẦU CÀNG SẦU THÊM

14 năm sau, tôi về Lái Thiêu dò tìm tông tích người thầy năm xưa. Mừng thay, ông vẫn còn sống, nhưng đau lòng thay, ông không còn nhận ra tôi, vì nay ông đã là một người... điên. Ông không còn thích uống rượu, chỉ thích nhịn đói và chạy bằng chân không suốt ngày đêm ngoài đường như cố đuổi theo ai đó và giỡn chơi chính mình. Nhiều ngày tôi phải chạy theo "dỗ dành" để đút được miếng cơm cho ông.

Và, một ngày kia ông cũng chạy nhưng mãi mãi không còn ai nhìn thấy ông trở về. Nghe đâu, ông điên đến chết vì quá nhớ thương người con gái duy nhất của ông đã bị bắn chết trong chiến tranh:

"Vỗ gươm mà hát, nghiêng bầu mà hỏi. Trời đất mang mang ai người tri kỷ. Lại đây cùng ta cạn một hồ trường. Hồ trường, Hồ trường, ta biết rót về đâu? Rót về Đông phương, nước biển Đông chảy xiết sinh cuồng loạn. Rót về Tây phương, mưa phương Tây từng trận chứa chan. Rót về Bắc phương, ngọn Bắc phong vi vút, đá chạy cát dương. Rót về Nam phương, trời Nam mù mịt. Có người quá chén như điên như cuồng. Nào ai tỉnh, nào ai say. Chí ta, ta biết. Lòng ta, ta hay. Nam nhi sự nghiệp ư hồ thỉ. Hà tất cùng sầu đối cỏ cây"...

Bất chợt tôi nhớ đến bài thơ Hồ Trường của Nguyễn Bá Trác mà ông đã đọc sang sảng trong một đêm giữa rừng cọp Finom khi ông đã thấm đậm những rượu và trăng. Bài thơ hay một dòng đời điên đảo của một người chí lớn ngàn năm chưa trọn, và tôi đã khóc hồn nhiên như trẻ thơ trong đêm trăng ấy...

(Sàigòn 1992)

(*) Trích bài viết: Người Đi Tìm Chân Như Trong Võ Đạo trong tác phẩm Sáu Khuôn Mặt Võ Lâm Việt Nam của Phương Tấn.

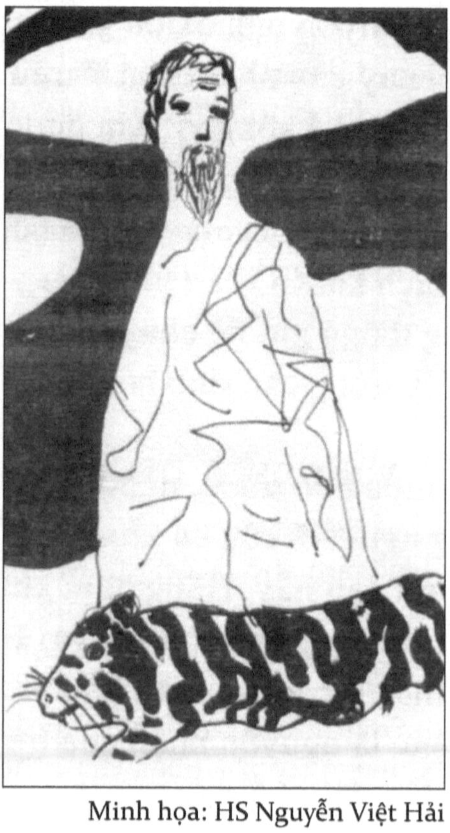

Minh họa: HS Nguyễn Việt Hải

VỚI GIÁO SƯ HOÀNG XUÂN HÃN TẠI TRÚC LÂM THIỀN VIỆN PARIS

1. MỘT NHÀ SỬ HỌC VÀ VĂN HỌC LỚN CỦA ĐẤT NƯỚC

Tôi không được may mắn là học trò của giáo sư Hoàng Xuân Hãn nhưng lại là người thường xuyên tìm đọc và say mê hầu hết các tác phẩm để đời của ông. Ông học chuyên toán ngay từ nhỏ và đã qua nhiều trường đại học lớn ở Pháp, nhận được nhiều văn bằng, trong đó có thạc sĩ toán học. Thật không ngờ, một nhà toán học nổi tiếng với tác phẩm *"Danh từ khoa học"* lại là một nhà sử học và văn học lớn của đất nước.

Trường Đại học Ponts et Chaussées - một trong những đại học hàng đầu của Pháp - đã chọn giáo sư Hoàng Xuân Hãn đặt tên cho giảng đường đại học của trường. Tiểu sử của ông được đặt trước giảng đường cùng các danh nhân Christian Beullac, Jacques Boulloche, Albert Caquot, Célia Russo, Bejamin Nadault de Buffon, Jean Kérisel... của Pháp.

2. THANH KHIẾT, ĐẰM THẮM, TRANG TRỌNG VÀ ĐẦY HOA

Tôi thật sự bàng hoàng hay tin giáo sư Hoàng Xuân Hãn qua đời sáng ngày 10-3-1996 tại Paris. Tôi không kịp có mặt trong lễ hỏa táng và nhập pháp giáo sư Hoàng Xuân Hãn tại Trúc Lâm Thiền Viện Paris. Nhưng, tôi đã có mặt trong lễ cầu siêu thất tuần của ông cũng tại Thiền Viện mà ông hằng gắn bó nhiều năm trên đất Pháp.

Trúc Lâm Thiền Viện nằm trên dãy Hoàng Vân Sơn nhìn xuống dòng sông Yvette, cách Paris khoảng 25 cây số. Đường đi chập chùng quanh co. Càng lên cao càng thấy hoa là hoa. Từ kẽ đá lưng đồi đến cạnh những khóm trúc xanh nơi sân chùa, đâu đâu cũng thấy hoa mai vàng rực, chen vai cùng thủy tiên, tulip, cẩm chướng và cả hoa dại. Trúc Lâm Thiền Viện đã làm lễ cầu siêu cho giáo sư Hoàng Xuân Hãn với khoảng 200 người tham dự trong một không khí thanh khiết, đằm thắm, trang trọng và đầy hoa.

Sau lễ cầu siêu là lễ tiễn linh (Cérémonie d'adieu) dành cho thân hữu.

3.
NHÂN CÁCH VÀ VIỆC LÀM CỦA ÔNG CÓ GIÁ TRỊ HƠN NHIỀU SO VỚI NHỮNG CÔNG TRẠNG CỦA MỘT VỊ TƯỚNG NHƯ TÔI

Tướng Emmanuel Hublot, người bạn đồng học với giáo sư Hoàng Xuân Hãn năm 1930 tại trường Bách Khoa đã mở đầu bằng hồi ức của ông:

"... Tôi thán phục tài năng của giáo sư Hoàng Xuân Hãn qua những công trình khoa học và tác phẩm của ông. Nhân cách và việc làm của ông có giá trị hơn nhiều so với những công trạng của một vị tướng như tôi ..."

4. HAI NGƯỜI CON XUẤT CHÚNG CỦA QUÊ HƯƠNG HÀ TĨNH: NGUYỄN DU VÀ HOÀNG XUÂN HÃN

Ông Tạ Trọng Hiệp, một độc giả rồi trở nên người học trò gần gũi với giáo sư Hoàng Xuân Hãn suốt nhiều năm tại Pháp đã bày tỏ:

"... Mỗi người trong chúng ta đến với thầy một cách khác nhau. Riêng tôi, là người đã được thầy dẫn vào nghề nghiên cứu Hán Nôm từ năm 1953 trở đi. Tôi bắt đầu biết thầy bằng sách của thầy. Tôi đọc cuốn *"Danh từ khoa học"* ở Pháp, và tôi đã gặp ở đấy cả một vũ trụ tư duy khoa học, trong đó ngôn ngữ Việt Nam đã được sử dụng như một công cụ đầy hiệu nghiệm, đạt đến trình độ trưởng thành và chính xác. Ở đó, cả hai yếu tố Hán, Việt đều được vận dụng và kết hợp rất hợp lý để cấu tạo ra thuật ngữ chuyên môn. Ai cũng dễ thấy là tác giả bắc được cầu nối giữa cái mới với cái cũ: kiêm được cả hai cái có vẻ mâu thuẫn ấy trong một bản lĩnh thống nhất, vững vàng trong sự học của chúng ta, không thể chỉ có Tây học. Trong cái vốn cổ của chúng ta, không thể loại bỏ thành phần Hán.

"Vì say mê tác giả, nên tôi đã đặt mua tất cả các tác phẩm mang tên Hoàng Xuân Hãn. Với cuốn *"Thi văn Việt Nam"*, tôi học được một tuyên ngôn, ngắn gọn và tường tận về phương pháp xử lý văn bản Nôm cổ, như đã áp dụng trong toàn bộ các cuốn khác. Với ngành Hán Nôm, nay tuyên ngôn ấy, nằm trong lời nói đầu:

"...Vẫn còn nguyên giá trị. Ai có đọc sách cổ văn trước và sau năm 1953 do thầy biên soạn, đều có thể thấy là thầy đã thực hiện đúng điều đó. Và sẽ còn thấy trong bản *"Kiều"* di cảo, mà tôi cầu mong là gia đình sớm công bố một cách xứng đáng với tài nghệ hai người con xuất chúng của quê hương Hà Tĩnh: Nguyễn Du và Hoàng Xuân Hãn.

"Cuối năm 1953, thầy có nhận dạy chữ Hán cho một vài anh em, mỗi tuần ba bốn buổi tối. Tôi được học thầy từ đấy, đúng lúc tôi đang học cổ văn tại trường sinh ngữ Đông Phương, nhờ vậy đã được thầy dạy cách đọc âm Hán Việt, nói nôm na là học chữ Nho như thời còn Hán học ở nước ta. Sau sáu tháng, thầy dạy cho tôi đọc chữ Nôm. Không giảng lý luận và phân loại kềnh càng. Tôi mở một cuốn Kiều Nôm, thầy ngồi nghe và nhìn tôi dò dẫm từng chữ một, mỗi lần vài câu. Khi tôi bí, thầy mới giảng cho, và đưa cho một chuỗi trường hợp đồng loại (ví dụ, ngay chữ trăm ở đầu câu 1: Sao lại dùng chữ Lâm mà nay ta lại đọc là trăm? Vì xưa ta đọc tl-ăm, l-ăm; và chữ Nôm xưa dùng hai chữ cá-lâm mà về sau người ta chỉ giữ lại một âm thôi). Qua một năm học với thầy, không những tôi đã được thầy chỉ dẫn một phần các hiểu biết sâu rộng của thầy về Cổ văn và Cổ sử Việt Nam, giúp tôi đủ tự tin để làm nghề nghiên cứu Hán Nôm mà còn có cơ hội suy nghĩ về phong cách, bao gồm cả tư tưởng lẫn tâm sự của thầy. ..."

5.
LÀ HỌC TRÒ,
SAU TRỞ THÀNH BẠN VONG NIÊN
CỦA GIÁO SƯ HOÀNG XUÂN HÃN

Giáo sư Trần Văn Khê là học trò, sau trở thành bạn vong niên của giáo sư Hoàng Xuân Hãn cũng đã kể lại:

"... Đối với tôi chỉ có danh từ "guru" của Ấn Độ mới có thể chỉ đúng người thầy như thầy Hãn, vì chẳng những thầy trao cho kiến thức mà còn vạch một con đường, một hướng đi, và bằng tấm gương sáng của thầy, dạy cho tôi một cách nhìn đời, nhìn người và xử thế.

"Năm 1952, tôi đã ghi đề tài "Âm nhạc truyền thống Việt Nam" để soạn luận án tiến sĩ văn chương tại Đại học

Sorbonne Paris. Lúc ấy tôi phải đọc những sách viết bằng chữ Hán, mà Hán học của tôi chưa đủ để làm công việc ấy. Khi biết tôi soạn luận án tiến sĩ về âm nhạc truyền thống Việt Nam, thầy đã rất vui và sẵn lòng, mỗi tuần gặp tôi trong đôi ba tiếng đồng hồ để giúp tôi đỡ mất thì giờ tra từ điển, và hiểu rõ các giai đoạn lịch sử Việt Nam có liên quan đến âm nhạc.

"Nhứt tự vi sư, bán tự vi sư", người dạy mình nửa chữ cũng là thầy, huống chi thầy Hoàng Xuân Hãn chẳng những giảng rành rọt về những chữ khó như chữ Văn trong âm nhạc mà Nguyễn Trãi đã dùng, như chữ Cấu tên một nhạc cụ trong ban Đại đời Trần ghi trong quyển *"An Nam Chí Lược"* của Lê Tắc. Thầy còn khuyên tôi nên đọc những quyển khác, như *"Lê Triều Hội Điển", "Lịch Triều Hiến Chương Loại Chí", "Vũ Trung Tùy Bút"* của Phạm Đình Hổ, *"Công Dư Tiệp Ký"* của Vũ Phương Đề, và nhất là bộ *"Đại Nam Hội Điển Sự Lệ".* Khi đến quyển thứ 99, thầy Hoàng Xuân Hãn đã đọc và giảng cho tôi trong gần hai tháng trời để tôi viết thành chương "Lễ Nhạc Cung Đình Dưới Triều Nguyễn."

"Nhiều lúc thầy cũng giảng cho tôi một chữ mà gợi cho tôi cả một đường hướng nghiên cứu. Khi bàn đến danh từ dùng trong ca trù như "Hát thỏng cung huỳnh, hát dồn Đại thạch," thầy Hoàng Xuân Hãn nói chuyện cho tôi nghe cung Huỳnh tức là "Hoàng Chung," Đại thạch có nơi cũng gọi là "Đại thực". Thầy Hoàng Xuân Hãn cho biết "Đại thực" cũng có nghĩa là "Á Rập." Thầy nói với tôi: "Anh thử xem nhạc Á Rập có ảnh hưởng chi đến nhạc Việt Nam chăng." Thầy đã gợi ý cho tôi như thế... Nhờ thầy Hãn chỉ hướng mà đến nay tôi có thể giải thích và chứng minh tại sao nước Việt không có sa mạc mà lại có ngâm thơ theo "điệu sa mạc" và về mặt nhạc học có điểm tương đồng giữa "hơi sa mạc" và "magam Sika" của Á Rập và "dastgâh Segâh" của Ba Tư.

"Thầy bảo tôi đừng gọi thầy là ông, là thầy nghe nó xa cách quá. Thầy và phu nhân bao lần bảo tôi gọi là anh chị. "Cung kính bất như phụng mạng," tôi gọi thầy Hoàng Xuân Hãn và phu nhân là anh chị Hãn từ hai chục năm nay. Anh chị Hãn là hai người bạn vong niên đã giúp tôi rất nhiều về mặt tinh thần lẫn vật chất trong công việc nghiên cứu. Sau khi nội các Trần Trọng Kim từ chức, anh đi khắp đường phố Hà Nội để cứu vớt những sách tàn giấy cũ bằng chữ Hán bị vứt đi vì dân chúng cho rằng sách chữ Hán đã "lỗi thời," vứt đi vì không biết giá trị của nó. Anh đã cứu rất nhiều tài liệu quí giá về văn học nước nhà v.v... Anh làm việc không vì danh lợi, ngày đêm miệt mài sưu tầm, nghiên cứu, viết sách, viết báo để phổ biến những điều đã thu thập được. Tôi đã cố gắng noi gương anh trong công việc làm cũng như trong cách xử thế:

"Hành thiên hạ chi đại đạo,
lập thiên hạ chi chánh vi,
Phú quí bất năng dâm,
bần tiện bất năng di, oai võ bất năng khuất."

6.
TƯỞNG NHỚ NGƯỜI THẦY

Sau phần tâm sự của giáo sư Trần Văn Khê, nghệ sĩ Kim Chính ngâm bài "Đáp Lời Mừng Thọ" của giáo sư Hoàng Xuân Hãn và bài "Phụng Họa Bài Thơ Của Anh Hãn" của giáo sư Trần Văn Khê làm vào năm 1988. Nghệ sĩ Kim Chính bộc bạch:

"Trước đây giáo sư Trần Văn Khê làm để kính mừng thượng thọ giáo sư Hoàng Xuân Hãn, hôm nay giáo sư nghe lại để tưởng nhớ người thầy, cũng là người bạn vong niên."

7.
NHỮNG CÔNG VIỆC ĐEO NẶNG TỪ THUỞ THIẾU THỜI

Trước khi chia tay, ông Nghiêm Xuân Hải, con rể của giáo sư Hoàng Xuân Hãn - Tổng thư ký Hội Văn hóa Giáo dục Cam Tuyền do giáo sư Hoàng Xuân Hãn làm chủ tịch - đã thay mặt gia đình và Hội Cam Tuyền xúc động bày tỏ:

"... Xin cảm ơn tất cả quý khách và bằng hữu đang cùng chung tưởng niệm đến giáo sư Hoàng Xuân Hãn và cùng chung nghĩ đến tương lai. Thầy Hoàng Xuân Hãn đã để lại cho chúng ta những kỷ niệm rất đẹp, đồng thời một cân gánh rất nặng. Nặng lắm! Bổn phận của chúng ta là theo vết, để hoàn thành những công việc còn dang dở, những công việc mà thầy đeo nặng từ thuở thiếu thời..."

8.
MỖI TIẾNG CHUÔNG RƠI, NHỎ MỘT GIỌT BUỒN...

Rời Trúc Lâm Thiền Viện. Tôi chầm chậm bước xuống từng bậc thềm. Hồ như cả tâm thể tôi thấm đẫm cả trời chiều ướp đầy khói sương, hơi lạnh, mùi hương và tiếng chuông chùa buồn vô hạn...

Mỗi tiếng chuông rơi
Nhỏ một giọt buồn
Rớt vào trong mắt
Thành lửa đầu hương.

Hương bao nhiêu hương
Buồn bao nhiêu buồn
Nhỏ bao nhiêu giọt
Rớt vào tiếng chuông.

Buồn...
Buồn...
Buồn...
Buồn...
Rớt vào tiếng chuông.

(Paris tháng 3-1996)

Tiểu sử của GS Hoàng Xuân Hãn được đặt trước giảng đường Đại học Ponts et Chaussées, Paris, Pháp.

Phương Tấn đàm đạo cùng HT Thích Thiện Châu - Trụ trì Trúc Lâm Thiền Viện Paris, Pháp, được HT ký tặng "Tìm Đạo", một tác phẩm của HT cùng một số tài liệu giá trị để lưu giữ và bổ sung bài viết về GS Hoàng Xuân Hãn.

Phương Tấn cùng một số khách mời tại Trúc Lâm Thiền Viện Paris, Pháp năm 1996.

Phương Tấn và GS Trần Văn Khê cùng một số GS, SV trường Đại học Quốc tế Hồng Bàng.

CÔNG CHÚA LƯƠNG CHUYÊN - CON GÁI VUA THÀNH THÁI VÀ TÔI

1. NỮ NGHỆ SĨ DÂN CA CỦA THÀNH PHỐ CUNG ĐÌNH

Hôm nay nghệ sĩ Huyền Tôn Nữ Quỳnh Tư lái xe đưa tôi về nhà cô để nghe cô đàn dương cầm và trình bày các bài dân ca Huế của cô trích từ nhiều album nhạc dân tộc Việt Nam do cô sáng tác, được Hiệp hội France-Asia phát hành và UNESCO phổ biến như *Ngàn Dặm Ra Đi, Lý 10 Thương, Huế Thơ*... Quỳnh Tư, hiện là kỹ sư tin học, thành viên của Hiệp hội France-Asia, từng đoạt giải trong cuộc thi tiếng hát cổ điển phương Tây (Paris 1994), tác giả của nhiều vở kịch, ca kịch đặc biệt là âm nhạc cổ truyền Huế. Quỳnh Tư thường tham gia biểu diễn nhạc cổ truyền Việt Nam với giáo sư Trần Văn Khê cùng nhiều nhạc sĩ và giáo sư âm nhạc nổi tiếng thế giới. Nhân kỷ niệm 200 năm ngày thành lập thành phố Huế (1802 - 2002), Quỳnh Tư tâm nguyện sẽ trở về cố đô, thực hiện một bộ phim tài liệu lịch sử về "Thành Phố Cung Đình" mang đậm nét văn hóa độc đáo của Việt Nam.

2.
NÀNG CÔNG CHÚA THÍCH ĐÀN NGUYỆT VÀ HÁT Ả ĐÀO

Sau khi được nghe nghệ sĩ Huyền Tôn Nữ Quỳnh Tư đánh đàn và trình bày dân ca Huế, tôi lại được cô đưa đi thăm công chúa Lương Chuyên – con gái vua Thành Thái, ở đường Château Fort 92 Bourg La Reine, Paris.

Đường vào nhà công chúa Lương Chuyên lót đá dăm màu gạch thoáng nhìn như trải thảm đỏ. Bà ngồi trên chiếc ghế bành bằng gỗ xưa. Mặc áo xanh lá cây khá giống kiểu áo sa kép xuân hạ của công chúa thời nhà Nguyễn. Cổ bà đeo vòng chuyền, mặc quần đen, mang giày đen, tất đỏ, tay cầm tách trà xưa, khuôn mặt xương, đôi mắt sâu, mũi nhỏ, tóc đen, má hồng, giọng Huế nhỏ nhẹ, truyền cảm.

Bà cho tôi biết bà sinh năm Quý Mão (1903). Tôi giật mình. Tuổi bà quá cao so với khuôn mặt và thần thái thanh thoát và quý phái của bà. Bà là công chúa thứ 15 trong 19 công chúa với tổng cộng 26 người con của vua Thành Thái. Bà kể, năm lên 2 vua cha biết mình sẽ bị đi đày nên đã cho bà làm con nuôi Huệ An Vương (*) là em của vua cha và là chú của bà. Bà nói, bà rất thích đàn nguyệt và hát Cô đầu (Ả đào). Bà vừa nói vừa cười. Nụ cười hiền làm sao!

3.
VỊ VUA NHỎ TUỔI NHƯNG CHÍ LỚN

Bà cũng kể cho tôi nghe về "tam cung lục viện" đẻ ra câu nói trong dân gian "Đưa con vô nội" đến việc vua Tự Đức làm một câu đối vừa chữ Nôm cả chữ Hán khó người đối được: "Không vô trong nội nhớ hoài." Bà tâm sự tiếp, ngoài các vị vua Đồng khánh, Khải Định, Bảo Đại gần gũi với Pháp còn các vị Minh Mạng, Thiệu Trị, Tự Đức, Hàm

Nghi, Thành Thái, Duy Tân đều xa lánh người Pháp. Vua Thành Thái lên ngôi lúc 10 tuổi là vị vua thứ 10 của Triều Nguyễn. Tuy tuổi nhỏ nhưng chí lớn, học cả chữ Hán, chữ Pháp, thương dân, ghét Pháp và nịnh thần. Nhà vua thường vi hành trong lớp áo thường dân, đôi khi còn giả kẻ ăn xin hay nghèo khổ để được hòa mình và chia sẻ cùng nhân dân. Do nhiều việc làm và quyết định trái với Tòa Khâm sứ Pháp nên nhà vua bị phao mắc bệnh điên. Năm 28 tuổi (1907), nhà vua buộc thoái vi, bị quản thúc ở Cap Saint-Jacques, 12 năm sau bị lưu đày ở đảo Réunion. Nhà vua băng hà vào ngày 24-3-1954.

4.
KHI NƯỚC BẨN THÌ LẤY MÁU MÀ RỬA

Bà có lối kể chuyện và nụ cười thu hút người nghe. Sau chuyện vua cha Thành Thái, bà kể qua anh trai của bà là vua Duy Tân tức hoàng tử Vĩnh San lên ngôi năm 8 tuổi (1907) là vị vua thứ 11 của triều Nguyễn. Tuy nhỏ tuổi hơn cả vua cha lúc đăng quang nhưng khẩu khí khác thường, nói tiếng Pháp lưu loát. Vua Duy Tân một lòng thương dân và ghét Pháp không khác vua cha Thành Thái. Bà kể nhiều câu chuyện "hay chữ" của vua Duy Tân làm xanh mặt quan Tây và bọn nịnh thần. Tôi thích nhất khi bà kể: trong một lần ở bãi biển Cửa Tùng, lúc thị vệ mang thau nước đến cho nhà vua rửa hai tay còn lấm cát.

Nhà vua hỏi:

- Khi tay bẩn thì lấy nước mà rửa. Khi nước bẩn thì lấy chi mà rửa?

Thị vệ run sợ, không trả lời được. Nhà vua tiếp:

- Khi nước bẩn thì lấy máu mà rửa!

Do tham gia khởi nghĩa chống Pháp cùng các chí sĩ Thái Phiên, Trần Cao Vân, Tôn Thất Đề, Nguyễn Quang Siêu thất bại, các chí sĩ bị chém đầu tại Huế, riêng vua Duy Tân bị đày đi đảo Réunion.

Bà cũng kể cho tôi nghe chuyện con vua Đồng Khánh là Hoàng Tử Bửu Đảo được Pháp đưa lên ngôi, niên hiệu là Khải Định, một vị vua bù nhìn, dân tình khổ sở. Vua Khải Định chết năm 42 tuổi sau 9 năm làm tôi cho Pháp. Trong rừng trướng liễn phúng điếu ngợi ca công đức vua Khải Định có một bức trướng với hai câu đối không giống ai làm giật mình từ Hoàng gia, quan Nam quan Tây đến quan Khâm sứ. Sau nhiều ngày tìm hiểu Triều đình mới biết người gửi là vua Duy Tân từ đảo Réunion:

- "Ông vội bỏ đi đâu, bỏ bạc bỏ tiền, bỏ vợ bỏ con, bỏ hát bội thầy tu, bỏ hết trần duyên trong một lúc.

- Tôi nay còn lại đó, còn trời còn đất, còn non còn nước, còn anh hùng hào kiệt, còn nhiều vận hội giữa năm châu."

5.
VUA MINH MẠNG XỬ TỬ BỐ VỢ

Bà cười hỏi tôi có muốn bà kể về chuyện vua Minh Mạng xử tử bố vợ không? Tôi đáp: "Cháu rất muốn nghe, thưa bà". Bà kể, vua Minh Mạng ghét nhất và trị tội nặng nhất những tham quan ô lại như quan Lý Hữu Diệm bị chém đầu, quan Nguyễn Đức Tuyên bị chặt một bàn tay, quan Trịnh Đức bị thắt cổ chết, quan Hồ Văn Hạ bị chém đầu... Đặc biệt cha vợ của vua Minh Mạng là quan Huỳnh Công Lý bị xử tử và tịch thu toàn bộ tài sản đã tham ô và bóc lột của dân để trả lại cho dân.

6.
HUYỀN TÔN NỮ QUỲNH TƯ VÀ... HUẾ

Chiều xuống sâu. Tôi bịn rịn từ giã công chúa Lương Chuyên sau một ngày đáng nhớ. Trên đường đưa tôi về nhà, nữ nghệ sĩ Huyền Tôn Nữ Quỳnh Tư không thèm để ý đến thành phố Paris hoa lệ, lộng lẫy, cuốn hút về đêm. Quỳnh Tư cứ say sưa hát, say sưa ngâm thơ, say sưa nói về bản sắc dân tộc... và Huế, mặc cho tôi có thích nghe hay không!

(*) Theo một nhà sử học ở Huế cho biết, năm 2 tuổi vua Thành Thái cho công chúa Lương Chuyên làm con nuôi ông Hoàng Mười (lăng ở núi Ngự Bình) tức Hoài Ân Vương còn gọi là Hoài Ân Công (chưa có con) là em vua Thành Thái, chú của công chúa Lương Chuyên.

(Paris 1996)

Phương Tấn đang ghi âm cuộc trò chuyện cùng công chúa Lương Chuyên – Con gái vua Thành Thái.

Nữ nghệ sĩ Tôn Nữ Quỳnh Tư.

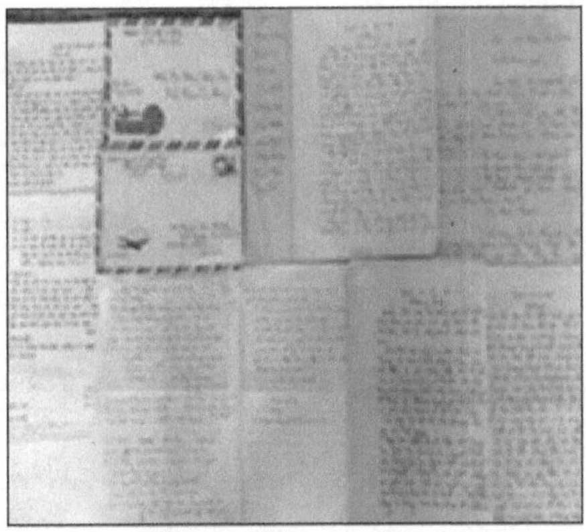

Thư trao đổi của Phương Tấn với một số nhà sử học ở Huế để biết thêm về triều Nguyễn.

Vua Thành Thái.

TRỊNH CÔNG SƠN -
"CHỮ TÀI CHỮ MỆNH CŨNG LÀ BỂ DÂU"

Tôi chỉ là một tên hát rong đi qua miền đất này để hát lên những linh cảm của mình về những giấc mơ đời hư ảo

TCS.

Trong tất cả văn nghệ sĩ thân quen với nhạc sĩ Trịnh Công Sơn, có lẽ tôi là người ít gặp ông nhất ngoài những lá thư của ông gởi cho tôi và những bài viết của tôi về ông. Cả hai đều viết cho nhau bằng giấy ca-rô. Và, ông thường ghi cảm nhận trên các bài viết của tôi về ông. Trong những lần gặp ông, tôi nhớ nhất 3 lần. Lần nào cũng tại nhà riêng của ông ở số 47C đường Phạm Ngọc Thạch, Q.3, Sài Gòn. Lần gặp thứ ba, chưa đầy hai tháng sau thì ông mất.

1.
TRỊNH CÔNG SƠN, TỪ TÌNH YÊU ĐẾN TÌNH KHÚC

Lần gặp thứ nhất vào tháng 3 năm 1989. Lần gặp này, nhạc sĩ Trịnh Công Sơn say sưa nói về nhạc và tranh. Nhạc sĩ Trịnh Công Sơn sinh ngày 28-2-1939 tại Dắk Lắk. Lúc còn đi học, Trịnh Công Sơn đã mơ ước là làm thế nào trong một lúc có thể nói được với nhiều người về những suy nghĩ của mình đối với con người và cuộc sống. Chính ca khúc đã làm được điều này, và Trịnh Công Sơn đã chọn ca khúc như một phương tiện để phát triển, để thiết lập mối liên quan thân ái giữa con người với con người. Điều duy nhất Trịnh Công Sơn muốn nói với tuổi trẻ là hãy tôi luyện cho bản thân mình có được một lòng nhân ái vô biên đối với con người và cuộc sống. Hòa bình không bao giờ có được nếu mỗi bạn trẻ không có một tình yêu thiết tha và chân thật đối với cuộc sống, cũng như mọi người trên đời này sống với nhau không tử tế.

Nói đến ca khúc Trịnh Công Sơn là nói đến những tình khúc của ông. Theo Trịnh Công Sơn, ông thích viết nhất là tình yêu. Không phải là tình yêu chung chung mà tình yêu giữa người con trai và người con gái. Người ta sống không thể không yêu. Có thể yêu dài lâu, có thể yêu chốc lát. Không có tình yêu thì không thể viết tình ca được. Tình yêu với Trịnh Công Sơn gần như một ảo giác, có lúc tưởng rằng có được mà hóa ra không. Bởi vì tình yêu là tiếng cười, tiếng khóc của sự sống và cả cái chết của con người.

2.
TRỊNH CÔNG SƠN ĐÃ NÓI GÌ VỀ KHÁNH LY VÀ... CHẲNG HIỂU VÌ SAO

Nói đến tình khúc Trịnh Công Sơn, chúng ta chợt nhớ đến *"Em Còn Nhớ Hay Em Đã Quên"* là một ca khúc nối dòng tình ca trước và sau năm 1975 của ông. Bài hát này chẳng những được nhiều người trong nước yêu thích mà ngay cả ca sĩ Khánh Ly định cư tại Mỹ cũng hay hát. Chắc

Trịnh Công Sơn đã nghe. Ông có cảm tưởng gì khi nghe Khánh Ly hát lại bài hát này? Chúng ta hãy nghe Trịnh Công Sơn nói: "Hình như Khánh Ly có hát bài này ở đài VOA hay BBC gì đó. Tôi không được nghe. Chỉ nghe người khác nói lại. Sau đó thì tôi được nghe qua một đĩa hát thu tại Nhật. Rất tiếc là trong đĩa hát chỉ một phần thôi bằng tiếng Việt và phần kia bằng tiếng Nhật. Hát hơi chậm và có sai một vài chữ. Thí dụ như: Có đèn đường từng đêm thao thức. Sáng "cho" em vòm lá me xanh. Khánh Ly hát: Sáng "che" em vòm lá me xanh. Không có văn bản trong tay đôi khi cũng bất tiện. Nếu Khánh Ly trực tiếp nghe tôi hát bài này như ngày xưa vẫn làm thế thì chắc Khánh Ly sẽ hát hay hơn nữa. Dù sao Khánh Ly hát bài này vẫn hay hơn rất nhiều ca sĩ khác. Qua giọng hát, cô ấy có một sức truyền đạt rất có hồn mà rất tiếc lúc này trong những ca sĩ quen thuộc của chúng ta khó tìm thấy. Phải thú nhận với các bạn rằng lúc này tôi ít xúc động trước một bài hát của mình do người khác hát. Chẳng hiểu vì sao. Có lẽ ngày xưa còn trẻ và còn thèm khát những điều hão huyền nó khác."

3.
TRỊNH CÔNG SƠN, SAO ÍT VIẾT NHẠC LẠI THÍCH VẼ TRANH?

Sau năm 1975, có 2 tập nhạc, một số đĩa hát, một ít nhạc rời của Trịnh Công Sơn được in ra. Riêng trong năm 1988, Trịnh Công Sơn chỉ viết vỏn vẹn 2 tình khúc là *"Lặng Lẽ Nơi Này"* và *"Tình Khúc Ơ Bai"*(*). Hầu như Trịnh Công Sơn dành phần lớn thời gian sau này để vẽ tranh. Phải chăng đến một lúc nào đó ông cảm thấy việc viết nhạc không nói hết được nỗi lòng của mình nên quay sang vẽ tranh? Nếu đúng như thế, Trịnh Công Sơn đã tìm được gì trong hội họa? Trịnh Công Sơn tâm sự: "Người ta hay ngạc nhiên vì sao một người làm nhạc lại nhảy qua vẽ. Thật sự hội họa và âm nhạc rất gần gũi nhau như anh em trong nhà. Thời gian vừa qua tôi vẽ vì nhiều lý do. Trước hết, tôi muốn mượn hội họa để tạm quên đi một thời gian ngắn những lối mòn trong suy nghĩ âm nhạc và sau đó là cùng bạn bè họa sĩ mở ra một cuộc chơi thoải mái về màu sắc tràn đầy tự do. Trong lúc vẽ tôi cảm thấy lạc vào trong một sự hoan lạc mênh mông của cảm hứng. Nói chung khi vẽ xong một bức tranh mình thích thú thì có cảm giác như được phục sinh."

Trịnh Công Sơn ít viết nhạc, lại vẽ tranh nhiều để tạm quên đi một thời gian ngắn những lối mòn trong suy nghĩ về âm nhạc. Hay nói cách khác, cũng cách nói của Trịnh Công Sơn: "Có những chuyện đời nói bằng thơ văn, có lúc lại phải diễn đạt bằng ca khúc và cũng có lúc phải vẽ mới nói hết những điều mình mang đến cho anh em quanh cuộc sống của mình."

Nhưng, dù viết nhạc hay vẽ tranh thì Trịnh Công Sơn vẫn mãi mãi là một nhạc sĩ của tuổi trẻ và tình yêu. Cái tình yêu mà Trịnh Công Sơn đã cố gắng mang đến trong cuộc sống ngắn ngủi của mình là một tình cảm chân thật và nhân hậu. Qua đó, Trịnh Công Sơn đã nghĩ sao về tình yêu của tuổi trẻ bây giờ? Ông bày tỏ: "Chắc chắn là tuổi trẻ bây giờ yêu nhau khác chúng tôi ngày trước. Mỗi thời có một cách yêu khác nhau. Hình như bây giờ tuổi trẻ bạo hơn những thế hệ trước kia. Tôi không muốn có ý kiến về chuyện tình cảm của từng thế hệ vì thật ra đây là công việc của những người làm công tác xã hội học. Vấn đề đối với tôi là dù yêu nhau như thế nào thì cũng cố gắng giữ gìn cho tình yêu một chiều sâu lãng mạn nhất định để nghệ thuật còn có mãi cơ hội mà ca tụng nó".

Đến với Trịnh Công Sơn, qua con người hay qua tác phẩm, chúng ta vẫn luôn luôn nhận được cái thiện. Cái thiện hun hút sâu, xoáy vào tận tâm hồn chúng ta tựa hồ như những lời ca của Trịnh Công Sơn đầy những giọt buồn lóng lánh, đẹp vời vợi. Buồn nhưng lại mang một sức sống thanh xuân cho tuổi trẻ và cho mọi người. Và đó cũng là nét đặc thù của tình khúc Trịnh Công Sơn.

4. TRỊNH CÔNG SƠN, ĐOẠT HUY CHƯƠNG ĐIỀN KINH, SAY MÊ VÕ THUẬT VÀ BỊ VĂNG TỪ LÒNG CHẢO XUỐNG ĐẤT VÌ ĐUA XE ĐẠP

Lần gặp thứ hai vào tháng 12 năm 1992. Lần gặp này, nhạc sĩ Trịnh Công Sơn không hề nói chút gì về nhạc mà say sưa nói về võ. Tôi kể cho ông nghe chuyện nữ võ sư Phạm Cô Gia 90 tuổi, biệt danh "chị Năm vượt ngục" vẫn còn đủ sức làm cổ động viên lái mô-tô trong các lễ hội thể thao và võ sư, đại lực sĩ Hà Châu 65 tuổi vẫn đủ sức nằm cho xe hủ-lô 12 tấn cán qua người, được người Ý gọi là "Người ngoài hành tinh". Ông thích thú lắng nghe và thổ lộ: "Có lẽ ít người tin rằng tôi đã từng có một thời luyện tập rất kỹ mười môn điền kinh thuở còn học ở Lycée francais Huế. Dạo ấy huấn luyện viên người Pháp buộc chúng tôi tập rất kỹ và rất bài bản. Tôi đã từng được huy chương OSSU (Organisation des sports scolaires et universitaires) của liên trường Pháp tại Việt Nam. Từ lúc lên tám tôi đã bắt đầu học võ Thiếu Lâm với ba tôi. Học cả côn, quyền, roi, thanh long đao. Đến lúc mười sáu tuổi thì chuyển qua học Vovinam và quyền Anh. Ngoài ra, hằng ngày còn tập tạ, đánh bóng chuyền, đua xe đạp trên lòng chảo ở sân vận động Huế. Tôi đã bỏ hẳn trò chơi đua xe sau khi bị văng từ lòng chảo xuống đất khoảng hai mươi mét lột hết cả da lưng.

"Dù bây giờ không có thời gian tập luyện gì nữa, nhưng tôi vẫn mê các môn võ thuật và các môn thể thao. Hiện nay thì đang mê nhất là tennis. Vừa rồi, sang Canada được xem truyền hình trực tiếp hai trận Roland Garros và British Open quá sức thích thú. Cũng có thời gian tôi chơi tennis nhưng rồi cũng bỏ dở.

"Tôi nghĩ rằng tuổi trẻ nên cố gắng chơi ít nhất một môn thể thao hoặc tập luyện một môn võ thuật nào đó. Luyện tập không chỉ để thân thể khỏe mạnh mà chính đời sống tinh thần cũng khỏe mạnh nữa. Hình như chỉ có tuổi trẻ bệnh hoạn mới không thích chơi thể thao.

"Học võ phải được quan niệm như học đạo. Đến với võ thuật là đến với một thứ đạo. Tôi đã từng say sưa nghiền ngẫm từng thế võ của các môn võ thuật khác nhau. Nếu không quan niệm võ thuật là một thứ đạo thì dễ đưa kẻ học võ đến chỗ sử dụng võ vào những mục đích không lành mạnh."

5.
TRỊNH CÔNG SƠN, ẢNH KHỎA THÂN NGHỆ THUẬT

Và lần gặp thứ ba vào tháng 2 năm 2001, tôi đi cùng người bạn thân của ông – Giáo sư, tiến sĩ khoa học Bùi Quốc Châu, người sáng lập Diện Chẩn (Điều khiển Liệu pháp - Réflexologie Faciale) - đến thăm ông. Lần này, ông không hề nói về nhạc, về tranh, về võ mà nói về ảnh khỏa thân, theo ông là một nghệ thuật độc đáo. Sau khi ông cho chúng tôi xem và phân tích một số ảnh khỏa thân nghệ thuật, ông đưa chúng tôi đi xem một bức ảnh của nhiếp ảnh gia Dương Minh Long mà ông tâm đắc được treo ở "restroom". Bức ảnh với đôi búp chân nõn nà của cô gái dạng hình chữ V tỏa ngược lên trời, chụm ngay giữa là vạt cỏ dại, đen mướt, mượt mà. Tôi chợt nhớ hàng chữ được ghi dưới một trang ảnh giới thiệu về Dương Minh Long trên mạng: "Cái đẹp của sa mạc là một cái giếng nó ẩn giấu nơi đó."

6.
TRỊNH CÔNG SƠN, MUỐN "VIẾT SAI" CÂU THƠ CỦA NGUYỄN DU

Trò chuyện được vài phút, ông đổ mệt, giọng yếu đi và... chưa đầy hai tháng sau thì ông mất. Tôi chợt nhớ hai câu thơ của thi hào Nguyễn Du trong truyện Kiều mà nhạc sĩ Trịnh Công Sơn muốn "viết sai" để dành cho riêng mình: "Trăm năm trong cõi người ta. Chữ tài chữ mệnh cũng là bể dâu." (**)

(Sàigòn ngày 30 tháng 4 năm 2001)

(*) Tiếng dân tộc K'hor có nghĩa là không chịu.

(**) Trăm năm trong cõi người ta / Chữ tài chữ mệnh khéo là ghét nhau (ND)

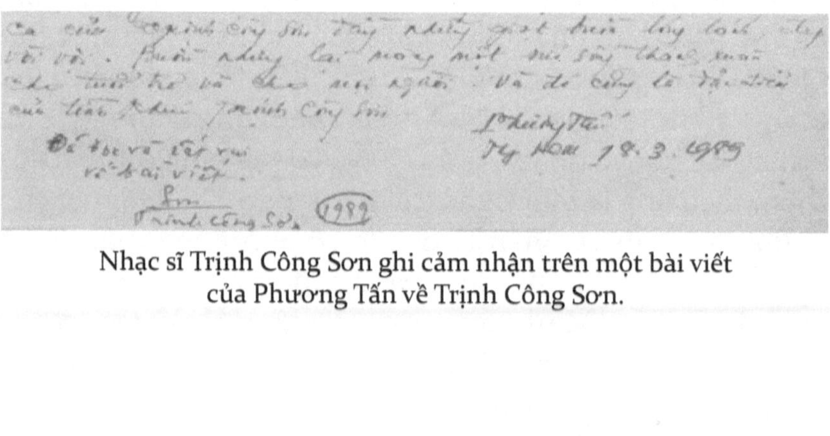

Nhạc sĩ Trịnh Công Sơn ghi cảm nhận trên một bài viết của Phương Tấn về Trịnh Công Sơn.

Nhạc sĩ Trịnh Công Sơn tặng bạn đọc báo "Văn Nghệ và Đời Sống" nhạc phẩm "Ru Tình" khi Phương Tấn phụ trách báo này (1989).

Phương Tấn phỏng vấn nhạc sĩ Trịnh Công Sơn trên tập san Sổ Tay Võ Thuật (1989) khi Phương Tấn Chủ biên tập san này.

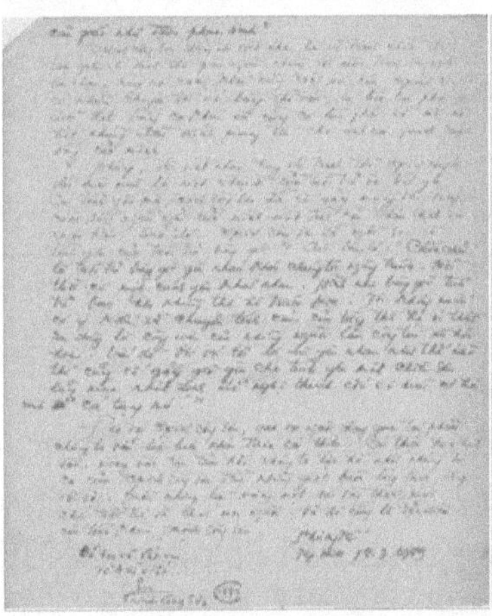

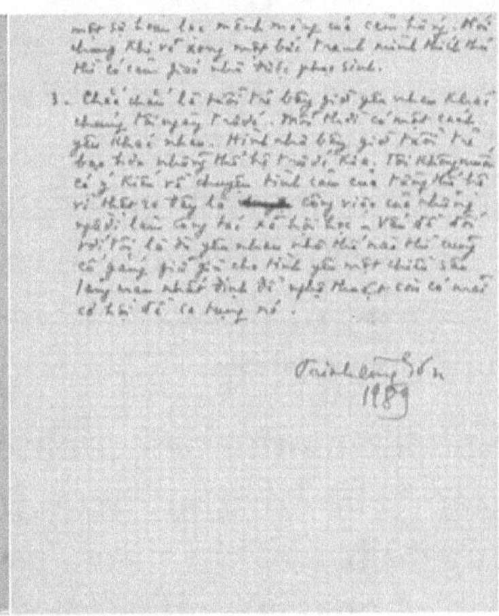

Bài viết của Phương Tấn về Trịnh Công Sơn
và thư của Trịnh Công Sơn gửi Phương Tấn trao đổi
về bài viết của Phương Tấn. Cả hai đều viết trên giấy ca-rô.

THIỆN ÁC LÀ HAI MẶT CỦA MỘT CON NGƯỜI

1. DANH HỌA LEONARDO DA VINCI VÀ "BỮA ĂN TỐI CUỐI CÙNG" CỦA CHÚA JESUS.

Tôi đến Ý nhiều lần, đã đi thăm tòa thánh Vatican, đóng giả "võ sĩ giác đấu" ở đấu trường La Mã, dạo thuyền trên kênh Venice, đùa giỡn cùng biển Rosolina, xoay gót chân cầu may trên hình con tê giác ở sân nhà thờ Milan. Và mới đây, tôi đã "vung tay xuống tấn" chống đỡ cả tháp nghiêng Pisa – một di sản văn hóa thế giới được Unesco công nhận từ năm 1987. Riêng nụ cười bí ẩn của nàng Mona Lisa mà danh họa Leonardo da Vinci đã mất 10 năm để vẽ và một số nhà khoa học thế giới đã tính được nụ cười hàm chứa 83% hạnh phúc, 9% khinh mạn, 6% sợ hãi và 2% giận dữ, tôi đã được nhìn ngắm không phải tại Ý mà tại bảo tàng Louvre nước Pháp.

Nói đến danh họa Leonardo da Vinci, tôi chợt nhớ đến kiệt tác "The Last Supper - Bữa Ăn Tối Cuối Cùng" với 12 vị tông đồ trước khi Chúa Jesus chết bởi kẻ phản bội Judas đã bán rẻ ngài với nhà cầm quyền La Mã chỉ để lấy 30 thỏi bạc. Ông đã vẽ bức tranh này khoảng năm 1495 và ròng rã 7 năm liền ngay trên tường của tu viện Santa Maria delle

Grazie ở Milano nước Ý. Bức tranh và tu viện Santa Maria delle Grazie đã được UNESCO công nhận là di sản văn hóa thế giới vào năm 1980.

Đến nay chuyện kỳ bí về bức tranh đã tạo nên vô số tranh cãi, đồn đại cùng nhiều giai thoại lý thú. Trong cuốn *"Mật Mã Da Vinci"* của nhà văn người Mỹ Dan Brown đã giải mã một cách gần như hoang đường những ẩn số đằng sau bức tranh nhưng vẫn tạo cơn sốt best-seller cho cuốn sách với trên 40 triệu bản và được dịch ra 44 thứ tiếng. Và Pala, một nhạc sĩ người Ý trong cuốn *"The Hidden Music - Giai Điệu Ngầm"* cũng đã kể sự phát hiện của ông về một khuông nhạc 5 dòng nhạc chạy ngang qua bức họa và được đọc từ phải sang trái theo cách viết của danh họa Leonardo da Vinci.

Nhiều chuyên gia tin học với nhiều lập luận khác nhau cũng tự cho mình đã khám phá thêm nhiều bí ẩn đằng sau bức tranh làm một số trang web liên quan, một dạo đã bị nghẽn mạng trước 15 triệu lượt người truy cập chỉ trong vài ngày.

Năm 2008, một người đàn ông Nhật Bản 75 tuổi đã tự chế một chiếc trực thăng nhỏ xíu, một chỗ ngồi với mong muốn bay quanh nơi đã sinh ra nhà danh họa Leonardo da Vinci để thỏa mãn lòng tôn kính và ngưỡng mộ ông.

Riêng tôi, tôi thích nhất "chuyện kể" về bức tranh đã kết thành câu chuyện nhân văn vô giá đáng suy ngẫm, được lưu truyền trong nhân gian và thế giới mạng. Chuyện kể rằng:

2.
CHÚA JESUS VÀ JUDAS KẺ PHẢN BỘI

Để hoàn thành kiệt tác "The Last Supper - Bữa Ăn Tối Cuối Cùng", danh họa Leonardo da Vinci đã mất nhiều thời gian để chọn một thanh niên có gương mặt lẫn tâm hồn thánh thiện làm mẫu, vẽ Chúa Jesus. Cuối cùng, một chàng trai 19 tuổi đã được chọn. Và danh họa Leonardo da Vinci đã say sưa vẽ suốt 6 tháng đến khi hình ảnh Chúa Jesus hiện lên bức tranh. Sau đó, ông vẽ tiếp 12 vị tông đồ.

Và, 11 vị tông đồ đã vẽ xong chỉ còn thiếu kẻ phản bội, Judas. Danh họa Leonardo da Vinci đã ngày đêm tìm kiếm một người đàn ông có khuôn mặt đê tiện, cực ác, thoáng nhìn đã bộc lộ hồn vía của kẻ phản bội, Judas. Ngày tháng trôi qua không một ai, không một khuôn mặt nào đủ ác như ông mong muốn. Vị tu sĩ phụ trách tu viện thúc giục vì bức tranh kéo dài quá lâu, ông bực dọc trả lời: "Tôi đang tìm kiếm người mẫu để vẽ nhân vật Judas. Nếu ngài bằng lòng. Hãy ngồi làm mẫu thì bức họa sẽ sớm hoàn thành." Từ đó, không còn ai thúc giục ông nữa.

Rồi một ngày, ông được tin một tử tù đang bị giam ở hầm ngục tại Roma có khuôn mặt cực ác. Người đưa tin đoan chắc ông sẽ bằng lòng. Danh họa Leonardo da Vinci tức tốc đến Roma. "Đúng là Judas!" Danh họa Leonardo da Vinci đã sửng sốt thốt lên khi bắt gặp tên tử tù với nước da đen nhèm, hôi hám, tóc tai thậm thượt phủ gần hết khuôn mặt. Càng nhìn càng thấy tên tử tù hằn lên sự u ám, phản trắc, cực ác đến ghê sợ.

Được phép của nhà vua, tên tử tù được đưa về Milan - nơi bức tranh mà danh họa Leonardo da Vinci đang vẽ dở dang. Ròng rã 6 tháng, bằng thời gian mà ông đã bỏ ra để vẽ Chúa Jesus - nhà danh họa nhìn Judas kẻ phản bội xấu xa đã dần dần "hiện hình" vào bức tranh. Khi vừa buông cọ cũng là lúc nhà danh họa kiệt sức. "Hãy đem hắn đi!" Ông gắng sức nói với nhóm lính canh. Lính canh vội lôi tên tử tù đi.

Nhưng tên tử tù đã vùng ra, chạy quỳ dưới chân danh họa Leonardo da Vinci, thốt lên: "Thưa ngài, xin ngài hãy nhìn tôi! Ngài không nhận ra tôi sao?" Nhà danh họa ngạc nhiên nhướng đôi mắt mệt mỏi, nhìn tên tử tù, nhìn thật kỹ cái khuôn mặt mà suốt 6 tháng qua không ngày nào là ông không nhìn. Ông thuộc lòng đến từng đường nét li ti trên cái khuôn mặt ghê tởm đó. Ông lên tiếng: "Ngươi là hình tượng của kẻ phản bội Judas và chính là kẻ tử tù mà ta đã gặp từ hầm ngục ở Roma!" Tên tử tù thốt lên trong nước mắt: "Ngài Vinci, ngài quên tôi rồi sao? Xin hãy nhìn kỹ... Tôi chính là chàng thanh niên 19 tuổi mà ngài đã chọn làm mẫu để vẽ Chúa Jesus 7 năm trước đây..."

3.
THIỆN ÁC LÀ HAI MẶT CỦA MỘT CON NGƯỜI.

Câu chuyện về tên tử tù và danh họa Leonardo da Vinci đã được lưu truyền trong nhân gian và thế giới mạng qua kiệt tác "The Last Supper - Buổi Ăn Tối Cuối Cùng". Chàng trai có gương mặt lẫn tâm hồn thánh thiện bảy năm trước từng được chọn làm mẫu vẽ Chúa Jesus thì chỉ sau 7 năm, đã tự biến mình thành hình tượng của Judas - kẻ phản bội Chúa và là tên tử tù cực ác.

Đức Phật từng dạy: "Trong cuộc đời của con người, chúng ta có thể mắc nhiều sai lầm nhưng sai lầm lớn nhất của đời người là đánh mất mình." Phải chăng thiện ác là hai mặt của một con người. Và, chính mình mới là người quyết định số phận của mình.

(Italy 2007)

The Last Supper - Bữa Ăn Tối Cuối Cùng Của Chúa Jesus

Cuốn sách Mật Mã Da Vinci của nhà văn người Mỹ Dan Brown.

Một trang trong cuốn "The hidden music – Giai điệu ngầm" của Pala, một nhạc sĩ người Ý.

NHẠC SĨ MOZART - THIÊN TÀI BẤT HẠNH

1. TỪ ĐỨC ĐI TIỆP ĐẾN ÁO THĂM MOZART

Từ Đức (Germany), hai anh bạn Nguyễn Trường Giang và Nguyễn Thanh Long lái xe đưa tôi đi Tiệp Khắc (Czech) thăm chợ người Việt và đời sống người Việt tại Tiệp Khắc. Và từ Tiệp Khắc, chúng tôi băng qua biên giới Tiệp Khắc để vào Áo (Austria) thăm Salzburg - thành phố lớn thứ tư của Áo cách thành phố Munich của Đức khoảng 150 cây số với hơn một giờ lái xe. Áo là một quốc gia với dân số chưa tới 7 triệu người, riêng Salzburg gần 200.000 người, đồng thời là thủ phủ của tiểu bang Salzburg được UNESCO công nhận là di sản văn hóa thế giới vào năm 1997. Tại thành phố này, nhạc sĩ thiên tài Mozart đã chào đời (1756) và đã qua đời (1791) khi vừa 35 tuổi.

Dọc theo con đường đến thăm Đại học Mozart cùng hai căn nhà mà Mozart đã sinh ra và lớn lên nay đều trở thành viện bảo tàng Mozart, tôi thấy một vài diễn viên đường phố trong vai nhạc sĩ Mozart đứng diễn ở nhiều tư thế khác nhau, và một số nghệ sĩ gẩy đàn chơi nhạc Mozart bên đường. Nhiều du khách dừng chân thích thú lắng nghe, ngắm nhìn và chụp ảnh. Tôi đến thăm nhà thờ chính tòa Salzburger Dom ở Salburg nơi còn cất giữ chiếc bồn rửa tội từng được dùng rửa tội cho Mozart. Tại Đại học Mozart, ngôi trường được xây dựng vào năm 1841, từ chiếc dương cầm đến tập nhạc viết tay và mọi vật dụng của Mozart đã trên 200 năm vẫn còn đó. Một vài du khách gắn ống nghe, thưởng thức những khúc nhạc tuyệt vời của Mozart. Chúng tôi ghé nghỉ chân nơi vườn hoa Mozart rồi ăn trưa cùng giáo sư, sinh viên tại nhà ăn của trường.

2.
CÁI CHẾT CỦA MOZART VẪN CÒN LÀ UẨN KHÚC

Qua hình ảnh và tư liệu còn để lại tại trường và viện bảo tàng Mozart, không một du khách nào không ngậm ngùi, tiếc thương cho một thiên tài bất hạnh. Vợ ông – tiểu thư Constanze – đã không có mặt trong lễ tang của ông vì kiệt sức trong nghèo đói. Và đau khổ thay, một trận bão tuyết đã ập đến ngay trong giây phút cuối cùng ấy, thi hài của ông được chở vội vã và chôn lẫn giữa rừng mộ ở nghĩa trang công cộng St. Mask, không một người đưa tiễn.

Cái chết của ông đến nay vẫn còn là uẩn khúc và mộ của ông vẫn chưa tìm được. Dù vậy, âm nhạc của ông đã ảnh hưởng sâu rộng đến nhân loại. Ông chơi đàn lúc 3 tuổi, sáng tác nhạc lúc 5 tuổi, trình diễn nhạc trước nữ hoàng và triều đình nước Áo lúc 6 tuổi, soạn nhạc kịch lúc 11 tuổi và đi lưu diễn khắp châu Âu ở tuổi thiếu niên. Vở nhạc kịch Cosi Fan Tutte (Trường học tình yêu) được ông viết vào năm 1789 mang triết lý sâu sắc về sự chung thủy của tình yêu qua dòng chảy thời gian. Và đặc biệt, vở nhạc kịch Die Zauberfloete (Cây sáo thần) mang nỗi khát vọng và sự đấu tranh không khoan nhượng của con người trước cái thiện và ác, cái ngày và đêm, nỗi khổ đau và niềm hạnh phúc do ông viết và được trình diễn vào ngày 30-9-1791 chỉ hai tháng trước ngày ông mất (5-12-1791) tại Áo. Và cả hai vở nhạc kịch này cũng đã được các nghệ sĩ Việt Nam biểu diễn thành công rực rỡ và làm mê hoặc người xem tại Hà Nội năm nào.

3.
CHỨNG TÍCH CHIẾN TRANH THỜI TRUNG CỔ

Ngậm ngùi rời Đại học Mozart, chúng tôi rảo quanh khu phố cổ Salzburg và đến thăm pháo đài Hohensalzburg trên 900 tuổi, lớn nhất trung Âu. Chúng tôi không đi bộ lên pháo đài bằng hàng trăm bậc thang đá gập ghềnh, chót vót mà mua vé "đứng trong cabin" được kéo bằng dây cáp điện. Pháo đài rộng mênh mông, trưng bày các chứng tích chiến tranh thời trung cổ như nhà tù, quân trại, binh khí, súng ống, quân phục... Chính pháo đài này đã ngăn chặn được sự tiến quân của danh tướng Napoleon nước Pháp vào năm 1800 tại Salzburg.

4.
LUNG LINH TRONG CHIỀU XUỐNG

Chúng tôi ngồi uống cà phê trong chiếc quán ở một góc lưng chừng pháo đài. Dưới kia thành phố Salzburg xinh đẹp lung linh trong chiều xuống cùng con sông Salzach quyến rũ bao bọc. Hồ như, tôi đang nghe được tiếng sóng rộn ràng của con sông va vào dòng nhạc dìu dặt của Mozart làm lao xao cành lá và chao động từng hạt mưa nhè nhẹ ngoài kia...

Trên đường về, chúng tôi băng qua cung điện Mira Bell được xây dựng vào năm 1606. Tôi cứ ngỡ, những thảm cỏ xanh mướt như ngọc và những con đường đầy hoa hun hút trước cung điện quyến luyến theo mãi bước chân tôi.

(Đức, Tiệp, Áo 2016)

Đại học Mozart.

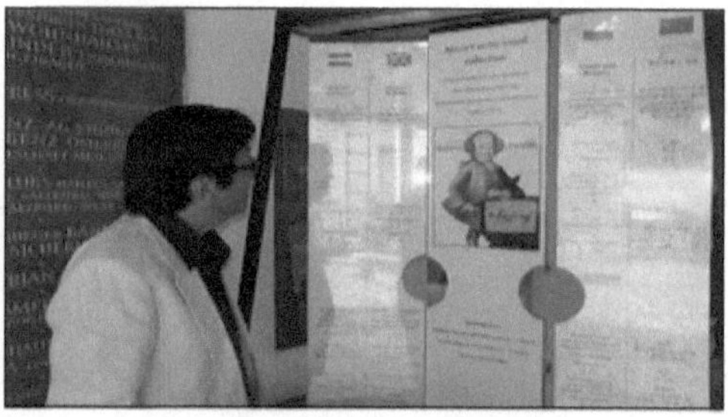

Viện bảo tàng Mozart.

Phương Tấn dùng cơm trưa cùng Giáo sư và Sinh viên Đại học Mozart.

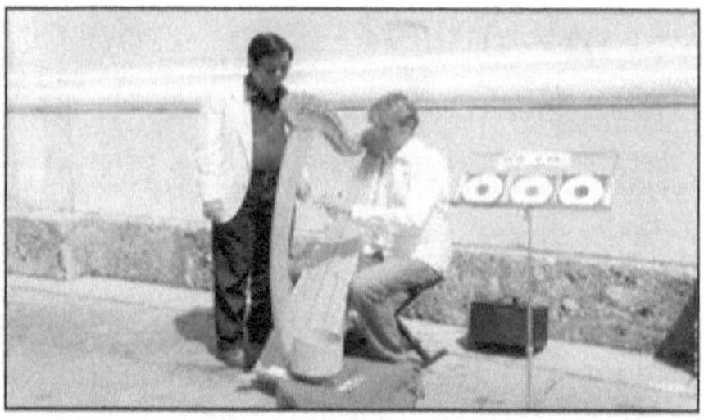

Nghệ sĩ đường phố chơi nhạc Mozart...

Nhà thờ chính tòa Salzburger Dom còn cất giữ chiếc bồn rửa tội từng được dùng rửa tội cho Mozart

Chứng tích chiến tranh tại Pháo đài Hohensalzburg.

ĐỐT GẤP, ĐỐT SẠCH "TÀN DƯ ĐỘC HẠI" CỦA ĐẾ QUỐC MỸ

1.
TÂM TRẠNG KẺ THẮNG CUỘC

Thưa Mẹ, sau năm 1975 thế hệ trẻ miền Nam chúng con ròng rã nhiều năm ngụp lặn giữa khổ nạn trong đất nước mình. Nếu không chết trong đáy vực thì cũng vất va vất vưởng thật não nề. Chính quyền Cộng Sản đánh tư sản, tập trung cải tạo, bắt đi kinh tế mới, dồn nông dân vào hợp tác xã, đổi tiền, mất đảo, chiến tranh biên giới... dồn dập nhiều năm.

Chúng con buồn bã sống trong một chế độ ác nghiệt cùng một xã hội nhiễu nhương, hỗn độn. Con đã thay nghề đổi nghiệp và tập sống theo triết lý "tứ không"- cố không thấy, cố không nghe, cố không nói và cố không làm những điều xấu xa, trái lễ.

Mẹ ơi! Con đã không còn dính dự đến thơ văn, lánh xa các hội đoàn văn nghệ trong nước, vẫn tưởng được yên nhưng nào có yên. Những năm đầu 1975, cha con - người đã bỏ gia đình theo "Cách Mạng Giải Phóng Miền Nam" từng đoạt giải văn học Liên Xô và được thưởng một chiếc đồng hồ đeo tay của Nga, phấn khởi từ miền Bắc vào Nam tìm lại vợ con trong tâm trạng của kẻ thắng cuộc, có công với đất nước.

2.

KINH HOÀNG! KINH NGẠC! KINH SỢ! ĐỐT GẤP. ĐỐT SẠCH.

Cha nào biết, ngay từ năm 1960 (14 tuổi), con đã làm bài thơ "Đợi Bóng":

ĐỢI BÓNG

Cha tôi theo cách mạng
Huyễn mộng giữa đất trời
Sầu đùn theo năm tháng
Mẹ đợi bóng ma trơi.

Và rồi, Cha đã quá kinh hoàng trước sự trù phú, sang trọng thật sự của "thiên đàng phồn hoa giả tạo" của miền Nam. Cha kinh ngạc trước hàng triệu người miền Nam bỏ nước trốn chạy "Quân Cách Mạng" dù phải bỏ mạng giữa biển cả. Cha kinh sợ trước tủ sách gia đình đến mấy ngàn cuốn về văn học miền Nam và thế giới như báu vật của con mà "Nhà Nước Cách Mạng" quy chụp là loại "Văn hóa Mỹ Ngụy độc hại, lai căng".

Cha đã hối hả đem đốt. Đốt gấp, đốt sạch. Đến bằng cấp, hình ảnh du học Mỹ của con, Cha cũng kêu lên: "Nguy quá, cải tạo rục xương Phương ơi!" Cha quăng vào lửa đốt luôn. Đốt suốt 3 ngày 2 đêm. Cha sợ nhất những thứ "tàn dư độc hại của đế quốc Mỹ" đó sẽ bị lộ, bị bắt bỏ vào "quan tài văn hóa đồi trụy" được các "Thanh Niên Cách Mạng" đến từng nhà khiêng đi, như thế còn gì là "Gia Đình Cách Mạng".

Lệnh đốt sách và chôn sống giới nho học của Tần Thủy Hoàng đã di hận muôn đời, thì nay lệnh tịch thu, đốt xé, tiêu hủy văn học miền Nam, văn học thế giới và bắt bớ, hãm hại giới trí thức, anh chị em văn nghệ miền Nam của "Chính Quyền Cách Mạng" cũng thật tàn độc, ghê sợ.

3.
BẤT ĐỒNG QUAN ĐIỂM

Cũng chính từ bất đồng về quan điểm "Giải Phóng Miền Nam" của Cộng Sản Bắc Việt mà con và Cha thường không thuận nhau. Một hôm trong một bữa cơm gia đình, con không dằn được cơn đau buốt từ tâm can nên bất chợt lùa hết mâm cơm xuống đất. Cha vội vã đứng dậy im lặng bước ra cửa và đi nhanh khỏi nhà. Mẹ buồn bã, nghẹn ngào nhìn theo và nói nhỏ nhẹ với con: "Con thương Má, hãy chạy theo Ba xin lỗi và đưa Ba về".

Con bừng tỉnh, thấy mình không phải đạo với Cha, liền xin lỗi Mẹ và lấy xe gắn máy chạy theo Cha. Con đã gặp Cha trên đường, cúi đầu xin lỗi và đưa Cha trở về nhà. Con chợt nhớ bài thơ *"Cha Và Con"* của con đã làm năm 1964:

CHA VÀ CON
Chiều nằm xuống như da vàng của mẹ
Sông núi buồn queo quắt ngó dung nhan
Vạt máu vãi trên đồi cao bóng lẻ
Máu quân thù hay máu của quê chung

Máu vẫn đỏ những con đường đất đỏ
Mẹ còng lưng gánh lúa dắt trâu về
Cha cúi xuống suốt khoảng đời khốn khó
Những chiều hôm vấn thuốc ngủ ven đê.

Con sẽ xới cho người đôi chút máu
Chút xương da người lính ở trong này
Trông có đỏ như sông Hồng ngoài ấy
Có ngọt ngào như màu máu quê chung.

Đêm đà nổi vẫy lưng trời với bóng
Ý phân tranh vỗ cánh hót quanh mình
Mắt chưa vuốt vắt ngang đời có mỏi
Hồn chưa nguôi hồn đọng giữa tàn phai.

Ơi lườờng lật nằm sau tầm giới tuyến
Con giết cha không khác một kẻ thù
Người nằm đó vắt qua lòng dây kẽm
Mượt hơi bom lửa rót mát như thu.

Cánh dơi chiều vỗ một đời tủi cực
Chúa buồn thiu cùng thần thánh quay đi
Mây cũng mỏi theo đất trời day dứt
Đợi bóng câu xa lắc buổi tương phùng.

Chiều nằm xuống như da vàng của mẹ
Lá không vui che dạ thở trong cành
Và người chết vắt qua lòng dây kẽm
Xác quân thù hay xác của anh em.

Và bài thơ *"Thư Gửi Cha Bên Kia Sông Bến Hải"*, con đã làm năm 1965

THƯ GỬI CHA
BÊN KIA SÔNG BẾN HẢI

Tay ốm quá làm sao con che hết
Biển xô nhanh trên cùng suốt dân mình
Con rẽ bóng sống chung cùng rệp muỗi
Nỗi thật đen xòe đôi cánh đao binh.

Ơi giải phóng
phóng bùa vong bản
Tiêu máu nhân dân
đỏ phố đỏ cờ
Chân vô thức bủa quanh đầu cách mạng
Con gõ hồn thân bỗng úa mênh mang.

Trong hiu hắt dòng chim rừng quẫy cánh
Dắt dìu nhau trôi dạt bến bờ xa
Lửa cuồn cuộn chìm sâu vào sử sách
Cội chia nguồn và bóng cũng chia ta.

Con bấu mặt con tưởng mình xa lạ
Buồn đong đưa
buồn đọng xuống hoang mang
Nỗi chết đó đột nhiên thành ân huệ
Quê hương kia ôi màu máu kinh hoàng.

Con dại
con ngu
cam mình bất hạnh
Xin quay về chong đôi mắt xanh xao
Đứng ngó tổ tiên
ngó cùng dân tộc
Ngó xuống hồn thân bỗng úa mênh mang...

4.
NGƯỜI CỦA ĐẢNG NỬA ĐÊM CẠY TỦ, PHÁ Ổ KHÓA, VÉT SẠCH...

Thưa Mẹ, vậy mà vẫn chưa yên! Năm 1985 hàng ngàn bài thơ, bài văn, bài báo cùng mấy chục bản thảo dành dụm của con được cất giấu ở văn phòng Hợp Tác Xã Xe Khách Việt Thắng nơi con làm việc, đã bị "người của Đảng" nửa đêm cạy tủ, phá ổ khóa vét sạch nộp cho thanh tra cấp trên.

Công An thành phố đã "mời" con suốt nhiều ngày lên tra hỏi bút hiệu và làm thơ thuộc "Đảng phái" nào, "Công ty" nào? Con chỉ biết trả lời: "Nếu tôi làm thơ mà ở đảng phái nào, công ty nào thì cứ theo bộ luật hình sự mà thi hành".

Vì tiếc nuối những tác phẩm, bằng cấp, hình ảnh, sách báo quý hơn mạng sống của mình bị thu giữ, bị đốt sạch - con đã trải qua nhiều năm sống ngơ ngáo, đau buồn, bất an trong một xã hội quá đổi bất công, tăm tối. Lý tưởng đã bị đâm chết, hoài bão đã bị mài nhẵn và niềm tin sót lại trong con quá mỏng manh, dễ vỡ.

5. CÁC THÙNG SÁCH BIẾN MẤT KHÔNG MỘT AI CHỊU TRÁCH NHIỆM

Cũng chuyện đốt sách, năm 2017, con gửi tại kho trường Đại Học Quốc Tế Hồng Bàng - nơi con công tác nhiều năm - có chữ ký từ hiệu trưởng đến người phụ trách và thủ kho, hàng ngàn sách quý, tài liệu quý trong 3 thùng carton lớn. Không bao lâu sau, con đến xin nhận lại thì 3 thùng sách của con đã biến mất và không một ai chịu trách nhiệm về chuyện mất mát này! Con lại thêm một thời gian dài thất thần, đau buồn khôn xiết.

6. BÁCH NHẪN ĐƯỜNG TRUNG HỮU THÁI HÒA

Mẹ ơi, tháng 6 năm 1976 sau một ngày cực nhọc đạp xích-lô ngoài đường, con về nhà nhận được thư của Cha từ Đà Nẵng gửi vào. Trong thư Cha viết:

"Từ ngày con đi đến nay Ba Má không nhận được thư của con làm cho Ba Má lo vô cùng."

Một đoạn khác Cha viết, con đọc trong nước mắt nhạt nhòa...

"Ba xem nhiều sách, đọc nhiều chữ song Ba chưa học đến chữ ngờ, để biết rằng giữa cha con ta lại có ngày gió mưa thê thảm. Phương con, Ba bây giờ đã già yếu thiếu phần minh mẫn. Con thương Ba chừng nào Ba mừng chừng nấy. Ba nghĩ "Bách nhẫn đường trung hữu thái hòa". Con là người trí thức, Ba không dám nói nhiều, không khéo sẽ mất đi đứa con ngoan của Ba".

Không lâu, con nhận được thư Mẹ: "Phương con, Ba đã viết tay, chữ viết rất đẹp 4 câu thơ trong bài thơ: *"Thư Cho Em Trai Ở Quân Y Viện Nguyễn Huệ, Nha Trang"* của con rồi tự tay Ba lồng kiếng treo lên tường:

Em cũng biết Mẹ mỗi ngày một yếu
Cha thì đi từ thuở nọ chưa về
Bốn thằng con sống chung cùng manh chiếu
Cùng chút xương người Mẹ róc cho con."

Mẹ ơi, con đã khóc nhiều ngày sau đó. Ôi, cuộc nội chiến thật oan nghiệt!

(Sàigòn tháng 7-2018, ngày giỗ Mẹ)

Sách “tàn dư độc hại’ của Mỹ Ngụy

Gom sách

Đốt sách

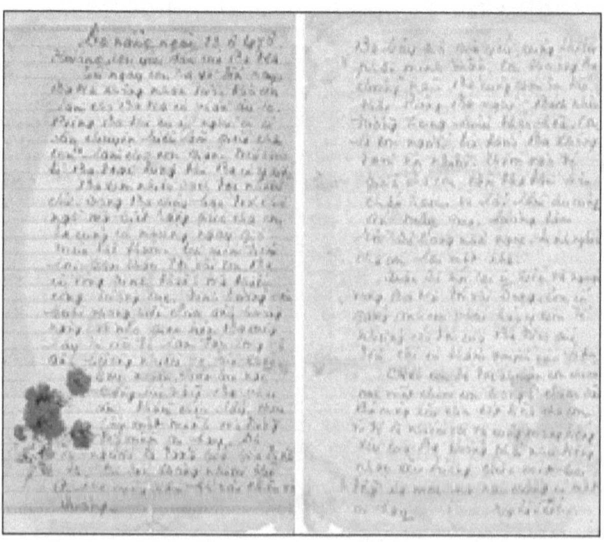

Thư của Cha gửi Phương Tấn ngày 23-6-1976

LẶN NGỤP TRONG KHỔ NẠN

1. LÀM CÔNG NHÂN ĐẾM GẠCH, ĐẠP XE BA GÁC, ĐẠP XÍCH-LÔ, BỎ MỐI SÁCH BÁO, LÀM TÀI XẾ XE KHÁCH...

Thưa Mẹ, giữa năm 1975, được người quen giới thiệu, con xin Mẹ vào Sài Gòn làm công nhân đếm gạch và xi-măng cho một nhà thầu ở quận Tư, Nhà Bè. Con đưa cả nhà thơ Phạm Thiên Thư, nhà văn Nguyễn Thụy Long vào làm chung. Nhà thầu hết việc, con cùng một anh bạn Cao học Đà Lạt thuê xe ba gác đạp chở giấy cho nhà in Chính Nguyên của nhà thơ Nghiêm Vy, bạn con ở ngã Bảy Chợ Lớn. Vì giấy nhiều và quá nặng nên anh bạn và con chia nhau, một người gồng lưng đạp thì một người chạy bộ phía sau đẩy xe. Anh bạn con thì không sao, nhưng đến phiên con, cố đạp muốn gãy cả lưng mà chiếc xe vẫn không nhúc nhích. Đôi lúc lăn được bánh nhờ anh bạn đẩy phía sau thì cũng chỉ được hai, ba mét là chiếc xe quẹo cổ cứng ngắt một bên. Những lúc đó, anh bạn thường nhìn con chảy nước mắt. Ngay ngày đầu tiên con đã "mất quyền" đạp xe, chỉ được "ưu tiên" chạy bộ phía sau để đẩy xe trên những con đường nhựa, cháy bỏng cả hai chân vì không có dép để mang.

Không bao lâu nguồn giấy hết, ngày ngày con lên tận quận 5, Chợ Lớn thuê một chiếc xích lô đạp chở khách, không dám đạp gần nhà vì mắc cỡ. Một hôm chở được một người đàn bà mập mạp sang trọng, không kì kèo mắc rẻ khi con nói giá. Con mừng, nước mắt trào ra trộn lẫn mồ hôi trong buổi trưa nắng nóng đổ lửa khi nghĩ đến việc cầm được tiền đem về cho gia đình. Bỗng dưng con nghe một tiếng ầm và chiếc xe ủi vào một trụ điện. Người đàn bà bị chúi mũi về trước và ngã xuống đường. Thì ra bà quá nặng so với sức con. Xe không chạy thẳng mà chạy vòng vèo. May cho con, người đàn bà không bị thương. Bà lật đật ngồi dậy ném tờ tiền vào trong xe và đi một mạch. Con lí nhí nói lời xin lỗi và xin không nhận tiền nhưng chắc bà hoảng quá nên "tẩu vi thượng sách".

Bỏ nghề xích lô đạp, quay sang đi bỏ mối sách báo thì bị chủ sạp báo, chủ hiệu sách giựt hết tiền. Một hôm trời giông và gió lớn, con đứng co ro, chờ chực bà chủ sạp báo bên hông đường Nguyễn Du trả chút tiền, bỗng nghe một tiếng ầm như trời giáng, thì ra một nhánh cây cổ thụ từ cao rơi xuống làm sập một phần mái tôn sạp báo, may quá chút xíu nữa con đã bị chấn thương sọ não. Con quay qua làm lơ xe rồi làm tài xế xe khách. Lái xe chưa vững nên có lần con đưa khách chạy luôn xuống ruộng, một lần khác chở khách đổ đèo Long Khánh, suýt bỏ mạng vì xe chao nghiêng chỉ còn 3 bánh trong mưa lớn.

2.
VỀ MÀ LO THÂN MÀY ĐI!

Con nhớ mãi một chuyện thương tâm vào năm 1977. Một đôi vợ chồng hàng xóm có chiếc thuyền nhỏ đánh cá để sinh sống, bị chính quyền Cộng Sản liệt vào thành phần tư sản và tịch thu, họ nhờ con xin lại. Lúc đó bên vợ con có một người bà con gọi bằng cậu, đeo lon Trung tá chính quyền Cộng Sản. Con trình bày sự việc và nhờ ông lấy lại giúp. Ông nói lấy được ngay, hãy đem tiền lót tay đến chồng trước cho ông để ông lo. Hai vợ chồng người hàng xóm hí hửng đem tiền tới chồng cho ông. Nhưng gần 2 tháng trôi qua, ông vẫn im lặng. Một hôm con lại nhà ông, yêu cầu ông trả lại tiền cho người ta. Ông hẹn một tuần, hai vợ chồng chủ thuyền đánh cá hãy đến gặp ông để nhận lại tiền.

Đến ngày hẹn, ông đem một bao tiền trả lại. Hai vợ chồng nhìn vào thấy từng xấp tiền vuông vắn, mừng rỡ cám ơn, ôm "bao tiền" ra về. Một tiếng sau, hai vợ chồng vừa khóc vừa gọi điện cho con biết, mỗi xấp tiền chỉ có hai mặt là tiền còn ở giữa đều là giấy nhật báo được cắt ra. Con đến nhà ông ngay trong đêm đó. Ông cười thật độc ác. Chỉ tay thẳng vào mặt con và nói: "Nếu mày muốn bênh vực vợ chồng chúng, thì ngày mai nơi Phường mày ở, sẽ nhận được đơn tố cáo mày đang hoạt động trong tổ chức phản động. Về mà lo thân mày đi!" Con nói: "Thưa cậu, cháu chưa hề tham gia bất cứ một tổ chức phản động nào!" Ông nói ngay: "Họ tin mày hay tin tao? Tao lập lại lần cuối. Về mà lo thân mày đi!" Ngay đêm đó, trời đất như sụp đổ. Con đạp chiếc xe đạp cũ. Bánh xe nặng trịch không chịu lăn và con đã khóc hết nước mắt trên đường về nhà.

3.
KHÔNG CÓ CHÂN ĐỂ ĐI GIÀY

Mỗi ngày nhìn hàng hàng lớp lớp người cùng khổ, hàng hàng lớp lớp thương phế binh chế chế độ VNCH cụt tay, mất chân, mù mắt, đói ăn, lê lết trên đường. Những lúc đó con lại nghĩ đến câu nói của nhà văn Mỹ Helen Keller mà an ủi mình: "Tôi đã khóc vì không có giày để đi cho đến khi tôi nhìn thấy một người không có chân để đi giày".

(Sàigòn 2019)

NĂM THỨ TƯ ★ SỐ 944 ★ THỨ TƯ 30-4-1975 (Ngày 19 tháng Ba năm Ất Mão) ★ 4 Trang 70 đồng

ĐôngPhương

Chủ Nhiệm kiêm Chủ Bút : Bà Quả Phụ VĂN SƠN PHAN-MỸ-TRÚC ★ Tòa soạn và Trị sự : 96 Võ Tánh ★ Đ.T. 22.709 — 94.630

HÌNH ẢNH VỀ TRẬN CHIẾN TẠI CÁC VÙNG QUANH THỦ ĐÔ

Nhật báo Đông Phương
tờ báo cuối cùng của miền Nam Việt Nam ra ngày 30-4-1975.

Thương phế binh miền Nam Việt
Nam ngày 30-4-1975

TUỔI TRẺ MIỀN NAM CỦA CHÚNG TÔI THUỞ ẤY

1. MỘT TRIỆU KHÔNG TRĂM CHÍN MƯƠI LĂM NGÀN MỘT TRĂM BẢY CHỤC ĐỒNG - SỐNG CÙNG TÂM NGUYỆN

Việt Nam năm 1972, một năm ròng rã chiến tranh. Cuộc nội chiến tương tàn mỗi lúc một ác liệt. Đồng bào miền Trung từ Quảng Trị, Thừa Thiên... ùn ùn chạy vào Đà Nẵng. Các trại tạm cư tràn ngập người tị nạn trong "Mùa hè đỏ lửa".

Với tâm nguyện cứu giúp đồng bào tị nạn miền Trung cùng khổ, cấp học bổng toàn niên Trung học cho các em nghèo hiếu học, mua đất xây dựng "Trung Tâm Sinh Hoạt Thanh Thiếu Niên Việt Nam" và lập "Làng Cô Nhi Thương Yêu" cùng nhiều công tác xã hội khác, đầu năm 1971, tôi lập phong trào Anh em NGƯỜI TRẺ VIỆT NAM - Phụng sự Văn Hóa và Xã Hội tại Mỹ, năm 1972 tôi lập NXB Cùng Khổ tại Việt Nam.

NXB Cùng Khổ in lần đầu 3 ngàn cuốn "Hòa Bình Ta Mơ Thấy Em" – một tập bút ký được tôi viết tại Mỹ trong 2 năm học tại đây, đã đăng nhiều kỳ trên nhật báo Dân Ta của nhà báo kỳ cựu Nguyễn Vỹ, trừ chi phí còn được 328.670 đồng. Với số tiền này, Anh em NGƯỜI TRẺ VIỆT

NAM trích 202.500 đồng dành tặng 214 gia đình chiến nạn miền Trung thuộc thành phần cùng khổ trong 30 trại tị nạn tại Đà Nẵng. Số tiền 126.170 đồng còn lại dành cấp 18 học bổng toàn niên 1973-1974 cho 18 học sinh nghèo hiếu học từ lớp 6 đến lớp 12 là con em Quân Công thuộc Bộ Chỉ Huy Kỹ Thuật & Tiếp Vận Không Quân Việt Nam.

Đầu năm 1974, NXB Cùng Khổ tái bản thêm 3 ngàn cuốn "Hòa Bình Ta Mơ Thấy Em". Lần phát hành này, ngoài chi phí in ấn, không biếu tặng, sách không đủ bán, thu được 766.500 đồng. Tổng cộng 2 lần in, thu lời được 1.095.170 đồng (một triệu không trăm chín mươi lăm ngàn một trăm bảy chục đồng). Anh em NGƯỜI TRẺ VIỆT NAM tiếp tục công việc cứu giúp đồng bào chiến nạn miền Trung trong các trại tị nạn tại Đà Nẵng và Bà Rịa-Vũng Tàu, cấp học bổng toàn niên 1974-1975 cho các em học sinh nghèo hiếu học từ lớp 6 đến lớp 12, là con em của các đơn vị thuộc Bộ Chỉ Huy Kỹ Thuật &Tiếp Vận Không Quân, Trường Kỹ Thuật Tân Sơn Nhất, Trường Kỹ Thuật Biên Hòa, Sư Đoàn 3 Không Quân, Trường Ngô Quyền (Biên Hòa), Trường Khiết Tâm (Biên Hòa), Trường Trần Thượng Xuyên (Biên Hòa), Trường Phan Châu Trinh (Biên Hòa), Trường Nguyễn Du (Biên Hòa), Trường Minh Thế (Biên Hòa), Trường Thánh Giá (Biên Hòa), Trường Lê Bảo Tịnh (Sài Gòn). Và đặc biệt là tiến tới mua đất xây dựng "Trung Tâm Sinh Hoạt Thanh Thiếu Niên Việt Nam" và lập "Làng Cô Nhi Thương Yêu".

Theo tâm nguyện của tôi, trong các em nghèo hiếu học nhận được học bổng toàn niên đó sẽ có nhiều em đồng cảm, sát cánh cùng "Anh em NGƯỜI TRẺ VIỆT NAM" thực hiện nhiều công tác xã hội hữu ích và chung tay xây dựng "Làng Cô Nhi Thương Yêu". Nhưng, "việc tiến tới này" buồn thay đã dở dang, gãy đổ bởi sự tàn khốc của cuộc chiến tương tàn...

Không lực Hoa Kỳ không kích miền Bắc không khác trận Điện Biên Phủ trên không đưa đến việc ký kết Hiệp định Paris vào ngày 27 tháng 1 năm 1973 tại Paris, chấm dứt sự hiện diện của Hoa Kỳ về quân sự, và hơn hết là chấm dứt chiến tranh, lập lại hòa bình tại Việt Nam. Nhưng, hòa bình đã không hề lập lại, trái lại đưa miền Nam rơi vào biển máu. Tháng 1 năm 1974, Trung Cộng tấn công chiếm quần đảo Hoàng Sa của Việt Nam. Tiếp đó, một thảm cảnh tàn khốc của cuộc nội chiến suốt ngày đêm. Cuối tháng 10 năm 1974, Quốc Hội Mỹ ngừng viện trợ cho Việt Nam Cộng Hòa. Đầu năm 1975, Việt Nam Cộng Hòa mất dần quyền kiểm soát. Các phần đất miền Nam lần lượt rơi vào tay Cộng quân. Ngày 30 tháng 4 năm 1975, tướng Dương Văn Minh lên đài phát thanh tuyên bố: "Tôi, tướng Dương Văn Minh ra lệnh cho tất cả binh sĩ hạ vũ khí đầu hàng ..." Ngày 30 tháng Tư năm 1975 cũng là ngày mà người miền Nam gọi đó là: "Ngày Quốc Hận" hay "Tháng Tư Đen," còn báo chí phương Tây gọi là "The Fall of Saigon – Sự sụp đổ của Sài Gòn."

Trong chuỗi ngày đen tối, và ngay trong tháng Tư đen cận kề ấy, tôi vẫn mải mê chia sẻ cùng đồng bào chiến nạn trong các trại tị nạn ở Bà Rịa - Vũng Tàu. Đến tận khuya ngày 30 tháng 4 năm 1975, tôi tất tả quay về Sài Gòn bằng nhiều cách như đu xe đò, ngồi chót vót trên mui xe tải, và chạy bộ... Khi tôi chạy bộ băng qua các rừng cao su, lố nhố quanh tôi ôi người là người, cổ quấn khăn rằn, chân mang dép râu, đầu đội mũ tai bèo...

Đến được Sài Gòn người đầu tiên tôi nghĩ tới, đó là Mẹ. Mẹ tôi chắc đang rối cả ruột gan. Rồi tôi nghĩ mông lung, nghĩ vô định, nghĩ như một kẻ mộng du giữa hàng triệu triệu người đang ồ ạt bỏ chạy khỏi nước. Trong giây phút sống còn, người cuối cùng tôi nghĩ đến vẫn là Mẹ. Tôi quyết định ở lại Việt Nam. Nhiều người thân quen nhìn tôi ngơ ngác, họ không hiểu tại sao trên đời lại có một người khờ dại và điên khùng như tôi!

Logo của: Anh em NGƯỜI TRẺ VIỆT NAM – Phụng sự Văn Hóa và Xã Hội (Hình người tượng trưng cho anh em 3 miền Trung Nam Bắc Việt Nam)

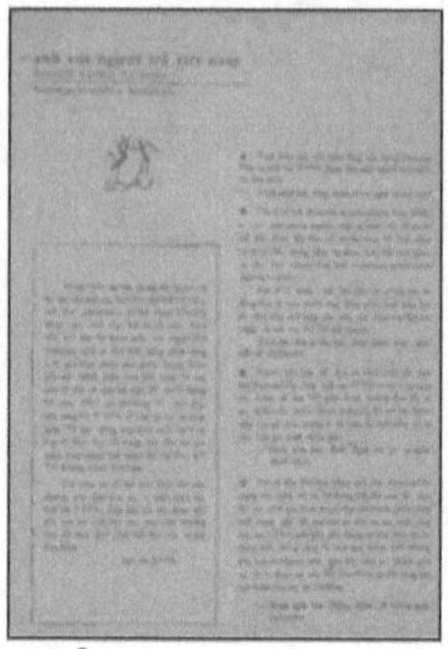

BẢN TIN của Anh em NGƯỜI TRẺ VIỆT NAM xuất bản hàng tháng.

Tập bút ký Hòa Bình Ta Mơ Thấy Em của Phương Tấn xuất bản 1972 tái bản 1974 tại Việt Nam.

Phương Tấn và Anh em NGƯỜI TRẺ VIỆT NAM cứu giúp đồng bào cùng khổ trong các trại tị nạn miền Trung

Phương Tấn cùng Ban giám hiệu các trường và các em học sinh nghèo hiếu học miền Nam được nhận học bổng toàn niên Trung học 1973-1974.

2.
VÂNG, TÔI ĐÃ BẬT KHÓC

Sau nhiều năm, nay đọc lại Bản tin "Anh em NGƯỜI TRẺ VIỆT NAM - Phụng sự Văn Hóa và Xã Hội" về việc cứu giúp người tị nạn, cấp học bổng cho các em học sinh Trung học nghèo hiếu học cùng các công tác xã hội theo tâm nguyện – tôi bật khóc. Hoài bão và tháng năm sống đẹp của tuổi trẻ miền Nam chúng tôi đã bị đốt cháy, tiêu hủy theo một cuộc chiến phi lý, tồi tệ.

Làm sao tôi có thể quên ơn: Nhà báo kỳ cựu Nguyễn Vỹ ở bán nguyệt san Phổ Thông, tuần báo Thằng Bờm và nhật báo Dân Ta. Nhà văn Trần Phong Giao ở tạp chí Văn. Nhà thơ, nhà báo Đynh Hoàng Sa ở nhật báo Sóng Thần. Nhà báo Thanh Việt Thanh ở nhật báo Đuốc Nhà Nam. Nhà thơ, nhà văn Từ Kế Tường, Phạm Chu Sa ở tuần báo Tuổi Ngọc. Nhóm phóng viên ở Đài phát thanh Đà Nẵng. Ban biên tập nguyệt san Thế Hệ Trẻ. Anh em Bản tin Không Đoàn 3 Không Quân. Anh em Bản tin Bộ Chỉ Huy Kỹ Thuật & Tiếp Vận Không Quân... Tất cả đã viết bài, đưa tin, phỏng vấn, chia sẻ chí tình trong mọi công tác xã hội của anh em Phương Tấn từ năm 1972 đến năm 1974.

Và, tôi cũng không thể nào quên những lời bày tỏ tràn đầy nghĩa tình của thầy cô các trường, của cha mẹ học sinh được nhận học bổng, của Ban điều hành các trại tị nạn, của đồng bào tị nạn...

Vâng, tôi đã bật khóc khi đọc lại những dòng chữ thấm đẫm nghĩa tình có một. Vâng, chỉ có một lần trong đời.

BẢN TIN của Anh em NGƯỜI TRẺ VIỆT NAM – Phụng sự Văn Hóa và Xã Hội xuất bản hàng tháng, in hình ảnh và danh sách đồng bào cùng khổ trong các trại tị nạn miền Trung được nhận tiền cứu trợ.

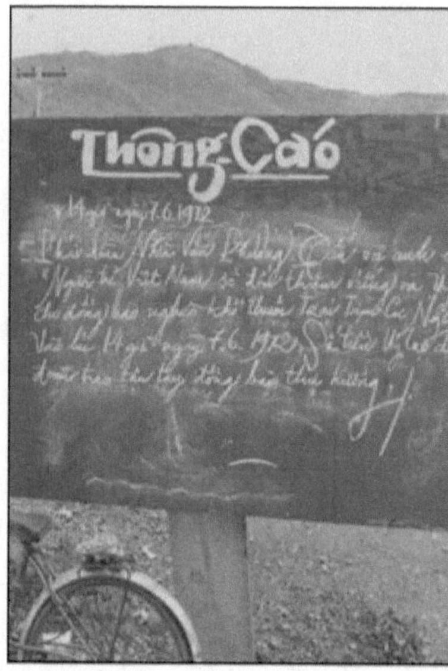

Bảng THÔNG CÁO ngày giờ của một Trại tị nạn về việc Phương Tấn và Anh em NGƯỜI TRẺ VIỆT NAM đến trao tiền cứu trợ tận tay cho đồng bào cùng khổ.

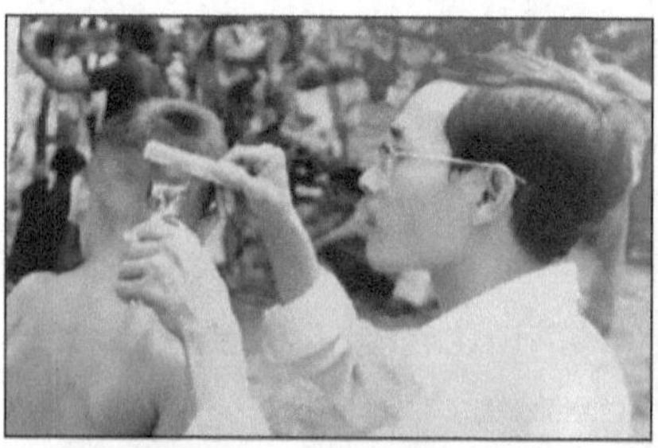

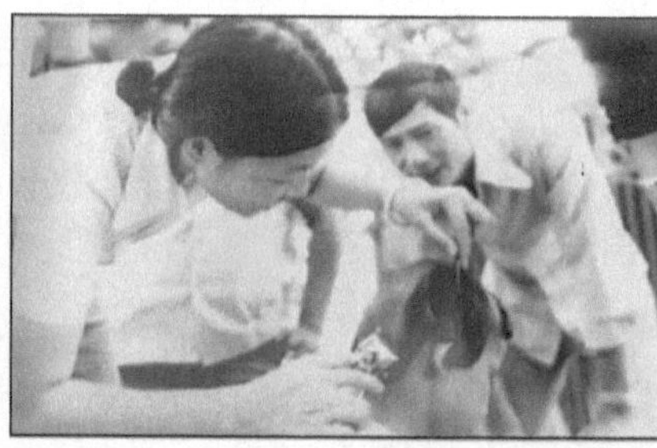

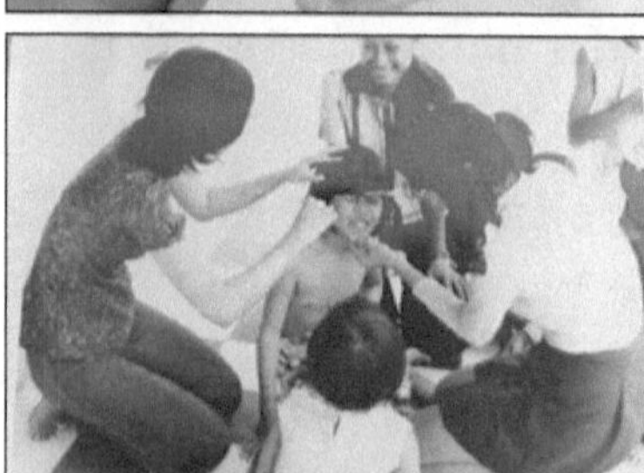

Anh em NGƯỜI TRẺ VIỆT NAM cắt tóc, bắt chí, gội đầu, tắm rửa, thay đồ mới, hướng dẫn nấu ăn và dùng cơm chung cùng các em lang thang, cơ nhỡ tại biên Hòa.

3.
NHỮNG DÒNG CHỮ THẤM ĐẪM NGHĨA TÌNH

* NHẬT BÁO SÓNG THẦN:

Tinh thần cứu trợ thầm lặng của thi sĩ Phương Tấn đáng cho mọi người suy nghĩ và cảm mến...

> *"...Tay ốm quá làm sao con che hết*
> *Biển xô nhanh trên cùng suốt dân mình*
> *Khi qua đó e người giong nỗi chết*
> *Nỗi thật đen xòe đôi cánh đao binh..."*

Mấy câu thơ trên được trích trong thi tập *"Khổ Lụy"* của Phương Tấn mới xuất bản năm ngoái đã nói lên phần nào nỗi xót xa dằn vặt của tâm hồn nhà thơ trước nỗi đau thương của người dân trong cuộc chiến hiện đã lên đến độ khốc liệt chưa từng thấy.

Phương Tấn là một nhà thơ trẻ. Một người rất say mê văn nghệ và rất tích cực trong lãnh vực xã hội với tất cả nhiệt tâm và cố gắng của riêng anh. Là tác giả 2 tập thơ: *"Thơ Tình Của Một Thi Sĩ Việt Nam Trên Đất Mỹ"* (1970) và *"Khổ Lụy"* (1971) và hiện chủ trương tạp chí "Sau Lưng Các Người" và nguyệt san "Cùng Khổ."

Được biết anh vừa cho xuất bản tập bút ký *"Hòa Bình Ta Mơ Thấy Em"* được viết trong thời gian du học tại Mỹ, đã đăng nhiều kỳ trên nhật báo Dân Ta. Tất cả tiền lời, anh dùng cứu giúp đồng bào chiến nạn miền Trung và cấp học bổng toàn niên Trung học cho các em học sinh nghèo hiếu học.

Tinh thần cứu trợ thầm lặng của thi sĩ Phương Tấn đáng cho mọi người suy nghĩ và cảm mến..."

(Trích nhật báo SÓNG THẦN số ra ngày 26-5-1972)

*** TUẦN BÁO TUỔI NGỌC:**

Việc làm tốt đẹp và nhiệt tình của nhà thơ Phương Tấn

"...Trước việc làm tốt đẹp và nhiệt tình của nhà thơ Phương Tấn cùng "Anh em NGƯỜI TRẺ VIỆT NAM" trong ý nguyện xây dựng xã hội Việt Nam giữa chính những đen tối và tàn khốc của chiến tranh đang có đã nói lên được tình tương thân tương ái và cũng là một niềm an ủi cho 234 gia đình chiến nạn..."

(Trích tuần báo TUỔI NGỌC số 57 ra ngày 29-6-1972)

*** TUẦN BÁO THẰNG BỜM:**

Đã trao tận tay 234 gia đình được xếp vào thành phần cùng khổ trong 30 trại tạm và tiếp cư.

"...Với số tiền 202.500 đồng, nhà thơ Phương Tấn trong các ngày 07 và 08 tháng 6 vừa qua đã trao tận tay 234 gia đình được xếp vào thành phần cùng khổ trong 30 trại tạm và tiếp cư mà anh cùng "Anh em NGƯỜI TRẺ VIỆT NAM" suốt gần nửa tháng đã đến chung sống, thăm hỏi, tìm hiểu và chọn lọc. Được biết những trại tạm và tiếp cư này hầu hết đều xa thành phố và rất ít được sự quan tâm của chính quyền cùng các Hội đoàn cứu trợ tại Đà Nẵng..."

(Trích tuần báo THẰNG BỜM số 05 ra ngày 24-7-1972)

*** TẠP CHÍ VĂN**

Việc làm của nhà thơ Phương Tấn là một việc làm đáng ca ngợi.

"...Giữa những đen tối và tàn khốc của một cuộc chiến đang hồi dầu sôi lửa bỏng, việc làm của nhà thơ Phương Tấn là một việc làm đáng ca ngợi..."

(Trích tạp chí VĂN số 205 ra ngày 01-7-1972).

*** NHẬT BÁO ĐUỐC NHÀ NAM**

Một nghĩa cử đẹp đáng khen.

"... Tiền lời bán được của tác phẩm "Hòa Bình Ta Mơ Thấy Em," nhà văn Phương Tấn đều dành cứu giúp đồng bào tị nạn và cấp học bổng toàn niên Trung học cho các em học sinh nghèo hiếu học tại các trường Trung học toàn quốc niên khóa 1972-1973. Âu cũng là một nghĩa cử đẹp đáng khen..."

(Trích nhật báo Đuốc Nhà Nam số ra ngày 08-2-1972).

*** ĐÀI PHÁT THANH ĐÀ NẴNG:**

Một niềm an ủi sâu xa cho 234 gia đình chiến nạn miền Trung.

"...Với số tiền 202.500 đồng, nhà thơ Phương Tấn đã trao tận tay cho 234 gia đình được xếp vào thành phần cùng khổ. Trước việc làm cao đẹp và nhiệt tình của "Anh em NGƯỜI TRẺ VIỆT NAM" đã nói lên được tinh thần tương thân tương ái và cũng là một niềm an ủi sâu xa cho 234 gia đình chiến nạn miền Trung..."

(Trích cuộc phỏng vấn Phương Tấn của ĐÀI PHÁT THANH Đà Nẵng 1972)

*** TẠP CHÍ PHỔ THÔNG:**

Đã cho chúng ta thấy sự làm việc của nhà thơ Phương Tấn.

"...Công việc nói trên mặc dù không thấm vào đâu trong hoàn cảnh xã hội hiện tại, nhưng đã cho chúng ta thấy sự làm việc của nhà thơ Phương Tấn và "Anh em NGƯỜI TRẺ VIỆT NAM" trong nỗ lực phụng sự Văn hóa và Xã hội Việt Nam..."

(Trích tạp chí PHỔ THÔNG số ra ngày 15-11-1973).

*** BẢN TIN BỘ CHỈ HUY**
KỸ THUẬT & TIẾP VẬN KHÔNG QUÂN:

Nghĩa cử cao đẹp đầy lý tưởng của nhà văn Không Quân Phương Tấn.

"...Với bàn tay cứu trợ thầm lặng của nhà văn Phương Tấn trong hoàn cảnh kinh tế khó khăn hiện nay đã nói lên tất cả tình tương thân tương ái và niềm an ủi lớn lao cho đại gia đình Quân Công thuộc đơn vị.

Tin Tức Bộ Chỉ Huy Kỹ Thuật & Tiếp Vận Không Quân xin nhiệt liệt hoan nghênh nghĩa cử cao đẹp đầy lý tưởng của nhà văn Không Quân Phương Tấn. Chúc anh đạt được nhiều thành công trên đường phục vụ Văn hóa và Xã hội Việt Nam..."

(Trích Bản Tin BCH Kỹ Thuật & Tiếp Vận Không Quân số ra ngày 01 tháng 11 năm 1973)

*** BẢN TIN BỘ CHỈ HUY**
KỸ THUẬT & TIẾP VẬN KHÔNG QUÂN:

Nhà văn Phương Tấn đã thắp lên được một ngọn lửa hồng để soi đường cho thế hệ trẻ mai sau.

"...Lễ phát học bổng toàn niên Trung học niên khóa 1974-1975 của nhà văn Không Quân Phương Tấn dã được tổ chức trọng thể vào lúc 9 giờ 30 ngày 30 tháng 11 năm 1974 tại Bộ Chỉ Huy Kỹ Thuật &Tiếp Vận Không Quân dưới sự chủ tọa của Thiếu tướng Từ Văn Bê – Chỉ Huy Trưởng BCH Kỹ Thuật & Tiếp Vận Không Quân.

Phương Tấn là một nhà văn trẻ nổi tiếng. Tin Tức Bộ Chỉ Huy Kỹ Thuật & Tiếp Vận Không Quân vô cùng cảm phục hành động cao đẹp của nhà văn Phương Tấn. Tin tưởng rằng bên cạnh những đau thương của xã hội, những chật vật của đời sống, những lo âu khắc khoải, nhà văn Phương

Tấn đã thắp lên được một ngọn lửa hồng trong trăm ngàn ngọn lửa cần có để soi đường cho thế hệ trẻ mai sau..."

(Trích Bản Tin BCH Kỹ Thuật & Tiếp Vận Không Quân số 47 tháng 12 năm 1974)

BẢN TIN SƯ ĐOÀN 3 KHÔNG QUÂN:

Đây là một trong những hành động bác ái...

"...Nhà văn Phương Tấn mới đây đã trích trong tiền lời thu được ở tập bút ký "Hòa Bình Ta Mơ Thấy Em" của tác giả để làm học bổng toàn niên bậc Trung học niên khóa 1974-1975 cho các em nghèo hiếu học thuộc các gia đình quân nhân Không Đoàn 30, Sư Đoàn 3 Không Quân.

Được biết đây là một trong những hành động bác ái mà nhà văn Phương Tấn đã từng thực hiện trước đây không những tại Sư Đoàn 3 Không Quân mà còn tại nhiều nơi khác nữa..."

(Trích Bản Tin Sư Đoàn 3/Không Quân số 130 ra ngày 01 tháng 12 năm 1974)

*** TẠP GHI CỦA PHÓNG VIÊN BẢN TIN BỘ CHỈ HUY & TIẾP VẬN KHÔNG QUÂN:**

Tặng học bổng toàn niên cho các em học sinh Trung học nghèo hiếu học niên khóa 1974-1975. Thế mới là nhức nhối chứ!

"...Nhà văn Phương Tấn lại vừa làm một nghĩa cử đẹp "không can nổi!" Giữa thời buổi kinh tế khó khăn, đời sống mắc mỏ này, kiếm được một món tiền còm cũng không phải là chuyện dễ, ấy thế mà nhà văn trẻ Không Quân này đã dám "vung vít" hơn triệu đồng không hề rét! Ông ta làm gì vậy? Mua hột xoàn, cà rá chăng?

- Không. Nếu vậy thì đã chẳng có chuyện nói – đàng này ông bạn của chúng ta đã "biểu diễn" một màn gọi là "tặng học bổng toàn niên cho các em học sinh Trung học nghèo hiếu học từ các niên khóa 1972 đến 1975 cùng nhiều công tác xã hội khác". Thế mới là nhức nhối chứ! Mà các bạn đừng tưởng nhà văn Phương Tấn tự dưng trở nên giàu "nứt đố đổ vách" vì vớ được cái mỏ dầu hỏa ở dưới nền nhà đâu nhé! Chỉ riêng số tiền dành tặng 40 học bổng toàn niên Trung học cho con em Quân Công thuộc Bộ Chỉ Huy Kỹ Thuật & Tiếp Vận Không Quân đã lên tới 130.000đ00, trích từ tiền lời tái bản của tập bút ký "Hòa Bình Ta Mơ Thấy Em" của anh. Phải hút hết cả núi thuốc lá cùng ký hàng trăm tấn "cheque" cà phê mới viết nổi một tác phẩm "oanh liệt" như vậy!

Được biết năm 1972 nhà văn Phương Tấn cũng đã trao tặng 18 học bổng toàn niên Trung học cho con em Quân Công thuộc Bộ Chỉ Huy Kỹ Thuật & Tiếp Vận Không Quân niên khóa 1973-1974 trích từ tiền lời in lần đầu của tập bút ký "Hòa Bình Ta Mơ Thấy Em."

Đại diện cho các gia đình Quân Công nghèo được cấp học bổng thuộc Bộ Chỉ Huy Kỹ Thuật & Tiếp Vận Không Quân – Tôi xin hoan nghênh nghĩa cử cao đẹp của nhà văn Phương Tấn và cầu chúc anh sáng tác dài dài và cũng lời dài dài để phụng sự Văn hóa và Xã hội Việt Nam nhiều hơn nữa..."

(Trích tạp ghi của phóng viên Bản Tin BCH Kỹ Thuật &Tiếp Vận Không Quân số tháng 12 năm 1974)

*** NGUYỆT SAN THẾ HỆ TRẺ:**

Ngoài những giờ dạy Anh văn cho một số trường và trong Quân Đội, anh Phương Tấn lo viết sách và thực hiện những công tác xã hội..

"... Hiện giờ, ngoài những giờ dạy Anh văn cho một số trường và trong Quân Đội, anh Phương Tấn lo viết sách và thực hiện những công tác xã hội do tiền lời ở các tác phẩm của anh.

Giữa hoàn cảnh đen tối của chiến tranh và khốn khổ của xã hội Việt Nam, việc làm thầm lặng nhưng tích cực của nhà văn Phương Tấn là việc làm thiết thực và ý nghĩa nhất..."

(Trích Nguyệt san THẾ HỆ TRẺ số 42, Xuân Ất Mẹo 1975)

*** LỜI CẢM TẠ CỦA ĐẠI DIỆN PHỤ HUYNH HỌC SINH:**

Thật là một niềm an ủi lớn lao cho chúng tôi...

"...Vì thế đã hơn một lần chúng tôi muốn cắt luôn ngay cái khoản chi đó cho xong chuyện. Nhưng nghĩ đến tương lai của những đứa con mình sinh ra mà ít năm nữa đây sẽ trở thành những công dân trưởng thành của đất nước, chúng tôi lại không đành lòng và lại phải nghiến răng chịu đựng.

Thật là một niềm an ủi lớn lao cho chúng tôi khi thấy nỗi khổ đó của mình đã được nhà văn Phương Tấn thông cảm và sẵn lòng giúp đỡ trả học phí cho con em chúng tôi trong suốt niên khóa 1973-1974 này..."

(Trích lời cảm tạ của đại diện phụ huynh học sinh được nhận học bổng niên khóa 1973-1974)

*** LỜI CẢM TẠ CỦA BAN ĐIỀU HÀNH TRẠI TỊ NẠN NGHĨA AN:**

Một cá nhân đã đổ nhiều mồ hôi, đem hết tâm trí mình, dùng hết khả năng và thiện chí mong phục vụ lớp người cùng khổ...

"...Của ít so với người tị nạn, nhưng lòng nhiều so với một nhóm người, một cá nhân đã đổ nhiều mồ hôi, đem hết tâm trí mình, dùng hết khả năng và thiện chí mong phục vụ xã hội, đặc biệt cho lớp người cùng khổ - những người "đau thương" nhất.

Ban điều hành trại tạm-tiếp-cư chúng tôi và đồng bào tị nạn thuộc trại, thán phục tinh thần bác ái, tấm lòng hào hiệp của nhà văn Phương Tấn nói riêng và "Anh em NGƯỜI TRẺ VIỆT NAM" nói chung..."

(Trích lời cảm tạ của Ban điều hành Trại tị nạn Nghĩa An)

*** LỜI CẢM TẠ CỦA
ĐỒNG BÀO TRẠI TỊ NẠN NGHĨA AN:**

Đã tưới sống những cây khô cằn cỗi, làm sống lại những cành xanh lìa gốc..."

* "...Chúng tôi không biết nói gì hơn khi cảm thấy lòng mình quá xúc động. Xúc động vì nghĩa cử cao đẹp đó. Xúc động vì chính nó gợi lện câu: "Lá lành đùm lá rách." Vì chính nó đã biểu tượng cho một tinh thần bất khuất, chống giặc thù.

Công lao và mồ hôi mà nhà văn Phương Tấn và "Anh em NGƯỜI TRẺ VIỆT NAM" đạt được hôm nay đã tưới sống những cây khô cằn cỗi, làm sống lại những cành xanh lìa gốc..."

(Trích lời cảm tạ của đồng bào Trại tị nạn Nghĩa An)

*** LỜI CẢM TẠ CỦA
ĐỒNG BÀO TỊ NẠN TÂN AN - TÂN THÁI:**

Cầu mong nhà văn Phương Tấn thành công trong sự nghiệp và lý tưởng.

* "...Hơn nửa tháng nay ngoài sự trợ cấp gạo của chánh phủ, còn những cứu trợ khác, trại chúng tôi hình như bị lãng quên.

Hôm nay đây, nhà văn Phương Tấn với tư cách cá nhân đã trích ra 202.500 đồng trong tiền lời có được ở một tác phẩm của anh để thực hiện những công tác xã hội, trong đó có việc giúp đỡ đồng bào cùng khổ khắp các trại tị nạn miền Trung. Trại Tân An, Tân Thái quận 3 thành phố Đà Nẵng cũng được nhận lãnh số tiền 15.500 đồng để phân chia cho 15 gia đình nghèo khổ nhất sau nhiều lần "Anh em NGƯỜI TRẺ VIỆT NAM" cùng chúng tôi soát xét, cân nhắc kỹ lưỡng, kể cả việc xin ý kiến chung của đồng bào ở trại.

Với nghĩa cử trên, chúng tôi xin thay mặt cho các gia đình được nhận lãnh số tiền trên thành thật gửi đến nhà văn Phương Tấn tấm lòng biết ơn sâu xa của chúng tôi, và cầu mong nhà văn thành công trong sự nghiệp và lý tưởng để xứng danh "Anh em NGƯỜI TRẺ VIỆT NAM" – Phụng sự Văn hóa và Xã hội Việt Nam.

(Trích lời cảm tạ của đồng bào Trại tị nạn Tân An-Tân Thái)

BẢN TIN của Anh em NGƯỜI TRẺ VIỆT NAM – Phụng sự Văn Hóa và Xã Hội xuất bản hàng tháng, in hình ảnh cứu trợ đồng bào cùng khổ trong các trại tị nạn miền Trung và trao học bổng toàn niên trung học cho các em học sinh nghèo hiếu học miền Nam 1973-1974.

4.
ANH EM NGƯỜI TRẺ VIỆT NAM VỚT BÌNH MINH TRONG ĐÊM

Đầu năm 1972, tôi là tráng sinh "Hướng Đạo Biên Hòa" phụ trách nguyệt san "Mối Dây" – tiếng nói của Hướng Đạo Biên Hòa. Đồng thời, theo lời mời của nhà báo Đỗ Ngọc Yến (Chủ tịch Phong trào Du Ca Việt Nam), đạo diễn, diễn viên thoại kịch Lê Cung Bắc là Chủ tịch, tôi là Phó Chủ tịch "Phong trào Du Ca Biên Hòa", phụ trách thêm nguyệt san "Thương Yêu" – tiếng nói của Du Ca Biên Hòa.

Song song đó, tôi chính thức phát triển phong trào: "Anh em NGƯỜI TRẺ VIỆT NAM – Phụng sự Văn Hóa và Xã Hội" tại Biên Hòa. "Anh em NGƯỜI TRẺ VIỆT NAM" có đồng phục, huy hiệu, quy chế và một bản tin hàng tháng. "Anh em NGƯỜI TRẺ VIỆT NAM" thường sinh hoạt chung với "Hướng Đạo Biên Hòa" và "Du Ca Biên Hòa" vì trong cả 3 đơn vị đều có chung anh em. Chúng tôi thường kết hợp tổ chức các lớp Anh văn miễn phí, giúp đồng bào nghèo đắp đường, bắt cầu, dựng nhà, khám bệnh, cấp thuốc... Cạnh đó, chúng tôi còn tổ chức cắm trại, sinh hoạt vui chơi, ca hát, hớt tóc, gội đầu, dạy chữ, dạy nấu ăn cho các em lang thang, cơ nhỡ.

Với số tiền lời 1.095.170 đồng đồng (một triệu không trăm chín mươi lăm ngàn một trăm bảy chục đồng) trong lần xuất bản (1972) và tái bản (1974) tập bút ký "Hòa Bình Ta Mơ Thấy Em" của tôi – "Anh em NGƯỜI TRẺ VIỆT NAM" năm 1972 đã cứu giúp đồng bào chiến nạn cùng khổ trong các trại tị nạn miền Trung, cấp học bổng cho học sinh nghèo hiếu học. Năm 1974, Anh em NGƯỜI TRẺ VIỆT NAM" tiếp tục kết hợp với "Hướng Đạo Biên Hòa" và "Du Ca Biên Hòa" thực hiện nhiều công tác xã hội, đồng thời tổ chức cấp học bổng toàn niên 1974-1975 cho các em học sinh nghèo hiếu học từ lớp 6 đến lớp 12 của nhiều đơn vị Không Quân, nhiều trường Trung học tại Biên Hòa và Sài Gòn.

Buổi cấp học bổng được tổ chức long trọng tại Biên Hòa dưới sự bảo trợ của Thiếu tướng Từ Văn Bê – Chỉ Huy Trưởng Bộ Chỉ Huy Kỹ Thuật & Tiếp Vận Không Quân. Phần văn nghệ sinh động với sự tham gia của nhiều đơn vị Không Quân, nhiều trường học, trong đó có cả Đội Văn nghệ Trung ương thuộc Phong trào Du Ca Việt Nam. Đặc biệt, Ban thoại kịch Biên Hòa trình diễn đặc sắc vở kịch "Sân Khấu" của luật sư, nhà văn Dương Kiền. Đạo diễn Lê Cung Bắc trực tiếp tuyển chọn "diễn viên" từ Du Ca Biên Hòa, Hướng Đạo Biên Hòa và "Anh em NGƯỜI TRẺ VIỆT NAM" đồng thời dàn dựng và chỉ đạo diễn xuất, tạo tiếng vang lớn một thời ở Biên Hòa.

Thật tiếc và buồn đứt ruột vì "đường đi không đến" của tôi và "Anh em NGƯỜI TRẺ VIỆT NAM" bởi cuộc nội chiến tàn khốc đã thiêu rụi hoài bão mua đất lập "Trung Tâm Sinh Hoạt Thanh Thiếu Niên Việt Nam" và "Làng Cô Nhi Thương Yêu" theo tâm nguyện.

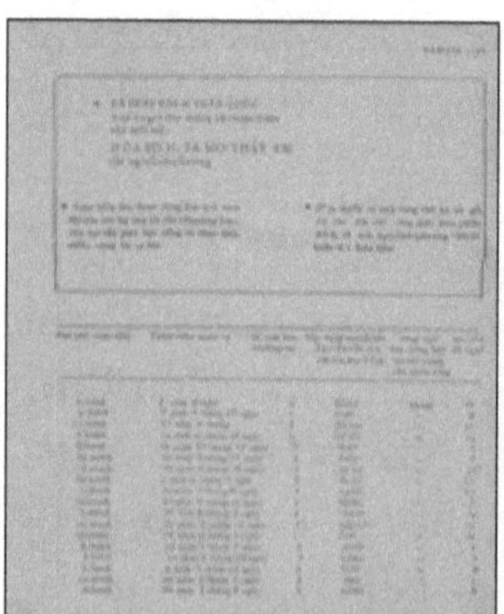

BẢN TIN hàng tháng của Anh em NGƯỜI TRẺ VIỆT NAM – Phụng sự Văn Hóa và Xã Hội in danh sách đồng bào cùng khổ trong các trại tị nạn miền Trung được nhận tiền cứu trợ.

Thiếu tướng Từ Văn Bê cùng Ban Giám Hiệu trường Trung học Khiết Tâm và Phương Tấn trong buổi trao học bổng toàn niên Trung học cho các học sinh nghèo hiếu học miền Nam 1974-1975.

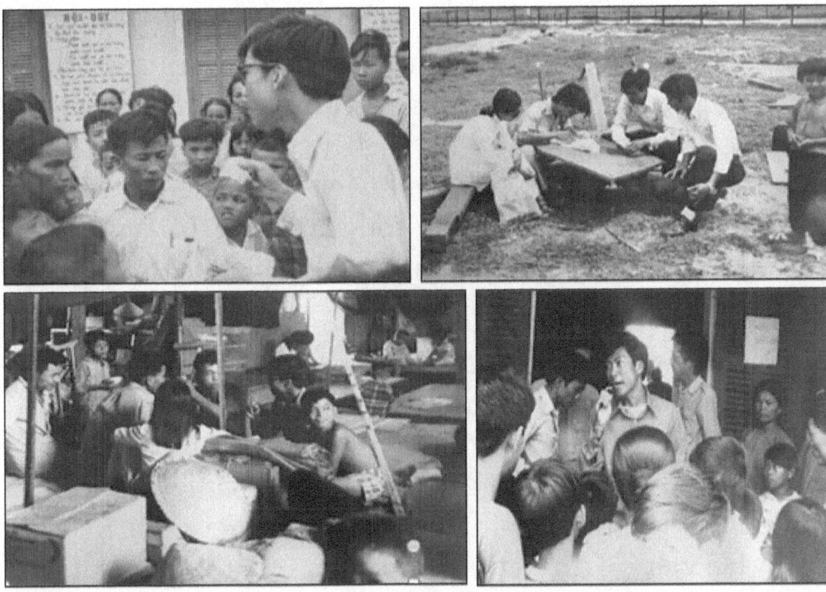

Phương Tấn cùng Anh em NGƯỜI TRẺ VIỆT NAM đang tìm hiểu các gia đình cùng khổ trong các trại tị nạn miền Trung.

Phương Tấn cùng phụ huynh và các em học sinh nghèo hiếu học miền Nam được nhận học bổng toàn niên Trung học 1974-1975.

5.
NGỌC TRONG ĐÁ

Trong đống giấy vụn và hình ảnh bạ đâu viết đó, đụng gì giữ đấy suốt mấy mươi năm giấu kín dưới sàn gác tại quê nhà; đến ngày vội vã qua Mỹ, tôi tháo đinh cạy ván lùa hết vào một thùng carton lớn đưa lên máy bay. Người người nhìn tôi đều cười cợt, trêu đùa và thương hại, cho tôi bị tâm thần. Chính trong thùng carton chất đầy những thứ cũ kỹ, vàng úa đó, nay tôi tìm lại được rất nhiều thư và ảnh quý của Mẹ tôi, của bằng hữu văn nghệ, của những trang nhật ký, những mẩu giấy ghi chép nguệch ngoạc đến những bài thơ, bài văn thời mới lớn làm sống lại trong tôi cả một thời xót xa nhưng đáng thương và sống đẹp biết bao!

Và, cũng trong đống cũ kỹ, vàng úa đó, bất ngờ tôi đã tìm được những trang viết thật cảm động của nhà thơ Uyên Hà – điều hành trưởng "Anh em NGƯỜI TRẺ VIỆT NAM" tại miền Trung thuở ấy, ghi lại những đêm thức trắng của anh em chúng tôi trong các trại tị nạn nhằm thấu cảm và tìm cho được những gia đình cùng khổ. Tim tôi thắt lại, Uyên Hà viết: "Trưa ngày 6-6-1972 tại nhà Phương Tấn ở Đà Nẵng, nhân khi nhà thơ Lê Văn Trung trình bày hoàn cảnh bi thương của số gia đình người Thượng hiện ở Trại tị nạn trường Tiểu học Xuân Hòa, mẹ của Phương Tấn đã lấy tiền riêng của bà góp thêm, và bảo anh em cố tìm thêm 4 gia đình người Thượng cùng khổ nữa ngoài 26 gia đình mà nhà thơ Lê Văn Trung đã chọn được."

Một đoạn khác, Uyên Hà viết: "Sáng ngày 7-6-1972 tại Trại tị nạn trường Trung học Hòa Vang trong khi anh em đang cấp phát tiền cứu trợ đến tận tay đồng bào cùng khổ thì em Hồ Thị Ngọc Biển – một nữ sinh thân hữu của "Anh em NGƯỜI TRẺ VIỆT NAM" tiếp xúc với một cụ bà trên 70 tuổi hiện phải nuôi một cháu nội 2 tuổi khi cha mẹ của cháu đều mất tích. Ngọc Biển đã xúc động móc hết 40 đồng "vỏn vẹn" có trong cặp để tặng cho bà. Nhà thơ Phương Tấn thấy vậy đã góp thêm 500 đồng là "gia tài" cất mãi trong túi của anh. Chúng tôi nhìn nhau. Không ai bảo ai nhưng đều ràn rụa nước mắt!"

Riêng tôi, một hình ảnh mà tôi mãi nhớ, thương và nghĩ về, dù đã trên 50 năm qua. Đó là cô Tuyết Ngọc. Tôi đã được gặp cô trong Trại tị nạn An Hải, lúc ấy cô vừa 24 tuổi. Cô nằm sấp trên những tấm ván ghép, đầu ngẩng lên. Với mái tóc thề không khác một dòng suối đen nhánh xỏa lấp một phần khuôn mặt trái xoan và đôi mắt đen lay láy. Dù nước da trắng xanh nhưng cô vẫn toát ra nét duyên lạ của một cô gái Huế. Tuyết Ngọc đã tâm sự cùng tôi, cô đã bị một mảnh đạn trong trận Mậu Thân, ghim vào đôi chân trúng đường gân làm đôi chân co rút. Một mảnh đạn khác, ghim vào vai phải trúng đường gân làm vai phải rút lại. Tôi nhìn kỹ Tuyết Ngọc. Ngoài mái tóc, khuôn mặt và một phần vai trái còn sinh động. Tất cả còn lại trên cơ thể cô đều co rút, teo tóp và bất động. Tuyết Ngọc khóc và tôi đã khóc theo. Tuyết Ngọc nói trong nước mắt, ước ao duy nhất của cô trong tháng năm còn lại của đời là có được một chiếc xe lăn thay chiếc xe cô vừa bị mất trong cuộc chạy loạn từ Huế vào Đà Nẵng.

Trước Mậu Thân, Tuyết Ngọc là một thiên thần líu lo ca hát và bay nhảy trên đôi chân bé bỏng của mình. Sau Mậu Thân, chiến tranh độc ác đã cướp mất tuổi thơ và trái tim tuyệt đẹp của cô gái. Ôi chiến tranh. Khổ đau quá Tuyết Ngọc ơi!

6.
SAU CÁI NGÀY TANG THƯƠNG ẤY!

Tôi khắc ghi tận tâm khảm những người bạn thân yêu chứa chan hoài bão một thời sát cánh cùng tôi: Hồ Văn Lưu, Nguyễn Tất Nhiên, Đặng Thị Kim Phụng, Lâm Kim On, Nguyễn Văn Kiên, Hoàng Thị Lý, Đinh Thị Lưu, Trần Văn Sĩ, Trần Thuận Văn, Akela Kim Hương, Uyên Hà, Lê Văn Trung, Nguyễn Tấn Xuân, Việt Hà, Hồ Thị Ngọc Biển, Nguyễn Tấn Lập, Nguyễn Phan Duy... Nay, còn đâu những người bạn thân yêu của tôi. Còn đâu những sinh hoạt sống động, ý nghĩa nhân sinh, thấm đậm tình người, tràn đầy lý tưởng và sống đẹp của tuổi trẻ miền Nam thuở ấy! Một số đã mất. Một số đã già. Một số đang sống như điên như khùng, lúc say lúc tỉnh, khi nhớ khi quên... sau cái ngày tang thương ấy!

Và mới đây thôi, tôi đã bàng hoàng ngồi khóc một mình khi hay tin anh Lê Cung Bắc đã ra đi lúc 01 giờ 53 sáng ngày 13 tháng 6 năm 2021...

7.
VANG VỌNG KHÍ TIẾT GIỮA RỪNG NÚI VÀ ĐẤT TRỜI

Lê Cung Bắc là diễn viên, đạo diễn thoại kịch tài hoa, được Bộ Văn hóa Giáo dục và Thanh niên Việt Nam đề cử làm đại diện duy nhất của ngành Thoại kịch Việt Nam tham dự Đại hội Thanh niên Thế giới 1974 tại Pháp và Gia Nã Đại. Tôi còn nhớ, trước khi Lê Cung Bắc lên đường, tôi tặng anh chiếc tivi trắng đen 9 inches là tài sản duy nhất và mê nhất của tôi để góp một chút "lộ phí" thể hiện lòng yêu quý của tôi với anh. Mỗi lần gặp nhau sau 1975 anh đều nhắc thời cùng-khổ-cùng-vui, rồi hai anh em quàng vai cười ra nước mắt.

Tôi yêu nhất ở Lê Cung Bắc là khi anh cao hứng ngâm bài thơ Hồ Trường của Nguyễn Bá Trác. Không thể nào quên ở núi Bửu Long, Biên Hòa năm 1973 trong một ngày sinh hoạt thường kỳ "Du Ca Biên Hòa, Hướng Đạo Biên Hòa và Anh em NGƯỜI TRẺ VIỆT NAM" của chúng tôi. Anh trèo lên đứng giữa cây cổ thụ ngâm sang sảng bài thơ Hồ Trường. Từ anh em chúng tôi đến chim chóc, cỏ cây, hoa lá, côn trùng hôm ấy, hình như đều im phăng phắc, ngước nhìn và đắm chìm trong từng lời thơ vang vọng khí tiết giữa rừng núi và đất trời của anh.

Lê Cung Bắc - một người bạn chứa chan hoài bão một thời cùng tôi. Anh là một diễn viên sân khấu và điện ảnh độc đáo. Một đạo diễn sân khấu và điện ảnh tài ba. Và hơn hết, Lê Cung Bắc một con người luôn khoan dung, hòa nhã, nhẹ nhàng, thấm đậm tình anh em, mang đầy khát vọng cho mình và kẻ khác.

"Vỗ gươm mà hát, nghiêng bầu mà hỏi. Trời đất mang mang ai người tri kỷ. Lại đây cùng ta cạn một hồ trường. Hồ trường, Hồ trường, ta biết rót về đâu?..."

(California 2021)

BẢN TIN hàng tháng của Anh em NGƯỜI TRẺ VIỆT NAM – Phụng sự Văn Hóa và Xã Hội, in hình ảnh đồng bào cùng khổ trong các trại tị nạn miền Trung được nhận tiền cứu trợ và các em học sinh nghèo hiếu học miền Nam được nhận học bổng toàn niên Trung học 1973-1974.

Anh em NGƯỜI TRẺ VIỆT NAM và Du Ca Biên Hòa đang biểu diễn văn nghệ trong buổi cấp học bổng toàn niên Trung học cho các em học sinh nghèo hiếu học miền Nam 1974-1975.

Anh em NGƯỜI TRẺ VIỆT NAM và Du Ca Biên Hòa sinh hoạt văn nghệ và vui chơi tập thể.

Anh em NGƯỜI TRẺ VIỆT NAM đang sửa chữa nhà cửa và quét vôi cho các gia đình nghèo khó ở Biên Hòa.

Đạo diễn, diễn viên thoại kịch Lê Cung Bắc đang ngâm bài thơ Hồ Trường trong buổi sinh hoạt và vui chơi tập thể của Anh em NGƯỜI TRẺ VIỆT NAM và Du Ca Biên Hòa.

PHẦN IV

PHƯƠNG TẤN

BẠN VĂN, BÁO CHÍ & DƯ LUẬN

NGUYỄN ĐẠI HOÀNG

MỘT CHÚT VỀ PHƯƠNG TẤN ĐỜI & THƠ

Nguyễn Đại Hoàng phát biểu tại diễn đàn Quán Văn về-
PHƯƠNG TẤN- ĐỜI & THƠ

1.

PHẦN MỞ ĐẦU

Thơ Phương Tấn đã được phản ánh khá trọn vẹn và rõ nét qua những bài viết của hơn 20 tác giả trong Tập san Quán Văn số 96 tháng 5-2023. Những bài viết thực sự cô đọng và xuất sắc.

Bởi Phương Tấn là một nhân vật văn chương và cũng là một nhân vật võ học – bởi vậy tôi nghĩ các tác giả đã phải dày công nghiên cứu mới có thể viết được như thế, viết hay như thế, chứ không phải là chuyện dễ dàng của một ngày một bữa.

Nghĩa là có bao nhiêu bài viết về Phương Tấn là có bấy nhiêu CUỘC HÀNH TRÌNH đến với Phương Tấn.

Tôi là một trong những người viết về Phương Tấn nên tôi cũng có một cuộc hành trình tương tự như thế. Tôi sẽ xin kể lại CUỘC HÀNH TRÌNH ĐẾN VỚI PHƯƠNG TẤN của tôi, mà tôi nghĩ cũng khá bất ngờ và thú vị.

2.

CUỘC HÀNH TRÌNH CỦA TÔI

ĐẾN VỚI PHƯƠNG TẤN

Cuộc hành trình của tôi bắt đầu tự những năm cuối thập niên 1960 và đầu thập niên 1970 của thế kỷ trước. Nghĩa là đã hơn nửa thế kỷ rồi.

Thuở ấy mới 12, 13 tuổi tôi đã biết làm thơ, dẫu những bài thơ thuở ấy chỉ nằm im trong mấy trang vở học trò, nhưng trong lòng tôi vui lắm, hạnh phúc lắm, thấy mình cũng quan trọng, cũng này nọ trong gia đình mình lắm!

- Vậy là trong nhà mình có hai thi sĩ hả mẹ?

Một hôm tôi nói thế với mẹ. Bà ngạc nhiên nhìn tôi rồi nói:

- Đâu mà hai, chỉ có ba con là thi sĩ Duy Sơn thôi chứ!

Tôi mỉm cười im lặng. Nhưng có lẽ mẹ đã nói lại với ba nên một buổi sáng khi tôi đem cà phê cho ba, ba hỏi:

- Con có làm thơ nữa sao?

Tôi chạy vào phòng lấy cuốn tập viết thơ ra đưa cho ba xem. Không ngờ ba lấy luôn cuốn thơ đó bỏ vào cặp rồi đi làm. Mấy hôm sau ba mới nói:

- Con làm thơ được đấy! Ba cũng mừng!

Một lúc sau ông bảo:

- Làm thơ cần phải đức hạnh và khiêm tốn nghe con! Núi cao còn có núi cao hơn đấy!

Tôi chưa hiểu ý ba muốn nói gì thì ba đã nói tiếp:

- Ở trạc tuổi của con - 14, 15 tuổi - có một cậu bé người Đà Nẵng đã viết được những bài thơ ý vị sâu xa, hay đến lạ kỳ đấy!

- ???!!!

Thậm chí thơ cậu còn gây ra những cuộc bút chiến nữa đấy!

- ???!!!

Và đến năm 17 tuổi cậu bé ấy đã là Chủ Bút một tờ báo!

- ???!!!

Đây con nghe mấy câu thơ cậu ấy viết khi chưa qua tuổi thiếu niên:

Ngùn ngụt buồn xua lên mắt xanh
Mộ kia sầu đọng lá chia cành
Kìa trông tóc trắng nghìn đêm trắng
Hoa đã tàn, xuân cũng tàn canh

Con hiểu sao, nói ba nghe thử.

Tôi nghe thơ thì kinh hãi, nhưng cũng trả lời ba:

- Con không nghĩ, ở tuổi đó mà cậu ấy lại tìm được hai chữ NGÙN NGỤT – vốn liên quan đến lửa khói, lửa khói bốc lên, để gắn với NỖI BUỒN.

Một nỗi buồn từ ngoại cảnh ùa vào, chứ không phải từ nội tâm...

Nhưng ghê gớm hơn nữa, cậu ấy lại dùng hai từ XUA LÊN... quá tượng thanh, tượng hình và tượng tình....

Và để đối lập với chữ XUA, ở câu dưới cậu lại dùng chữ ĐỌNG. Còn mắt XANH nữa.

Chữ Xanh đây là xanh xao. Nhưng cũng hiểu ngầm là Tuổi Trẻ phải không?

Mấy mươi năm qua rồi mà tôi còn nhớ như in buổi sáng hôm ấy, buổi sáng nói chuyện về thi tài của cậu bé ấy cùng ba tôi.

Cậu bé năm xưa ấy, giờ chính là nhà thơ, nhà báo, nhà quản trị Phương Tấn.

3.
VỀ TÊN THẬT & BÚT HIỆU

Về sau tôi còn biết thêm nhiều điều thú vị nữa về Phương Tấn.

Cũng như ông Nguyễn Thứ Lễ - khi đọc ngược lại thì lại là nhà thơ THẾ LỮ.

Cũng thế, ông Nguyễn Tấn Phương đọc đảo lại là – nhà thơ, nhà giáo, nhà báo, nhà tu thư Võ Học PHƯƠNG TẤN – và khoảng 10 bút hiệu khác.

Nhưng PHƯƠNG TẤN vẫn là bút danh nổi tiếng nhất.

Tên thật và bút hiệu Phương Tấn cũng có điều lạ lùng - bởi vì PHƯƠNG và TẤN là hai khái niệm cơ bản trong Võ Học. Trong đó TẤN có nghĩa là TRỤ LẠI. Còn Phương là bộ vị, là hướng di chuyển.

Nói cách khác - Phương chủ về ĐỘNG. Tấn chủ về TĨNH. Một cái tên hòa hợp cả tĩnh lẫn động - kể cũng là hi hữu!

Quả nhiên về sau Phương Tấn làm công việc của một nhà tu thư Võ Học. Rất nổi tiếng.

Mặt khác TẤN cũng có nghĩa là TIẾN LÊN là BAY ĐI. Còn PHƯƠNG là HƯƠNG THƠM, là điều TỐT ĐẸP. Hương thơm bay đi. Một ý nghĩa rất văn chương. Nên về sau Phương Tấn thành nhà thơ âu cũng là duyên phận!

4.
ÔNG CHỦ BÚT & SỰ NGHIỆP VÕ HỌC

Tôi cũng từng là nhà thơ, nhà giáo, nhà võ thuật, chủ bút... Nhưng than ôi, khi tôi mới tập tễnh làm thơ thì Phương Tấn đã là Chủ Bút của không chỉ 1 mà đến 5 tạp chí!

Và năm 1969 khi tôi bắt đầu đi học võ – thì cũng năm đó, Phương Tấn đã là đặc phái viên miền Trung của bán nguyệt san Võ Thuật do nhà báo Vũ Trường chủ trương!

Và về sau anh trở thành một nhà nghiên cứu, một nhà tu thư Võ Học nổi tiếng đâu chỉ ở Việt Nam mà trên toàn thế giới. Cụ thể là chủ bút hai tờ Ngôi Sao Võ Thuật và Sổ Tay Võ Thuật, cùng hàng loạt tác phẩm về đề tài này.

Quý bạn nên biết trong 17 tác phẩm đã xuất bản của Phương Tấn thì đã có tới 7 cuốn là viết về Võ Thuật!

Xưa tôi mê tiểu thuyết dã sử võ hiệp của nhà văn Toan Ánh với cuốn Múa Thiết Lĩnh, Ném Bút Chì – tôi mê nhà văn Sơn Linh với Tử Chiến Phiên Ngung Thành, Lửa Cháy Thành Tây Đô... thì sau này tôi mê sách võ thuật của Phương Tấn.

5.
NGHỀ LÀM CHỦ BÚT
& NHÀ QUẢN TRỊ LỖI LẠC

Phương Tấn sinh năm 1946, vậy khi ông chủ trương tờ NGÔN NGỮ năm 1973, thì mới có 27 tuổi, vậy mà mấy mươi năm sau tôi mới lấy xong đủ loại bằng cấp chứng chỉ mới đủ khả năng và điều kiên để quản lý chỉ 1 Tạp Chí Ngoại Văn là Sunflower Magazine.

Tôi làm chủ bút khi tóc chẳng còn xanh! Và khi tôi làm Chủ Bút một tờ báo ngoại văn, tôi đã muốn kiệt sức vì công việc quản lý.

Vậy mà, trong thời gian 50 năm, từ 1963 đến năm 2014, Phương Tấn đã là Chủ Bút của 5 tạp chí, gồm 3 tạp chí văn chương và 2 tạp chí võ thuật!

Điều đáng nói là trong thời gian ấy anh còn cộng tác với hơn 60 tờ báo, và hơn 10 trang điện tử! Đã thế còn góp mặt trong hơn 20 tuyển tập viết chung với các tác giả khác.

Có người đã ước lượng rằng Phương Tấn đã viết trên 1000 bài thơ!

Một người có thể đảm đương một khối lượng công việc đồ sộ như thế - phải là một nhà tổ chức siêu việt - mà ngày nay người ta gọi là NHÀ QUẢN TRỊ!

Thế thì Phương Tấn là gì? Vâng, anh ấy là nhà thơ, nhà báo và là nhà quản trị. Một NHÀ như thế, tất cuộc đời phải trải qua biết bao truân chuyên, biết bao hạnh phúc và khổ đau, biết bao điều nói được và không nói được... phải không?

Và những điều không nói được đó Phương Tấn đã nói qua THƠ!

6.
THƠ PHƯƠNG TẤN

Chúng ta sẽ lược qua đời thơ Phương Tấn.

Như đã nói, Phương Tấn đã viết trên 1000 bài thơ.

Do đó việc tìm hiểu chân dung Phương Tấn qua chừng ấy bài thơ – với riêng tôi, tôi nghĩ là một điều gần như không tưởng.

Nhưng may thay, trong hơn 60 năm làm thơ Phương Tấn đã sớm định hình cho mình một Không Gian Thơ – riêng biệt. Bởi vậy tôi chỉ xin giới thiệu những gì mà tôi hiểu về thơ Phương Tấn – dẫu chắc chắn là còn rất nhiều thiếu sót.

Còn bây giờ chúng ta hãy nói đến Phương Tấn với tư cách một nhân vật văn chương!

Phương Tấn đã từng quan niệm – THƠ CHÍNH LÀ TÂM HỒN, LÀ MÁU HUYẾT, LÀ CẢM XÚC, LÀ NGÔN NGỮ RẤT THẬT CỦA CHÍNH MÌNH.

A- Đề tài về MẸ

Trong bài Nắng Hạn (1975) Phương Tấn viết:

Một con chim CÙI CŨI
Giữa cơn mơ cháy rừng
Một con thuyền LẦM LŨI
LỤI HỤI giữa đời sông.

Cùi cũi là cô đơn chăng? Những âm UI này lạ quá, đắt quá!

Và

Một con thuyền mắc cạn
Một NỖI ĐAU BỀNH BỒNG.

Ôi! Nỗi đau không trầm xuống mà lại bồng lên! Ý tứ thật tân kỳ mới lạ!

Hình ảnh bà mẹ nghèo:

Bốn thằng con sống chung cùng manh chiếu
CÙNG CHÚT XƯƠNG NGƯỜI MẸ RÓC CHO CON
(Thư Cho Em Trai ....)

Nghe chữ RÓC mà lòng đà muốn rơi nước mắt! Xưa nay khi nghĩ về mẹ, có mấy ai đã viết được chữ này?

Con ngồi GỠ TRĂNG PHƠI TRONG MẮT LẠNH
Lấy NẮNG CHIỀU HONG MỘT CHÚT SẦU KHUYA
(Thưa Mẹ - 1965)

Ôi! Năm 1965 – mới 19 tuổi Phương Tấn đã viết được những giòng thơ ấn tượng đến vậy sao?

Thân Mẹ gầy hơn cỏ
Càng vò võ hoài mong
Thương dầu hao bấc cạn
GỬI PHẬN VÀO THINH KHÔNG?
(Cuốn Trôi Giấc Mơ Tiên – 1962)

Bài thơ siêu thực điển hình này viết năm 1962 – khi ấy Phương Tấn mới 16 tuổi! Sao mà có thể như vậy nhỉ? Thần đồng chăng? Không phải! Là thiên tài ngôn ngữ và thơ!

B. Đề tài về TÌNH YÊU

Năm 16 tuổi Phương Tấn đã viết về tình yêu – cho cô gái tên Phương như thế này:

GUỐC AI KHUẤT MÀ HỒN AI CÒN GÕ

Ôi một câu thơ tình yêu hay nhất thế giới! Nhịp điệu bằng trắc trong câu thơ này bình thường mà thật phi thường! 3 Trắc 5 Bằng nghe thật man mác mơ màng – GUỐC - KHUẤT – GÕ. Chắc Phương Tấn không thể viết được thế đâu! Là TÌNH YÊU viết đấy!

Nhà thơ tên Phương mà người yêu cũng tên Phương. Tức là Song Phương. Và ông đã viết hai câu thơ như thế này:

Phương nghe đó trời thu lên lành lạnh
Lòng cũng vàng theo lá ở trong cây
(Ở Huế Nhớ Phương)

Phương nào đây? Là Phương - Phương Tấn hay cô Phương trong trái tim của anh? Hay là phương hướng? Hiệu ứng đa nghĩa này đã khiến câu thơ thêm cảm xúc.

Nói về nỗi Sầu tình – nhà thơ viết:

Sầu tình dẫu lấy gàu sòng
Tát thiên thu vẫn không mong cạn sầu.
(Sầu Tình)

Ý nghĩa đã hay nhưng 3 chữ T liên tiếp trong TÁT THIÊN THU đã tạo một hiệu ứng cộng thanh tuyệt vời đến khó tin!

Điều đó cũng nói lên rằng Thơ Phương Tấn vốn đã giàu Tính Nhạc. Do đó phổ nhạc thơ anh là không dễ! Nếu không nói là RẤT KHÓ!

Trong bài Ván Khua Lách Cách Hồn Khe Khẽ Về (1964), anh hạ thần bút trong hai câu:

Khuya XA, XÁC đổ về trời
Phố cao sầu cũng nghe dời vóc hoa.

Khuya mà XA dần thì SÁNG cũng đến dần, nhưng dưới sự cảm nhận của Phương Tấn thì KHUYA không biến chuyển thành SÁNG, mà là chết đi – thành XÁC! Xác của đêm!

Ý lạ và sâu thẳm. Tư duy khác thường. Xưa nay chưa thấy ai dùng từ như vậy! Còn trong bài Thôi Yên, Sầu Thổi Nhạc Vàng Xuống Thân (1964) anh viết:

XÔN XAO LỤA gió điêu tàn
Thôi yên, SẦU thổi nhạc vàng xuống thân.

Vì sao gió xôn xao mà lụa điêu tàn vậy?

Bởi sự xôn xao ấy - không chỉ là xôn xao ĐỘNG - HỮU THANH mà còn là sự xôn xao TĨNH - VÔ THANH - LẶNG LẼ. Nghĩa là chỉ xôn xao cảm xúc trong lòng thôi, không ai biết. Và lụa có nghĩa là MỀM mà cũng có thể là người đó thôi! Một dáng lụa đã xa.

Còn nữa, không phải SÁO thổi hay GIÓ thổi mà là SẦU thổi! Dẫu cũng có thể hiểu Sầu theo nghĩa trạng từ - gió lụa Sầu thổi...Thiệt là thần sầu, xưa nay thi nhân chưa thấy ai dùng những cụm từ này vi diệu như vậy!

Ôi, những câu thơ thực sự không khác chi như những bức tranh trừu tượng! Trừu tượng mà đầy màu sắc Việt Nam, và quan trọng là thuở ấy còn ở tuổi học trò vậy mà chúng tôi đều hiểu được!

Năm 1972, Phương Tấn viết bài thơ Chuyện Trò Cùng Anh Kiến, Chị Dơi Và Chú Muỗi, với bốn câu mở đầu nhẹ như mây:

Chim đừng GỌI dù MỘT LỜI RẤT KHẼ
Mây đừng KÊU dù một sớm mai hồng
Cho ta ĐẬU bên hiên đời quạnh quẽ
Cho tình ta VÃI nhẹ ở hư không.

"*Mây đừng KÊU dù một sớm mai hồng*" - Từ vạn cổ chỉ nghe nói mây bay, mây lạc – vậy mà hôm nay "MÂY KÊU"- Tiếng KÊU mới xé lòng làm sao!

Ôi! Chỉ có những tâm hồn là mây, để trong khoảnh khắc thiên tài ấy, mới viết được những câu như thế!

Sau năm 1975, dường như Phương Tấn không còn làm thơ, chỉ có một vài bài mà tình cờ tôi đọc được, ví dụ một đoản khúc anh viết về ngày giỗ đầu của Mẹ (1998):

Thế gian CHỤM giữa cơn đau
VỠ ra thành lệ RỤNG vào mộ sâu
Khuya đi trăng DỌI mối sầu
Cõi xa vằng vặc một MÀU quạnh hiu...

Bài thơ về Mẹ không phải tiếng khóc - nói đúng hơn là tiếng khóc vô thanh - mà đớn đau lúc đầu, man mác vang vọng triền miên về sau. Những động từ đơn - chụm, vỡ, rụng, dọi - quá sắc, tựa như dao cắt. Diễn tả nỗi đau như dao cắt - mà không cần nói đến những từ có liên quan! Những tính từ kép lại mênh mông! Ý tình sâu thẳm mà lại trải vô biên. Thực sự đỉnh cao của nghệ thuật tu từ!

C. Đề tài về QUÊ HƯƠNG

Núi sao cứ đứng lặng thinh
Sông sao cứ khóc một mình hỡi sông.

Hay là:

Buồn nghe bìm bịp nỉ non
Nhạn kêu thảng thốt ĐÂU CÒN CỐ HƯƠNG!

Khi viết về quê hương, Phương Tấn đâu chỉ Nhân Cách Hóa quê hương - mà còn Quê Hương hóa chính bản thân mình, trái tim mình! Thành ra thơ về Quê Hương mà độc giả cứ nghe trong lòng ràn rụa nhớ thương và nước mắt!

Và bài *Chờ Đến Thiên Thu Một Bóng Người* (2017) sau đây:

CHỜ ĐẾN THIÊN THU MỘT BÓNG NGƯỜI

Chiều xuống sâu buông tiếng thở dài
Đêm Sài Gòn chạm bóng thu phai
Có cô gái nọ ngồi hong tóc
Ngỡ gió lùa mây xỏa xuống vai.

Sóng cuộn đời sông, sông bạc phếch
Giang hồ xếp vó tự bao năm
Nhớ em mình nhớ thời yêu mệt
Ngóng mãi bên đường bóng biệt tăm.

Ai lỡ đưa người qua bến sông
Hình như bến lạc sóng mênh mông
Sóng xô thuyền mắc bờ nước lạ
Mình, kẻ lạc loài giữa gió đông.

Và như pho tượng bên triền núi
Chờ đến thiên thu một bóng người
Chờ đến xuân già sông rã nhánh
Ô hay, mình cứ tuổi hai mươi.

Ở bài thơ này, ngôn từ thơ như được bước ra từ rượu quý trăm năm, từng chữ từng câu chuếnh choáng lòng người viết và người đọc! Phải "say" như thế mới viết nổi những dòng thơ vừa huyền ảo mơ hồ vừa sống động cụ thể như thế.

Ví dụ, hãy xem khổ thơ đầu tiên:

Chiều xuống sâu buông tiếng thở dài
Đêm Sài Gòn chạm bóng thu phai
Có cô gái nọ ngồi hong tóc
Ngỡ gió lùa mây xỏa xuống vai.

Câu 1:

Chiều xuống SÂU BUÔNG tiếng thở dài

Ta cứ ngỡ ta là chiều, để buông tiếng thở dài. Chữ "sâu" liền kề với chữ "buông" là một dụng ngữ thực sự quá khéo! Quá tinh tế!

Câu 2:

Đêm Sài Gòn CHẠM bóng thu phai

Ta cũng là đêm Sài Gòn để CHẠM bóng thu phai!

Chữ CHẠM này không đơn giản có nghĩa là ĐỤNG NHẸ. Mà còn có nghĩa là TẠC, là KHẮC nữa đấy! Ta chọn nghĩa nào thì trong lòng cũng mênh mông man mác cả!

Chạm bóng thu, hay ghi khắc bóng thu – trước lúc giã từ? Chữ CHẠM này, tôi nghĩ nhà thơ phải trải một đời phong sương tuế nguyệt mới tìm được và viết ra được.

Hai câu 3 và 4:

Có cô gái nọ ngồi HONG tóc
Ngỡ gió LÙA mây XỎA xuống vai.

Cô gái nọ là ai thế? Là mỹ nhân ngư? Hay người mà ta còn đợi cả thiên thu?

Ngỡ gió lùa mây xỏa xuống vai

Những động từ đơn HONG, LÙA, và XỎA – gợi cảm hàm súc đến lạ lùng!

Đây là một bài thơ tình yêu phải không? Vì tác giả viết:

Ai LỠ đưa NGƯỜI qua bến sông
Hình như bến LẠC sóng mênh mông
Vâng đúng thế!

Nhưng chữ AI ở đây không chỉ là EM – người em bé nhỏ thân yêu, mà còn là hình bóng của một Sài Gòn xa xưa, một bóng dáng đầy hoài niệm của xứ sở Đại Việt xa vời.

Còn NGƯỜI là TA đó! Ta có thể chính là tác giả. Nhưng cũng có thể là một hay nhiều thế hệ người Việt - lưu lạc tha hương - trên xứ người hay ngay chính trên đất nước mình!

Bởi vậy cho nên:

Và như PHO TƯỢNG bên triền núi
CHỜ ĐẾN THIÊN THU MỘT BÓNG NGƯỜI.

7.
KẾT

Nghĩa là IM LẶNG. Vâng IM LẶNG. Đợi chờ! Và giờ thì tôi đã hiểu vì sao Phương Tấn viết được những bài thơ man mác tinh sầu, những giòng bút ký rực lửa có tiếng thét, có máu, nước mắt, có yêu thương – và những công trình Tu Thư Võ Học để đời.

Bởi thơ anh đã phản chiếu tâm hồn anh: CAO KHIẾT - TĨNH LẶNG và TỊCH MỊCH!

Và với riêng tôi, Phương Tấn còn là một người Việt cao quý!

Dẫu sao tất cả những điều nói trên - những điều tôi hiểu, những điều tôi nhìn thấy từ trong và cả ngoài thơ Phương Tấn - Con Người, Tình Yêu, Quê Hương và Vũ Trụ - cũng chỉ là tư duy của riêng tôi.

Phương Tấn là ai? Anh là nhà thơ, nhà báo, phóng viên chiến trường, là thiền sư, là nhà quản trị văn học, nhà Văn Hóa, và... hiện là một trái tim Việt Nam ngoài viễn xứ.

Tôi nghĩ chúng ta còn có thể nhìn thấy và ngộ được nhiều điều huyền nhiệm hơn thế nữa! Tôi sẽ còn trở lại đề tài về Phương Tấn trong một công trình đầy đủ và toàn diện hơn.

Tiến sĩ, nhà giáo, nhà báo **Nguyễn Đại Hoàng**
(Tháng 5-2023)

NGUYỄN ƯỚC

PHƯƠNG TẤN: THƠ QUÁ MỘT ĐỜI NGƯỜI

Trong mơ hồ ký ức tôi hình dung dạo ấy; đầu thập niên sáu mươi của thế kỷ trước. Miền đất nước quanh tôi trăng vẫn còn xanh, rừng chưa đỏ lửa, tiếng bom đạn chưa tới độ kinh hoàng để có thể át tiếng gà gáy chim kêu, và lứa tuổi tôi chưa tới hồi chia lìa người một ngả. Tôi cậu bé mới lớn, tuy đôi khi vẫn tay xỏ túi quần soót ka-ki, chân đi guốc mộc, quanh quẩn vùng quê đơn sơ với lũy tre xanh bên bờ sông Bồ mát rượi, nhưng lòng đã chớm se theo sợi tóc mai của thôn nữ làng trên, xóm dưới.

Đang lúc tâm hồn dường như "phơi phới còn nguyên vẹn một làn hương" giữa đất trời có vẻ "bốn phương phẳng lặng" ấy, thơ Phương Tấn bất chợt đến với tôi qua phụ trang một tạp chí do một người bạn lớn tuổi hơn mang từ Huế về. Vào đọc chỉ mới mấy dòng đầu tôi đã bồi hồi nhỏm dậy, ngẩn người trên chiếc phản gỗ kê bên cửa sổ. Trong thời đại còn âm vang thơ tiền chiến phương Bắc lãng mạn điệu đàng, hoặc đang lan tỏa thơ phương nam thiệt thà mộc mạc, giọng lục bát hay thất ngôn của Phương Tấn nghe sao mới mẻ mà thấm thía, cách điệu mà trầm lắng lạ thường:

Ngây ngô người vẫy tay chào
Đó hồn sầu muộn máu trào ra khe.
(Người Con Gái Giữa Biển, 1961)

hoặc

Ngùn ngụt buồn xua lên mắt xanh
Mộ kia sầu đọng lá chia cành
Kìa trông tóc trắng nghìn đêm trắng
Hoa đã tàn, xuân cũng tàn canh.
(Hoa Đã Tàn, Xuân Cũng Tàn Canh, 1962)

Những bài thơ của Phương Tấn vào các năm đó đã dồi dào chất sáng tạo, đọng lại trong tôi thật sâu và đưa đẩy hồn tôi đi thật xa. Trong mắt nhìn của đông đảo bạn đọc và của nhiều người tuyển chọn thơ cho các tạp chí văn nghệ, Phương Tấn tuy mới xuất hiện nhưng đã có đầy đủ những dấu chỉ của một nhà thơ cách tân và tiên phong. Anh đi đầu một giai đoạn mới của lớp lớp thi nhân đồng trang lứa, đặc biệt các bạn thơ xứ Quảng Thu Bồn. Họ không đưa mắt lên ngắm trời ngoạn cảnh mà nhìn thật sâu vào nội tâm mình để bắt gặp ở đó tình yêu, thân phận của chính mình trên quê hương điêu linh, mạng người mong manh và lòng người phân rẽ. Thơ văn của họ vẽ phác được chân dung và nói lên được tâm tư của cả một thế hệ, trong đó có tôi, dù tôi sau anh chỉ một tuổi.

Nụ tài hoa và quả cuộc đời của Phương Tấn kết tinh từ rất sớm. Chưa qua tuổi thiếu niên, anh đã có những bài thơ "chín mọng", đăng trên các tờ báo lớn ở Sàigòn, như một cơ duyên đưa anh tới với người yêu thơ khắp Miền Nam (khi tôi còn lẹp kẹp hai chiếc guốc gỗ sầu đông!). Anh là con chim đầu đàn, với Tường Linh, từ vườn thơ xứ Quảng, cùng nhau cất tiếng kêu thắm thiết, đau đáu, độc lạ giữa đời, vang vọng khắp trường thơ đất nước; đôi khi tưởng chừng như chung một cung giọng nhưng nếu lắng nghe thật gần, sẽ nhận ra đường nét tinh tế riêng biệt của từng nhà thơ.

Làm sao một người mới mười bốn tuổi, non trẻ dường ấy, đã viết ra những dòng thơ "nghe ra ý vị và say mê" đến thế? Có thể xếp Phương Tấn đứng chung cụm tuổi đời sáng tạo với Cung Tiến, Nguyễn Bính, v.v... Họ sống và viết từ lúc nào, chẳng ai thật sự biết, chẳng ai thật sự hay, và chẳng ai cắt nghĩa nổi. Họ là thi sĩ, nhạc sĩ họa hiếm. Họ là những con chim rất non nhưng sớm và rất sớm đã "đến từ núi lạ ngứa cổ hót chơi". Theo cách không giống người cõi phàm, họ gặp gỡ trần gian với giác quan khác, tâm hồn khác. Bằng một cách không bình thường, nếu chưa muốn nói là phi thường, họ bén nhạy tiếp nhận những đam mê, tục lụy, tân khổ của cuộc đời thường. Lẹ làng hơn, thấm thía hơn, rung động hơn, thế giới đầy truân chuyên và nặng nghĩa tình này chuyển thật nhanh, thật mơ màng từ con tim rất dễ thổn thức của họ đến bàn tay tài hoa vẩy nhanh ngọn bút với chữ nghĩa, hình ảnh, âm vận mượt mà khác thường.

Cứ thế, họ là loài chim vừa đậu xuống bến đời chưa được bao lâu, đã mê đắm hát ca, trôi nổi giữa dòng sông đời dào dạt sóng. Bản thân có vẻ như chưa tới điểm dậy thì mà họ đã trao tặng đời những bông hoa nở thắm, đẫm hương sắc. Có phải niềm hứng khởi, cây tài và tình của họ đã được ươm từ kiếp nào đó trước để bắt đầu viên thành trong kiếp này? Có phải tâm thức của họ, cái mà nhà Phật gọi là a-lại-da-thức đã pha trộn, cưu mang và hòa quyện với chúng sinh từ muôn kiếp để ẩn tàng, luân hồi và hiển lộ trong cuộc làm người này?

Nếu quả thật như thế, Phương Tấn tự nhiên là người mang thơ trong mình đi suốt đời mình. Và cứ thế, tinh anh của anh trong thơ anh sẽ còn mãi cho đến những đời sau, vì "thác (chỉ) là thể phách". Bởi vậy tôi mới dám nói *"Phương Tấn, thơ quá một đời người"*. Đó cũng là những gì tôi may mắn bắt gặp trong tâm tư của Phương Tấn, sống mãi, thanh xuân rào rạt mãi với những ngóng trông cuộc đời:

"Và như pho tượng bên triền núi
Chờ đến thiên thu một bóng người
Chờ đến xuân già sông rã nhánh
Ô hay, mình cứ tuổi hai mươi."
(Chờ Đến Thiên Thu Một Bóng Người, 2017)

Phương Tấn làm thơ suốt một đời. Có cải trang dưới diện mạo nào đi nữa. Có mưu sinh bằng cách nào đi nữa. Có chủ trương hay làm tổng biên tập loại báo nào đi nữa. Có ở yên một chỗ, trầm luân một cõi hay lưu vong tới phương trời nào đi nữa, Phương Tấn chỉ là một người thơ. Có hóa thân làm nữ nhân chốn bụi hồng hay viết thơ tình ở một đất nước xa lạ, làm người điên mơ say hay kẻ tỉnh cơn mộng dữ, Phương Tấn trước sau vẫn chỉ là nhà khắc họa cuộc đời bằng con chữ, hình ảnh, âm điệu để chúng bay lên thành các bài thơ ru lòng mình và để lại cho đời.

Theo chỗ tôi biết, tính đến nay, thơ Phương Tấn có thể lên tới cả ngàn bài. Gia tài thơ anh chất chứa hơn sáu chục năm, trải ra dưới đôi mắt của ít nhất ba bốn thế hệ độc giả. Trên dòng sông thơ mênh mông ấy, ta bắt gặp đủ thứ dấu vết của cả một đời người. Khởi đi từ nỗi đau côi cút tới khao khát yêu đương, từ đổ vỡ nát tan bởi chiến tranh tới điêu đứng vì vận nước đổi đời và lang bạt khắp chốn, những bài thơ khi đời khi đạo của Phương Tấn đạt tới mức không chỉ viết cho riêng anh mà còn viết chung cho cả một thế hệ cùng trang lứa với anh.

Thật thế, trong thơ Phương Tấn, tuy có thể thỉnh thoảng lại bắt gặp những hình ảnh, những âm thanh, những lối dùng chữ gây rất nhiều ấn tượng sáng tạo, làm ta như thở hụt đi một nhịp, nhưng người đọc có vô vàn dịp soi rọi bóng mình cùng với những cảm xúc của mỗi đời người trong sáu chục năm qua.

Một con chim cùi cũi
Giữa cơn mơ cháy rừng
Một con thuyền lầm lũi
Lụi hụi giữa đời sông.

Đứng trong trời mênh mông
Tôi nhỏ nhoi chiếc bóng
Thênh thang đôi cánh mộng
Vướng trên ngọn hư không.

Ai ngóng bên kia sông
Ai ngóng bên này sông
Một con thuyền mắc cạn
Một nỗi đau bềnh bồng.
(Nắng Hạn, 1975)

Và cho dẫu tới ngày Phương Tấn:

Khi nằm xuống và khi nằm xuống đó
Dăm bạn bè vỗ cánh lạ ăn đêm
Tay vuốt mắt một tay vòng lưng cỏ
Ván trên kia lần khép lại êm đềm.
(Hòa Bình Hòa Bình Đường Xa Lăng Lắc, 1964)

Vì anh vẫn sống tới các kiếp sau với những mộng mơ sôi nổi trong thơ mình:

Này anh em tôi ơi
Hãy đem rải mặt trời
Giữa ruộng vườn nứt nẻ
Hãy đem rải mặt trời
Lên mỗi lòng quạnh quẽ
Tay đã đầy tình thương
Hồn đã căng đầy gió
Hãy đem rải mặt trời
Việt Nam một ngày mới!
(Hãy Đem Rải Mặt Trời, 2019)

Như thế, tôi tin rằng Phương Tấn, nhà thơ tiên phong cách tân hơn sáu chục năm trước của xứ Quảng, nơi trùng trùng thi nhân phong vận từ cả trăm năm nay, hôm nay và về sau vẫn tiếp tục làm thơ. Trong anh, thơ đã bắt đầu từ kiếp nào, kết tụ ở kiếp này và kéo dài tới bao nhiêu kiếp nữa, trong viên thành của khổ đau, ân nghĩa và hy vọng của một cuộc làm người. Thơ Phương Tấn là tiếng lòng của một thế hệ đảo điên, bị bào mòn trong chiến chinh, và sau đó, chịu chung phần vô lượng não nề, xót xa, bi phẫn của người dân Việt suốt cả hai đầu đất nước.

Với Phương Tấn, thơ có hành lý là mơ đã đang và sẽ đi quá một đời, khiến đóa hoa lòng của anh tươi nở mãi cho cõi đời này thêm hương vị, thêm thắm đượm nghĩa tình nhân thế. Vì rốt cuộc, có lẽ cuộc đời rồi chỉ còn những vần thơ mang theo những giấc mơ nổi trôi bồng bềnh giữa các đổi thay, ảo hóa vi diệu, từ trong cốt tủy phi hình vô tướng cho tới mang mang vô biên vô tận hư không.

Nhà văn, dịch giả **Nguyễn Ước**
(Toronto ngày 7-7-2022)

THÁI TÚ HẠP

RỚT HẠT BỤI TRẦN TRONG THƠ PHƯƠNG TẤN

Trong dịp đầu xuân Giáp Thìn chúng tôi hân hạnh nhận được ba thi phẩm: *Thơ Phương Tấn – Tuyển tập 1*, *Lung Linh Tình Đầu* và *Lục Bát Phương Tấn*, Nhân Ảnh xuất bản 2023. Hình thức trình bày trang nhã nghệ thuật tuyệt vời. Nội dung đa dạng phong phú giá trị tình nghĩa thân thương.... *Xuyên qua ba thi phẩm Phương Tấn thừa khả năng chinh phục tình cảm đa số những tài danh lỗi lạc trên thi văn đàn Việt nam từ trước 1975 ở quê nhà và sau 1975 ở hải ngoại*. Chúng tôi chúc mừng Phương Tấn với một chân tình của người đồng hương xứ Quảng thân yêu.

Tiếng thơ Phương Tấn dễ thương dịu dàng từ Hải Vân trở vào xứ Quảng Ngũ Phụng Tề Phi góp mặt trên văn đàn từ thuở mới thanh xuân. Thơ chứa chan mùa xuân tươi sáng bất tận của đất trời thẩm thấu những vết thương ra đời một kiếp đau thương. Nở rộ những tâm tình không bao giờ tàn phai trong tâm thức thủy chung.

Phương Tấn và gia đình đã trân kính tụng niệm đãnh lễ và thẩm thấu đỉnh cao của lời Phật dạy hàng ngàn năm trước.

Vạn Pháp hữu vi vốn không bao giờ ngưng lại cho dù chỉ trong một sát na ngắn ngủi. Con người và thời gian thay đổi liên tục. Trên phương diện nhân sinh quan Phật Giáo gọi là Thành, Trụ, Hoại, Không. Tất cả đều vô thường.

Chúng ta đang sống giữa thời đại đầy khủng hoảng. Liên tục hứng chịu những tai họa bất ổn tang thương về chiến tranh. Suy thoái nham hiểm về đạo đức. Tranh chấp về ý thức hệ... Chúng ta hãy cầu nguyện bằng tuệ giác siêu Việt tối thượng đem lại niềm tin tha nhân như ngọn đèn soi sáng chính tâm mình từng phút giây tỉnh thức trong đời sống đầy bệnh hoạn này. Đời sống con người đi qua quá nhanh. Như tia sáng qua khung cửa nắng chiều. Như ngọn đèn trước gió mà tôi hay nói.

"Đời buồn một thoáng Phù Vân từ trong thiên cổ u trầm có nhau". Nên đọc Phương Tấn trong thi tập Lục Bát. *Phủi Tâm Rớt Hạt Bụi Trần*. Có nói cũng không cùng...

Hy vọng bài Lục Bát này trở thành thanh tịnh tĩnh thức an lạc giữa bằng hữu tha thiết gần xa...

Một gợi ý tuyệt vời khiến cho chúng tôi chợt nhớ đến Bài Kinh Rải Lòng Từ Bi:

Nguyện cho tất cả chúng sanh đừng có oan trái lẫn nhau / hãy cho được sự an vui. Đừng có khổ / đừng làm hại lẫn nhau. Đừng hẹp lượng cho được sự sống lâu / đừng có bệnh hoạn / hãy cho được thành tựu đầy đủ / hãy giữ mình cho được sự yên vui / Tất cả chúng sanh đến khổ rồi / xin đừng cho có khổ / xin đừng cho kinh sợ / đến sự thương tiếc rồi / xin đừng cho thương tiếc...

PHỦI TÂM RỚT HẠT BỤI TRẦN

1.
Và trong bụi đất vô minh
Tiếng chuông trầm lụy vọng kinh vô thường

Thương thương. Ghét ghét. Thương thương
Còn đây. Mất đó. Nghe dường rỗng không.

2.
Đừng trông mong. Đừng đợi mong
Lội sông vớt bóng vướng dòng phù vân

Phủi tâm rớt hạt bụi trần
Lấm lem khổ lụy dậy mầm phân ly.

3.
Ô kìa ánh chớp từ bi
Gửi trong vô lượng xanh rì nguyên sơ

Ô kìa tiếng khóc trẻ thơ
Thế gian chìm đắm bên bờ tử sinh.

4.
Tay lần hạt. Lật trang kinh
Sắc không. Không sắc. Giật mình. Mình ư?

Lật trang kinh. Tìm chân như...
Phật ơi, đời loạn! Trầm tư, kiếp người!

5.
Ác ma giả khóc giả cười
Níu chân phiền não giả người thiện tâm

Thiện căn trổ nhụy xanh mầm
Pháp thân tọa giữa chân tâm cõi đời.

6.

Chúng sinh nằm gác vai đời
Tiếng chuông rụng xuống đất trời sầu bi

Ô kìa ánh chớp từ bi
Gửi trong vô lượng xanh rì nguyên sơ.

(1964)

Nhà thơ **Thái Tú Hạp**
(Los Angeles, tháng 5 năm Giáp Thìn)

THIẾU KHANH

XÚC ĐỘNG ĐỌC "THƯA MẸ" CỦA PHƯƠNG TẤN

Lòng Mẹ bao la như biển Thái Bình rạt rào,
Tình Mẹ tha thiết như dòng suối hiền ngọt ngào,
Lời Mẹ êm ái như đồng lúa chiều rì rào.
Tiếng ru bên thềm trăng tà soi bóng Mẹ yêu.
...

Có lẽ không một người Việt nào ở miền Nam Việt Nam trước đây mà không từng nghe hay thuộc lẩm nhẩm ít nhất vài câu của bài hát *Lòng Mẹ* rất cảm động này của nhạc sĩ Y Vân.

Mẹ là người gần gũi thân thiết nhất của mỗi người. Trong lòng chúng ta, mọi con người ở khắp năm châu, đều có hình ảnh người Mẹ yêu kính của mình. Hình tượng người Mẹ đã có từ khi bắt đầu có loài người. Mẹ là nhân vật đầu tiên và thân thiết nhất của mỗi con người sinh ra trên trái đất này. Sự vĩ đại của Mẹ, và tình yêu thiêng liêng Mẹ dành cho con cũng đã có từ đó. Có thể có những đứa con ngỗ nghịch ở đâu đó, nhưng bao giờ Mẹ cũng yêu thương con, tình yêu của Mẹ có thể so sánh với sự bao la vô hạn của trời đất. Người Do Thái có câu nói: "*Thượng Đế không thể có mặt ở mọi nơi, vì vậy Ngài đã làm ra những người Mẹ.*" (God could not be everywhere, and therefore he made mothers). Mẹ thay mặt cho Thượng Đế. Tức là, về một mặt nào đó, Mẹ cũng lớn lao cao cả như Thượng Đế. Tuy vậy, người Tây phương thường coi Mẹ như một thiên thần.

Người ta kể, Abraham Lincoln, vị Tổng thống thứ 16 của Hợp Chúng Quốc Hoa Kỳ từng có lần nói: "*Tất cả những gì tôi được như hôm nay hoặc tôi hy vọng đạt được, đều nhờ ở người Mẹ thiên thần của tôi.*" (All that I am or ever hope to be, I owe to my angel mother.")

Người Trung Quốc tôn những bà Mẹ sinh ra các bậc thánh nhân là Thánh Mẫu, nhưng một trong những nền văn hóa phụ hệ sớm nhất của loài người này, người phụ nữ không có vị trí quan trọng trong gia đình và xã hội. Mặc dù tình yêu vô điều kiện của họ dành cho con cũng lớn lao như của tất cả những bà Mẹ khác của loài người. Vì vậy, ngoài các Thánh Mẫu của các thánh nhân, dường như người Tàu không có một hình ảnh tinh thần thiêng liêng dành cho người Mẹ của họ -- như hình ảnh Mẹ-thiên-thần của người Tây phương, hay hình ảnh Mẹ-bà-tiên của người Việt Nam. Người Việt coi Mẹ là một bà tiên đẹp đẽ, hiền hậu và đầy lòng yêu thương. Khi mình lớn lên, có tuổi tác rồi, dù Mẹ có trở nên một nhân vật thực tế hơn, nhưng bao giờ Mẹ cũng gần gũi với hình ảnh bà tiên dịu hiền dành tất cả tình thương yêu cho con, và mình luôn yêu kính Mẹ.

Nhà thơ Phương Tấn, một người từ nhỏ đã thiếu tình cha, vì:

Cha tôi theo cách mạng
Huyễn mộng giữa đất trời
Sầu đùn theo năm tháng
Mẹ đợi bóng ma trơi.
(Đợi Bóng)

Cha đi từ thuở nọ
Biệt tích giữa chiến khu...
(Cuốn Trôi Giấc Mơ Tiên)

Phương Tấn cùng các anh em ông sống với Mẹ, và hiểu hơn ai hết tình yêu thương của Mẹ. Nhưng Mẹ ông là một "bà tiên bất hạnh":

Mẹ, bà tiên bất hạnh
Gượng leo dây một chân
Quẫy quạnh hiu một gánh
Chập choạng vào thế gian.

Mẹ, bà tiên bất hạnh
Gượng leo dây một tay
Quẫy quạnh hiu một gánh
Chập choạng vào thế gian.
(Mẹ, bà tiên bất hạnh)

Mẹ ông nghèo quá, như thân cò gầy rạc nuôi bốn đứa con:

Bốn thằng con sống chung cùng manh chiếu
Cùng chút xương người mẹ róc cho con.
(Thư Cho Em Trai
Ở Quân Y Viện Nguyễn Huệ, Nha Trang)

Trong cảnh nghèo vất vả:

Mẹ cười, bưng bát cơm thiu
Ầu ơ, móm mém hắt hiu phận bèo
(Ầu Ơ, Con Ẵm Bóng Theo Tạ Đời)

uy

Người Mẹ của nhà thơ Phương Tấn gặp người "bạn" nào đó khuyên bà... bán bớt con:

Gặp bạn thời bạc phước
Khuyên Mẹ bán bớt con
(Cuốn Trôi Giấc Mơ Tiên)

Lời khuyên tàn nhẫn của người "bạn" của Mẹ ông khiến người ta hình dung được hoàn cảnh của mẹ con ông lúc bấy giờ cơ cực thê thảm đến mức nào. Tuy vậy, Mẹ ông đã khẳng quyết thà bán chính mình chớ không bán con mình:

Mẹ ôm con khóc mướt:
"Bán Mẹ, không bán con."
(Cuốn Trôi Giấc Mơ Tiên)

Quyết định "*Bán Mẹ không bán con*" của Mẹ ông, bỏ qua cái nhìn trắc ẩn và lời khuyên đau lòng của người bạn, là phát xuất từ sức mạnh của tình thương yêu rất thiêng liêng và vĩ đại của người Mẹ, trùng hợp với nhận xét của Agatha Christie, nhà văn người Anh nổi tiếng, chuyên viết tiểu thuyết về tội phạm khi, trong truyện ngắn *The Last Seance*, bà nói: "*Tình thương yêu của người Mẹ dành cho con mình là không giống với thứ gì khác trên đời. Nó bất chấp luật lệ, bất chấp sự trắc ẩn của người khác nhìn mình, nó coi thường mọi thứ, và đập nát không thương tiếc tất cả những gì ngăn cản sự thể hiện của nó.*" (A mother's love for her child is like nothing else in the world. It knows no law, no pity, it dates all things and crushes down remorselessly all that stands in its path).

Và Nina Grey, một nhân vật trong *Eden*, cuốn thứ ba của bộ tiểu thuyết *Providence* (*Providence, Requiem,* và *Eden*) của Jamie McGuire cũng xác định như thế: "*Tình yêu của người Mẹ là tất cả... Nó là thứ mang đứa con vào với thế gian. Nó là thứ hun đúc nên toàn bộ bản chất cuộc sống của chúng. Khi người Mẹ nhìn thấy con mình lâm nguy, bà có thể làm mọi thứ, theo nghĩa đen, để cứu nó. Những người Mẹ đã nhấc bổng chiếc xe đang đè lên các con mình, và hủy diệt toàn bộ nhiều triều đại. Tình yêu của người Mẹ là năng lực mạnh mẽ nhất mà con người đã biết đến.*" (A mother's love is everything, (...). It is what brings a child into this world. It is what molds their entire being. When a mother sees her child in danger, she is literally capable of anything. Mothers have lifted cars off of their children, and destroyed entire dynasties. A mother's love is the strongest energy known to man.)

Những điều này giúp ta hiểu: Phương Tấn – đứa trẻ sinh thiếu tháng nuôi trong lồng kính – đã sống sót và trưởng thành, cùng với các anh em của ông, dưới ý chí mạnh mẽ và tình thương bao la của người Mẹ:

Vâng, xin thưa tất cả
Tôi không phải là người
Tôi là tên thiếu tháng
Từ lồng kính bước ra.

Từng dấu chân chiu chắt
Giữa dòng sống mù sương
Chưa một lần thấy mặt
Về người cha của mình.
(Reo Vui Giữa Huyệt Đời)

Và chúng ta cũng hiểu được: nhà thơ Phương Tấn không chỉ làm thơ về Mẹ, mà ở tuổi ngoài thất thập (Phương Tấn sinh năm 1946) còn dành riêng một tập thơ để ca ngợi và tưởng nhớ Mẹ mình, tập thơ *Thưa Mẹ*:

Con lột mũ cởi giày và tháo mép
Những chua ngoa xin mắc lại cho đời
Nay trở ngựa rầu rầu qua lưng mẹ
Thân cũng tàn con gõ lấy mà chơi.

Xin đừng hỏi e một lời cũng mỏi
Tương tàn kia bòn mót hết xương da
Con ngồi gỡ trăng phơi trong mắt lạnh
Lấy nắng chiều hong một chút sầu khuya.
(Thưa Mẹ)

Nếu coi Mẹ là Thánh Mẫu, hay là Thiên Thần, những hình tượng đó đều hàm ý một điều gì siêu nhiên, cao cả, và dường như chỉ để kính trọng - và có ít nhiều sợ hãi kiểu "kính nhi viễn chi" - chớ ít gần gũi thân thiết với con người như hình ảnh bà tiên. Tuy bà tiên cũng chỉ là một hình ảnh tưởng tượng, nhưng thích hợp với tinh thần văn hóa của người Việt hơn. Một vị Thần Thánh thường gợi hình ảnh một đấng oai nghiêm, không bao giờ cười, và có thể ngự trên bàn thờ; còn một bà tiên thì không như thế. Bà tiên, ngoài đặc tính xinh đẹp và hiền hậu, là một hình tượng của sự nhân ái, yêu thương và giúp đỡ, luôn luôn có mặt bên cạnh mình, sẵn sàng nâng đỡ khi mình sa sút, an ủi khi mình đau buồn, xoa dịu và chữa lành khi mình bị thương tổn, dù mình có thể vô tình không nhìn thấy. Bà tiên còn gợi ý sự nhẹ nhàng, thanh thoát và lung linh hơn thần thánh. Nhưng "*bà tiên bất hạnh*" của nhà thơ Phương Tấn mang hình ảnh tần tảo khổ cực vất vả nuôi con trong hoàn cảnh đất nước nhiễu nhương và người chồng đi kháng chiến:

Thân Mẹ gầy hơn cỏ
Càng vò võ hoài mong
Thương dầu hao bấc cạn
Gửi phận vào thinh không.
(Cuốn Trôi Giấc Mơ Tiên)

Sophocles, một trong những kịch tác gia Hy Lạp thời xưa cho rằng chính con cái là gánh nặng như những chiếc neo giữ chặt bà tiên trên mặt đất (Children are the anchors of a mother's life). Điều này không phải chỉ ứng với người Mẹ đáng kính của nhà thơ Phương Tấn, mà có lẽ tất cả chúng ta đều là những chiếc neo của Mẹ mình; rõ nhất là trường hợp các bà Mẹ cô đơn, góa bụa đã dành cả cuộc đời mình cho con mà không tái giá, thà:

"Bán Mẹ, không bán con."
...
Những chiều mưa phố đỏ
Mẹ vò võ trông chồng.
(Cuốn Trôi Giấc Mơ Tiên)

Nhà văn nữ người Mỹ Audrey Niffenegger, trong một tác phẩm tiểu thuyết được quay thành phim, The Time Traveler's Wife, nói rằng: "Trong *các chuyện* cổ *tích, luôn luôn là những* đứa con bay nhảy tung *tăng khắp chốn, trong khi các bà Mẹ ngồi vò võ ở nhà trông chờ đàn con bay về vào nhà qua cửa sổ."* (In fairy tales it's always the children who have the fine adventures. The mothers have to stay at home and wait for the children to fly in the window).

Phương Tấn cũng có thể là một đứa con "bay tung tăng" như vậy. Nhưng không phải ông "tung tăng" trong những niềm vui hoan lạc nào, mà ông cũng như nhiều thanh niên khác cùng thời đại mang chung thân phận trai thời chiến, có trách nhiệm với núi sông, có những dằn vặt thao thức về chí hướng, lý tưởng của bản thân, về thảm trạng điêu tàn do chiến tranh gây ra cho đất nước:

Sau ngày tháng năm đó
Mày đã làm được gì?

Tiếng quát của lý tưởng
Quay tít giữa châu thân
Căng thêm niềm thần bí
Tôi thiếu điều hụt chân.

Ôi chao, ngày phụt tắt
Tuổi trẻ đen đêm đen
Từng ý nghĩ thoăn thoắt
Nhảy trong trí não này.

Nỗi thật đen thấp xuống
Cùng bão lũ lên cao
Đuổi theo đuổi theo mãi
Trên số phận hẩm hiu.

Trên số phận hẩm hiu.
(Tuổi Trẻ Đen Đêm Đen)

Nhà thơ không những không "bay về vào nhà qua cửa sổ," mà trong những ngày Tết thiêng liêng Mẹ ông chờ con vò võ, ông còn ở quê người xa tắp, vọng về quê nội đang chìm trong chiến tranh tang tóc:

Ở Mỹ không hạt dưa
Không lì xì không mứt
Không lấp ló sau nhà
Chờ được mừng tuổi Má.

Xuân ở quê nội con
Có bà con cô bác
Cầm tay ngỡ kẻ thù
Có anh em ruột thịt
Mà giết nhau như chơi.

Xuân ở quê nội con
Rượu mà như nước mắt
Khóc say nhau một lần
Mai chắc gì thấy mặt
Mai chắc gì anh em.
(Mẹ Ơi Con Không Về Kịp Tết)

Ngay cả ngày vui thành hôn của người em trai, nhà thơ cũng không về kịp được để chúc mừng hạnh phúc của hai em:

Anh về muộn một hôm sau tiệc cưới
Chút gì vui còn loáng thoáng quanh nhà
Lòng chợt mát như có người vừa tưới
Cho thịt xương riu rít ở bao la.
(Thư Cho Em Trai
Ở Quân Y Viện Nguyễn Huệ, Nha Trang)

Tập thơ *Thưa Mẹ* của Phương Tấn gồm 53 bài thơ, nhưng chỉ có một nửa, tức một phần hai số bài thơ có nói về Mẹ. Một phần hai còn lại của tập thơ phản ảnh những dằn vặt của nhà thơ về thân phận, chiến tranh và quê hương.

Ta nhảy nhót với bóng ta vãi xuống
Một đời vui đem gói lại cho người
Một đời buồn gửi lại ở bên ta
Trong khuya khoắt nụ tầm đông chợt nở.

Ta sẽ sớt hồn ta cho cây cỏ
Cây sẽ xanh và cỏ hết bạc lòng
Ta sẽ thả lòng ta cho trời đất
Trời ra hoa và đất hết vô tâm.
....

Nơi quạnh vắng cõi lòng ta thăm thẳm
Ấy bao dung lồng lộng gửi cho người
Trong chiu chắt tình ta phơi phới lắm
Ngó xuống đời bạc phếch tuổi hai mươi.
(Vào Trại Phong Quy Hòa Làm Thơ Gửi Hàn Mạc Tử)

Những thao thức dằn vặt nội tâm của nhà thơ phản ảnh phần nào nỗi thao thức của tuổi trẻ, những người đồng hành với tác giả trong cùng không gian và thời gian, mang cùng tâm trạng.

Này cô đơn quá đỗi
Tuổi trẻ làm sao ăn
Tóc đà trắng buồn bã
Sao chẳng thấy Phật đâu
Nhào lộn trên thánh giá
Vẫn chẳng thấy Chúa đâu.
(Reo Vui Giữa Huyệt Đời)

Ôi, con thèm đi học
Để biết mình biết yêu
Để biết mình biết khóc
Xót quê mình đìu hiu.

Ôi, con thèm đi học
Phận đời như bóng câu
Tủi một thời ngang dọc
Tát hoài mỗi bể dâu.
(Mẹ Ngủ Ngoan Con Thương)

Kính thưa chị cơm bữa no bữa đói
Nhà lêu bêu thuê tháng được tháng không
Xuôi với ngược cũng làm thân tôi mọi
Ngược rồi xuôi vẫn lấy cát lấp sông.

Tuổi thì nhỏ sao lòng nghe đà mỏi
Mắt còn trong sao dạ đã bơ phờ
Chúa thì cao em làm sao mà vói
Khổ còn qua, qua mãi ai ngờ.
(Khoai Lang Vỏ Đỏ Lòng Vàng)

Như mọi người Việt miền Nam thời đó có làm thơ hay không làm thơ, đi qua cuộc chiến, không thể không mang trên mình những vết thương – những vết thương không nhất thiết chỉ hằn vào da thịt. Một vài vết thương như thế chắc chắn gây sẹo trong tâm hồn nhà thơ:

Vạt máu vãi trên đồi cao bóng lẻ
Máu quân thù hay máu của quê chung.
(Cha Và Con)

"Mặt Trận Dân Tộc Giải Phóng Miền Nam Việt Nam" (mà người miền Nam, cũng như trong các tài liệu của Mỹ và Tây phương, thường gọi là Việt Cộng) là một bộ phận chính trị - quân sự của miền Bắc, hoàn toàn do miền Bắc lãnh đạo, được thành lập tại miền Nam vào năm 1961. Trong ngôn ngữ của những người lính mang số mệnh "sinh Bắc tử Nam," "xẻ dọc Trường Sơn đi đánh Mỹ" của cái Mặt trận này có những từ ngữ rất "đặc trưng" mà người miền Nam không dùng. Chỉ từ sau năm 1975 những từ ngữ vốn có sẵn trong ngôn ngữ mà vẫn "lạ tai" đó đã lan tràn khắp nước. Năm 1964, là mốc thời gian rất sớm khi Phương Tấn dùng những từ "giải phóng" "nhân dân" "đỏ phố đỏ cờ", thứ ngôn ngữ du nhập từ miền Bắc ấy, trong bài thơ viết gởi cha mình ở bên kia dòng sông Bến Hải vào năm đó. Bài thơ có những lời như tiên tri:

Ơi giải phóng
phóng bùa vong bản
Tiêu máu nhân dân
đỏ phố đỏ cờ
Chân vô thức bủa quanh đầu cách mạng
Con gõ hồn thân bỗng úa mênh mang.
...
Trong hiu hắt dòng chim rừng quẫy cánh
Dắt dìu nhau trôi dạt bến bờ xa
Lửa cuồn cuộn chìm sâu vào sử sách
Cội chia nguồn và bóng cũng chia ta.
(Thư Gửi Cha Bên Kia Sông Bến Hải)

Những vết thương không chỉ trong lòng nhà thơ; nó đã trở thành một nỗi đau rất lớn của cả dân tộc, mà dư chấn còn kéo dài chưa biết tới bao lâu, được nhà thơ ghi nhận trong toàn bài thơ rất xúc động dưới đây:

THƯƠNG CÂY NHỚ CỘI

Còng lưng thay trâu cày qua luống đất
Qua những luống đời ròng rã chiến chinh
Ngưng bắn nghe đâu riêng cho thành thị
Chỉ có thị thành không có đao binh.

Mỗi sáng ra đồng cờ vàng cờ đỏ
Cờ của bên này cờ của bên kia
Đây đạn Trung-Xô đấy bom Mỹ quốc
Kia xác đồng bào nọ xác anh em.

Giựt đất cắm cờ cắm cờ giựt đất
Cờ của hận thù đất của Việt Nam
Bom đạn cho ai vì ai lường lật
Đâu phải người ngoài giết nhau cho cam.

Lúa của nông dân mặt vàng da bủng
Đất của cha ông chân lấm tay bùn
Đạn của Trung-Xô bom của Mỹ quốc
Cờ của hai miền đất của quê chung.
(Đại Lộc, 26-03-1973)

Có lẽ không phải ngẫu nhiên nhà thơ Phương Tấn xếp những bài thơ như thế này vào tập thơ ông chủ ý dành cho Mẹ. Trong những bài thơ này, tuy tác giả không nhắc đến Mẹ, nhưng chúng là những nét bi tráng vẽ lên cái bối cảnh không gian và thời gian mà Mẹ và các anh em nhà thơ Phương Tấn đã sống và trải nghiệm hết các mức độ sắc màu sáng tối và mùi vị cay đắng của nó. Vả lại, những cảm nhận này của nhà thơ không phải là chuyện riêng của ông. Như nhà văn đa tài người Mỹ, Mitchell David Albom, nhận xét: "*Đằng sau tất cả những câu chuyện của anh luôn luôn là câu chuyện của Mẹ anh, vì chuyện của bà là nơi những câu chuyện của anh bắt đầu.*" (But behind all your stories is always your mother's story, because hers is where yours begins). Những điều trong thơ của Phương Tấn kể với chúng ta đều bắt đầu từ câu chuyện đời gian nan vất vả của người Mẹ đáng kính của ông.

Phương Tấn không chỉ là nhà thơ, nhà báo nổi tiếng, ông còn là một người yêu võ. Nhưng đọc thơ ông người ta sẽ không thấy oai thế của một "tráng sĩ" vung gươm trên lưng ngựa, mà chỉ thấy một tâm hồn dịu dàng và nhạy cảm của một nhà thơ, hơn nữa, một đứa con hiếu thảo luôn thương yêu Mẹ. Chợt nhớ lời bà *Martha Ellis Gellhorn*, nhà văn Mỹ, đồng thời là nhà báo được đánh giá là một trong những phóng viên chiến tranh vĩ đại nhất của thế kỷ 20. Bà nói: "*Tôi có đủ hiểu biết để thấy rằng không một phụ nữ nào nên làm vợ một người đàn ông ghét bỏ Mẹ mình.*" (I know enough to know that no woman should ever marry a man who hated his mother). Đọc phần chú thích dưới bài thơ *Một Trang Kinh Viết Lại* của Phương Tấn trong tập thơ này, mình nghiệm ra bà ấy nói đúng: Có yêu Mẹ một cách chân thành và cảm nhận hết tình Mẹ, người ta mới biết yêu vợ mình hơn. Nhưng đây là sự liên tưởng "ngoài lề."

Và khi anh thụ thai
Sẽ không còn bóng tối
Sẽ không còn tội lỗi
Anh lại càng yêu em.

Và khi anh thụ thai
Em không còn cô độc
Và khi anh biết khóc
Anh lại càng yêu em.

Và khi anh thụ thai
Một trang kinh viết lại
Một nỗi đau nhớ mãi
Anh thật sự yêu em.
(Một Trang Kinh Viết Lại)

Ngoài việc cám ơn nhà thơ Phương Tấn có nhã ý cho tôi được đọc trước bản thảo tập thơ rất xúc động của ông, tôi muốn bày tỏ thêm sự đồng cảm sâu sắc với nhà thơ: Tôi cũng trong hoàn cảnh gia đình hoàn toàn giống như của ông vậy. Cha tôi đi kháng chiến và mất tích trong chiến tranh chống Pháp (1951). Mẹ tôi cũng một mình cơ cực nuôi 4 đứa con và nếm trải đủ cay đắng thăng trầm trong cuộc sống. Có lẽ những bài thơ về Mẹ trong tập thơ *Thưa Mẹ* của Phương Tấn không chỉ tạo sự xúc đông sâu sắc nơi những người có hoàn cảnh như ông và tôi, mà có thể làm bùi ngùi bất cứ ai yêu Mẹ.

Mà có đứa con nào không yêu Mẹ?

Nhà thơ, dịch giả **Thiếu Khanh**
(Sàigòn ngày 8-11-2017)

TÔN NỮ THU DUNG

Có Một Chàng Thi Sĩ Quên Là Mình Quạnh Hiu

Chiều xuống sâu buông tiếng thở dài
Đêm Sài Gòn chạm bóng thu phai
Có cô gái nọ ngồi hong tóc
Ngỡ gió lùa mây xỏa xuống vai.

Sóng cuộn đời sông, sông bạc phếch
Giang hồ xếp vó tự bao năm
Nhớ em mình nhớ thời yêu mệt
Ngóng mãi bên đường bóng biệt tăm.

Ai lỡ đưa người qua bến sông
Hình như bến lạc sóng mênh mông
Sóng xô thuyền mắc bờ nước lạ
Mình, kẻ lạc loài giữa gió đông.

Và như pho tượng bên triền núi
Chờ đến thiên thu một bóng người
Chờ đến xuân già sông rã nhánh
Ô hay, mình cứ tuổi hai mươi.
(Chờ Đến Thiên Thu Một Bóng Người)

Nói về thơ người khác bằng tâm cảm của mình rất nhiều khi lạc nhịp... nhưng từ trong vô thức, Tình-Yêu, nhất là tình yêu trong thơ luôn mang lại cho người cảm thụ một niềm bâng khuâng khó tả...

Đời sống vẫn có những khoảng lặng cần thiết để chúng ta yêu thương ấp ủ nhớ về, một dấu ấn không thể nào quên lãng... Với nhà thơ Phương Tấn đó là một mối tình đầu thanh khiết và lung linh để mãi mãi những mối tình sau luôn là một bản sao lóng lánh, một ánh lửa sáng, đẹp, lạ, buồn.

Tập thơ *"Lung Linh Tình Đầu"* được lựa chọn những bài viết từ năm 14 tuổi đến bây giờ... Một quãng đường quá dài đắm đuối với thơ.

Tôi "gặp" anh Phương Tấn từ những ngày ngập ngừng bước chân vào ngưỡng cửa văn chương từ bán nguyệt san Tuổi Hoa và tuần báo Tuổi Ngọc... khi tôi học lớp chín lớp mười thì anh Phương Tấn đã là một ông thầy dạy học đâu đó ở Biên Hòa, một ông lính không Quân hào hoa phong nhã, một sư phụ võ nghệ cao cường và là một nhà thơ nổi tiếng!

Có một ngày đọc trên mục "Nhìn Xuống Cuộc Đời" do hai anh Từ Kế Tường và Phạm Chu Sa điểm tin trên tuần báo Tuổi Ngọc, biết được những việc anh Phương Tấn đã làm cho quê hương bỗng vô cùng yêu quý và cảm kích một tấm lòng nhân hậu.

Rất lâu sau, gặp anh ở Mỹ, mời anh cộng tác với tờ Tương Tri, một tờ báo hậu bối của Tuổi Ngọc ngày xưa... Vật đổi sao dời, nhưng riêng tôi, đối với anh, niềm cảm kích và yêu quý đó vẫn nguyên như thời cũ...

Nhiều người hỏi: Anh Phương Tấn có phải là nhân vật chính trong truyện ngắn *"Thế Phục Hổ"* của tôi? Thưa không, nhưng có thể từ tiềm thức, tôi vẫn viết và hay nhập chung những tính cách của những người mình yêu mến thành một nhân vật hư cấu mà vô cùng chân thực trong đời!

Tôi không muốn ca ngợi gì về tài năng đức độ hay phân tích rằng thơ anh hay chỗ nọ chỗ kia, ý tứ thâm thúy sâu sắc, ngôn từ bóng bẩy lưu loát như nước chảy hoa trôi chỗ này chỗ khác... (vì nhiều người đã viết). Tôi không hề là một nhà phê bình chân chính, tôi chỉ cảm nhận về anh bằng tư cách của một độc giả đơn thuần.

Đọc Phương Tấn, tôi liên tưởng đến The Gardener của Tagore Rabindranath:

"...xin đừng bắt tôi dấn thân vào cuộc chiến chinh nào khác nữa, chỉ xin cho tôi làm kẻ chăm sóc vườn hoa... tôi sẽ hầu hạ người trong những ngày rãnh rỗi... tôi sẽ giữ gìn cho lối đi rậm cỏ xanh tươi, nơi buổi sáng chân người dạo bước... Tôi sẽ ru người trên những chiếc đu giữa những tàn cây râm mát, ở đó trăng non của chiều tà sẽ hôn vào áo người... và chỉ xin được phép nâng bàn tay nhỏ nhắn của người và quấn vào cổ tay những đóa hoa nho nhỏ... chỉ xin nhuộm gót chân người bằng chất son rồi thổi đi những hạt bụi ngẫu nhiên còn sót lại..."

Những bài thơ là cả một Tâm Tình Hiến Dâng cho một người mơ hồ nào đó, có thể là Cô Bé Lọ Lem của ngày thơ tình thơ của xuân lãng đãng trên nhành thơ ngây... Cô học trò bé nhỏ có hai bím tóc áo thêu tên trường... Nàng thục nữ đã làm nhà thơ điên đảo ăn cả thiên thu gió hú rừng hoang... Và Phương:

Sao em không về cho anh yên ngủ / sao em không về cho anh ngủ yên.../ Ơi mắt hiền đen mắt buồn dưới phố / Không mắt nào buồn, buồn hơn mắt Phương.../ Phương đứng bên trời chải tóc trong mai.../ để suốt đời Phương là sương hay sóng vỗ trong anh?

Nỗi buồn của sinh ly
Nỗi đau của tử biệt...

Cũng chỉ là một cách ngăn hữu hạn để thi sĩ mãi vẫn còn nghe... tiếng em từ đáy mộ, đùa giữa vườn u minh...

...Chiều xa chiều xa mãi
Ta khóc người khóc ta
Đò đi dò đi mãi
Người khóc ta khóc người...

Và thi sĩ, muôn đời sống trong cảm giác Gai hồng vuốt ngực xanh

Và chúng ta, có thể nào không biết rằng nơi cõi đời này đã...

...Có một chàng thi sĩ
Quên là mình quạnh hiu...

Nhà thơ **Tôn Nữ Thu Dung**
(California tháng 8 năm 2020)

CHÂU THẠCH

TRĂNG TRONG BÀI THƠ "DẠT BÊN ĐỜI CHỈ CÓ BÓNG VÀ TA" CỦA PHƯƠNG TẤN

Nhà thơ Phương Tấn tên thật Nguyễn Tấn Phương sinh năm 1946 tại Đà Nẵng. Phương Tấn còn ký nhiều bút hiệu viết cho các báo văn học có giá trị ở miền Nam trước 1975 như Phổ Thông, Mai, Thời Nay, Bách Khoa, Văn, Đối Thoại, Văn Học v v... Đã xuất bản: Thơ Tình Của Một Thi Sĩ Việt Nam Trên Đất Mỹ (thơ 1970), Khổ Lụy (thơ 1971), Hòa Bình Ta Mơ Thấy Em (bút ký 1972)... và nhiều tập thơ in chung khác.

Từ năm 1975 đến nay, nhà thơ còn dành nhiều tâm huyết cho việc nghiên cứu võ học Việt Nam, trở thành người bắt nhịp cầu hiệp thông văn hóa võ Việt, với nhiều liên hoan võ thuật cấp quốc gia và quốc tế.

Có thể nói nhà thơ Phương Tấn là thần tượng của tôi từ thời trai trẻ, nhưng cho đến nay tôi chưa viết một bài cảm nhận nào về thơ ông. Thật ra tôi hay né tránh viết cho các thần tượng vì sợ ngòi bút con Dế Già của mình không làm đẹp mà làm bẩn thêm bức tượng mà mình quý mến.

Hôm nay nhà thơ từ Mỹ về thăm quê hương Quảng Nam - Đà Nẵng. Tôi được hân hạnh ngồi với nhà thơ tại quán cà phê Cố Quận, lòng rất vui và hãnh diện. Bài cảm nhận nầy tôi viết về trăng trong bài thơ *"Dạt Bên Đời Chỉ Có Bóng Và Ta"* của Phương Tấn làm năm 25 tuổi (1973), chắc chắn còn nhiều thiếu sót, nhưng tôi xin mạo muội đăng lên đây như để bày tỏ lời cảm ơn đến cây bút thượng thừa đã dành cho tôi sự ưu ái quý hiếm trên đời.

DẠT BÊN ĐỜI
CHỈ CÓ BÓNG VÀ TA

Chân lướt thướt giẫm lên buồng trăng rụng
Bóng và ta ẩm ướt cả thời gian
Ta với bóng lênh đênh và tình cũng...
Dạt bên đời chỉ có bóng và ta.

Lòng sột soạt nơi đầu cây ngọn cỏ
Trăm bơ vơ chụm lại ở chân mày
Một bát sầu đọng lại ở chân mây
A con nhạn lẻ bầy kêu thắt ruột!

Nghe rờn rợn yêu ma trong kẽ núi
Trên rừng kia phơ phất một trời xuân
Có con quạ rỉa lông nơi bóng núi
Bảo mùa đông đâu phải mùa xuân.

Ta quậy quạ với đất trời buồn lạ
Mây ngu ngơ và gió cũng ngỡ ngàng
Chim ngược bước rơi tiếng kêu lạnh quá
Kiếm hộ chim sợi nắng ở xuân sang!

E ta ngã giữa xó đời chật chội
Trong sớm xuân bên cỏ lá đìu hiu
Mắt không vuốt để nhìn ra trăm cõi
Chốn ta bà sao quá đỗi hoang liêu.

Từ xưa, ánh trăng luôn là chủ đề bất tận của các thi nhân để bày tỏ những nỗi niềm. Lý Bạch, Đỗ Phủ, hai thi nhân xuất chúng của văn học Trung Hoa, đã có những áng thơ bất hủ về ánh trăng.

Trong bài thơ *"Nguyệt hạ độc chước"* (Một Mình Uống Rượu Dưới Trăng) Lý Bạch viết ra cảnh tượng kỳ lạ độc đáo, lấy bóng trăng làm tri kỷ để uống say mà ca hát. Khác với ánh trăng trong thơ Lý Bạch thường đậm chất lãng mạn, trăng trong thơ Đỗ Phủ đậm chất hiện thực cuộc sống. Từ hai bài thơ về trăng như *Nguyệt Dạ* (Đêm Trăng) và *Nguyệt Dạ ức Xá Đệ* (Đêm Trăng Nhớ Em) chúng ta có thể cảm nhận được niềm khao khát thái bình và tình yêu của Đỗ Phủ dành cho gia đình.

Ở Việt Nam, trong thời kỳ thơ mới, bài thơ Bẽn Lẽn của Hàn Mạc Tử đã nhân cách hóa trăng như thiếu nữ biết rạo rực nằm chờ tình yêu đến:

Trăng nằm sóng soải trên cành liễu
Đợi gió đông về để lả lơi.
Hoa lá ngây tình không muốn động
Lòng em hồi hộp, chị Hằng ơi!

Nhà thơ Xuân Diệu tả trăng đẹp đến mê ly, đến nỗi đôi tình nhân không dám bước mạnh, sợ trăng vàng sẽ vỡ đi, sẽ gảy vụn làm xáo động không gian yên tỉnh.

Trong vườn đêm ấy nhiều trăng quá,
Ánh sáng tuôn đầy các lối đi.
Tôi với người yêu qua nhẹ nhẹ...
Im lìm, không dám nói năng chi.
Bâng khuâng chân tiếc giậm lên vàng,
Tôi sợ đường trăng tiếng dậy vang,

Và gần với ta trong thế kỷ 20, nghĩa là trước năm 1975, ở miền Nam Việt Nam, nhà thơ Phương Tấn đã viết một bài thơ về trăng. Bài thơ *"Dạt Bên Đời Chỉ Có Bóng Và Ta"* nói về trăng chiếu lên bước đi cô đơn của Phương Tấn theo tôi, chứa đựng chất lãng mạn của Lý Bạch, pha chất hiện thực cuộc sống như Đỗ Phủ, nhân cách trăng thành người như Hàn Mạc Tử và vịnh trăng đẹp mê ly như thơ Xuân Diệu.

Thật thế, thơ Phương Tấn có hay bằng các vị tiền nhân hay không thì tôi không dám nói, nhưng tôi dám nói Trăng của Phương Tấn mang đủ tính chất thơ của tiền nhân mà không phải đạo thơ hay bắt chước thơ tiền nhân, bởi vì thơ của Phương Tấn âm vọng tiếng lòng, nỗi đau, niềm đam mê của thời đại chúng ta đang sống, khác xa tiếng thơ thuở xa xưa hay tiếng thơ thời cận đại. Các thứ tiếng thơ ấy đã lạc về quá khứ, không cho ta một sự cảm nhận gần gũi như khi ta đọc bài Trăng của Phương Tấn.

Bây giờ xin quý vị hãy cùng tôi mở cổng bước vào vườn Trăng của Phương Tấn. Ở khổ thơ đầu tiên Phương Tấn viết:

Chân lướt thướt giẫm lên buồng trăng rụng
Bóng và ta ẩm ướt cả thời gian
Ta với bóng lênh đênh và tình cũng...
Dạt bên đời chỉ có bóng và ta.

Như vậy ta thấy Hàn Mạc Tử ngắm trăng nằm trên cành liễu như một thiếu nữ trông chờ ái ân, Xuân Diệu e dè sợ động đến cảnh đẹp của vườn trăng. Phương Tấn thì khác, nhà thơ lội trong trăng, tắm trong trăng và lạnh giá trong trăng. Chữ "lướt thướt" cho ta hình ảnh một người đang say đi không vững. Nhà thơ say rượu hay say trăng thì không biết, nhưng ta biết là nhà thơ không phải khoái lạc trong trăng như bao thi nhân khác mà linh hồn nhà thơ Phương Tấn tê tái trong trăng, đến nỗi ông thốt lên tiếng than vì nỗi cô đơn cùng tận *"Dạt bên đời chỉ có bóng và ta"*.

Quả vậy, qua khổ thơ thứ hai nhà thơ Phương Tấn diễn tả linh hồn ông lúc bấy giờ vất vưởng như bóng ma ở đầu cây ngọn cỏ, tâm trạng ông lúc đó là trăm nỗi bơ vơ chụm lại ở cái nhíu mày và không gian tuy đầy trăng nhưng như một bát sầu. Sầu hơn nữa trong không gian đó, có tiếng kêu của con chim nhạn lẻ bầy làm cho thắt ruột.

Lòng sột soạt nơi đầu cây ngọn cỏ
Trăm bơ vơ chụm lại ở chân mày
Một bát sầu đọng lại ở chân mây
A con nhạn lẻ bầy kêu thắt ruột!

Thế rồi qua khổ thơ thứ ba Phương Tấn nghe cả tiếng buồn trong kẽ núi, thấy cả một bầu trời xuân phơ phất trên rừng, nghe cả tiếng quạ kêu, ý nghĩa của tiếng quạ kêu trong thơ là "báo một xuân mà sầu như thể một mùa đông":

Nghe rờn rợn yêu ma trong kẽ núi
Trên rừng kia phơ phất một trời xuân
Có con quạ rỉa lông nơi bóng núi
Bảo mùa đông đâu phải mùa xuân.

Ta tự biết nhà thơ không có con mắt thần để thấy đươc kẽ núi, để thấy con quạ rỉa lông trong bóng tối và không có lổ tai thần để nghe được quạ "bảo mùa đông đâu phải mùa xuân". Vậy đây chỉ là ảo giác, ảo giác từ trong cơn say hay trong nỗi sầu. Ảo giác nầy cũng như ảo giác của Hàn Mạc Tử. Hàn Mạc Tử viết "Cả miệng ta là trăng / cả lòng ta vô số gái hồng nhan". Hàn Mạc Tử có ảo giác ấy vì Hàn đang yêu, yêu đến độ bùng nổ thành Thơ Điên trong trăng.

Phương Tấn vừa giống Hàn mạc Tử vừa khác Hàn Mạc Tử. Phương Tấn cũng điên, nhưng Phương Tấn không điên vì yêu, Phương Tấn điên vì buồn, buồn đến độ ảo giác dựng lên núi, ảo giác dựng lên rừng cây phơ phất trời xuân, ảo giác dựng lên con quạ rỉa lông nơi bóng núi và báo cho thi nhân rằng mùa xuân buồn quá, buồn như mùa đông vậy. Như vậy ảo giác kia thể hiện nỗi buồn của Phương Tấn không phải là nỗi buồn nhỏ cho cá nhân ông, mà là nỗi buồn lớn, nỗi buồn cho những điều rất lớn, có thể cho xã hội, cho tha nhân.

Thế rồi ta hãy đọc khổ thơ thứ tư:

Ta quậy quạ với đất trời buồn lạ
Mây ngu ngơ và gió cũng ngỡ ngàng
Chim ngược bước rơi tiếng kêu lạnh quá
Kiếm hộ chim sợi nắng ở xuân sang!

Cũng như Hàn Mạc Tử, bây giờ ta có thể phỏng đoán Phương Tấn cũng ngậm một miệng trăng, nhưng ông không nhả ra một hồng nhan để hưởng trăng mật như họ Hàn, mà ngược lại Phương Tấn đau thương: "Ta quậy quạ với đất trời buồn lạ / Mây ngu ngơ và gió cũng ngỡ ngàng".

Nhà thơ nào cũng thường mang căn bệnh thú đau thương, tự nguyện như con tằm nhả tơ rồi nhốt mình vào trong cái kén. Khi cái kén bị luộc chín trong nồi nước sôi thì người quay được lụa đem cống hiến cho đời. Phương Tấn cũng thế, sợi nắng đối với ông là những niềm vui, "Chim ngược bước rơi tiếng kêu lạnh quá" chính là nhà thơ đi trên chặn đường đời khó nhọc, cô đơn, lanh lẻo đến nỗi phải cầu cứu ai đó kiếm cho mình một sợi nắng mùa xuân. Than là than thế, nhưng chính con chim Phương Tấn kia đã tự nguyện rúc vào trong cái kén, và sự đau thương đã hóa thành bài thơ đi trong trăng hôm nay.

Khổ thơ cuối là khổ thơ tác giả bộc lộ hết tâm hồn mình, một tâm hồn hy sinh như Thiên Chúa chết trên cây thập giá, một tâm hồn từ bi như Đức Phật rời ngai vàng để mở con mắt trí tuệ của mình nhìn ra trăm cõi. Tôi không nói Phương Tấn là Chúa là Phật, tôi nói thơ Phương Tấn trong đau thương mang tinh thần thâm sâu của triết thuyết vị tha làm đẹp cho thơ mình!

E ta ngã giữa xó đời chật chội
Trong sớm xuân bên cỏ lá đìu hiu
Mắt không vuốt để nhìn ra trăm cõi
Chốn ta bà sao quá đỗi hoang liêu.

Thánh Phê – Rô của đạo Thiên Chúa khi bị đóng đinh trên cây thập giá, ông yêu cầu đóng đinh mình quay đầu xuống để nhìn trần gian. Thơ của Phương Tấn yêu cầu khi ngã xuống giữa xó đời, đừng ai vuốt mắt để nhìn ra trăm cõi. Thánh và người, không ai không tiếc sự sống của mình nhưng vì phải hy sinh cho đời nên khi chết họ muốn mở mắt nhìn đời để bày tỏ tình yêu thế gian vô đối.

Cuối cùng tôi muốn nhắc lại lời tôi nói ở trên, trăng Phương Tấn một mặt chứa đủ tính chất của trăng Lý Bạch, trăng Đỗ Phủ, trăng Hàn Mạc Tử và trăng Xuân Diệu, một mặt lại khác xa với trăng của các thi nhân trên. Không khó hiểu lắm đâu, bởi Phương Tấn sinh ra và lớn lên trong thời đại nhiễu nhương. Là nhà thơ thì có tâm hồn ngàn đời của một thi nhân, nghĩa là rất lãng mạn, ru theo gió mơ theo trăng và vơ vẩn cùng mây, nhưng vì sống trong thời đại đầy biến cố, nhà thơ cũng chứng kiến vô vàn máu đổ xương rơi, gánh chịu bao nỗi đau thương của chiến tranh, của khói lửa trong cuộc đời mình. Vậy nên trăng của Phương Tấn không chỉ chứa đựng sự rung cảm trước vẻ đẹp thiên nhiên mà còn chứa đựng nỗi đắng cay, khắc khoải sầu đau trong con tim nhà thơ nữa. Từ đó, trăng Phương Tấn cũng rất đẹp, nhưng đẹp như ánh sáng u buồn, chất chứa những điều uẩn khúc dấu kín trong lòng. Thơ ấy rất gần với tôi và quý vị, những người không nhiều thì ít cũng tự cho mình sinh ra nhầm thế kỷ hay thế kỷ đã sinh nhầm ta vậy.

Nhà phê bình thơ **Châu Thạch**
(Đà Nẵng 21-3-2024)

Sau khi đọc bài cảm nhận ***"Trăng Trong Bài Thơ Dạt Bên Đời Chỉ Có Bóng Và Ta"*** *của nhà phê bình thơ Châu Thạch, tôi chợt nhớ cũng bài thơ này vào ngày 02 tháng 11 năm 2018, tôi đã nhận được một cảm nhận của nhà-phê bình thơ Nguyễn Xuân Dương ở Bắc Ninh. Ông viết:*

E ta ngã giữa xó đời chật chội
Trong sớm xuân bên cỏ lá đìu hiu
Mắt không vuốt để nhìn ra trăm cõi
Chốn ta bà sao quá đỗi hoang liêu.

Đây là khổ thơ kết trong bài thơ ***DẠT BÊN ĐỜI CHỈ CÓ BÓNG VÀ TA*** *của nhà thơ hải ngoại Phương Tấn* làm năm ông 25 tuổi. *Chỉ một khổ thơ mà đã là tất cả những nghiệt oan, đen bạc, mong manh và bé nhỏ của phận kiếp con người.*

Sao không ngã xuống trên cái giường đã gắn bó với mình cả cuộc đời, không ngã xuống trong vòng tay người thân và bè bạn mà lại ngã xuống giữa xó đời. Đã xó đời rồi còn bủa vây thêm cái chật hẹp. Lẽ nào? Vâng lẽ nào cuộc đời này, cõi thế này lại hoang liêu lạnh lẽo thế này sao. Chỉ một chỗ nằm cho kẻ giã từ cuộc sống cũng không còn. Sao vẫn còn nghiệt ngã cả với những người không còn bon chen hơn thiệt nữa trong đời.

Cái thời khắc con người ngã xuống là "Trong sớm xuân". Nói đến mùa xuân là nói đến mùa của sinh sôi, của hoa thơm và lá biếc trên cành. Nhưng với Phương Tấn thì không như thế! Mà đây là một sớm xuân hiu hắt một sớm xuân quạnh vắng nhất chỉ có những lá cỏ đìu hiu đỡ lấy tấm thân gầy. Có lẽ nào mùa xuân cũng khắc bạc với kiếp phận con người vậy sao?

Cổ nhân đã dạy "Khép mắt xuôi tay" nghĩa là con người khi chết là hết và đôi mắt vĩnh viễn khép lại rồi. Chết mà không nhắm mắt là một cái chết hãi hùng nhiều oan trái. Không có ai vuốt mắt hay không muốn ai vuốt mắt để vẫn nhìn cho thấu cõi ta bà hoang liêu mãi mãi sao.

Có thật trong đời đã và sẽ có những người ngã xuống như thế này sao ???

Nhà phê bình thơ **Nguyễn Xuân Dương**
(02-11-2018)

CHÂU THẠCH

ĐỌC
"VÀO TRẠI PHUNG QUY HÒA LÀM THƠ GỬI HÀN MẠC TỬ"
THƠ PHƯƠNG TẤN

Thơ Phương Tấn có nhiều bài đọc thấy hay và dễ hiểu. Thơ Phương Tấn cũng có nhiều bài đọc khó hiểu, khó hiểu mà vẫn biết hay, như nhìn một bức tranh trừu tượng với nét vẽ ẩn dụ nhiều ý tưởng. Những ý tưởng ấy, mơ hồ trong sâu xa ta cảm nhận được sự *"Trong sáng vô biên và quyến luyến"* của nó. Tôi không đủ trình độ để xác nhận những bài thơ như thế có phải là thơ siêu thực hay không, nhưng thật sự đọc những bài thơ ấy ta cảm nhận được hư và thực lẫn lộn trong nhau như một giấc mơ đem đến cho ta những cảm xúc phiêu bồng, tưởng mình được nhẹ như chỉ có linh hồn bay trong cõi thơ hư hư, thực thực!

Bài thơ *"Vào Trại Phung Quy Hòa Làm Thơ Gửi Hàn Mạc Tử"* đối với tôi phải cần suy tư nhiều để hiểu, nhưng tôi cảm nhận được nó thật sự là hay, hay không thua bất cứ bài thơ nào của các thi nhân thơ Mới trong và ngoài Tự Lực Văn Đoàn.

Năm 1938, khi bệnh bắt đầu trở nặng, Hàn Mạc Tử chịu đựng những cơn đau của mình. Nhà thơ dùng thơ để làm dịu bớt những cơn đau ấy, từ đó *"Máu Cuồng và*

Hồn Điên" ra đời. Bình về *"Máu Cuồng và Hồn Điên"*, Hoài Thanh trong *"Thi Nhân Việt Nam"* viết: *"Trăng, toàn trăng, một ánh trăng gắt gao... Trăng ở đây cũng ghen, cũng giận, cũng cay nghiệt, cũng trơ tráo và cũng náo nức dục tình. Hàn Mạc Tử đi trong trăng, há miệng cho máu tung ra làm biển cả, cho hồn văng ra, và rú lên những tiếng ghê người... Trời đất này thực của riêng Hàn Mạc Tử, ta không hiểu được và chắc cũng không bao giờ ai hiểu được..."*

Nhà thơ Hàn Mạc Tử trút hơi thở vào ngày 11-11-1940. Mộ nhà thơ lúc đó được đặt dưới chân núi Quy Hòa. Sau hơn 18 năm chôn cất tại đây, ngày 13-1-1959, gia đình và bè bạn đã làm lễ cải táng Hàn Mạc Tử lên đồi Thi Nhân (Ghềnh Ráng – Quy Nhơn). "Năm 1991, trên mộ cũ của Hàn ở Quy Hòa, người ta đã xây dựng một đài tưởng niệm. Bệ lớn dưới chân tượng đài thể hiện Hàn Mạc Tử là người góp phần đặt nền móng cho thơ ca Việt Nam hiện đại. Trên bệ là hình cuốn sách lật ngửa, như trang đời và trang thơ của Hàn Mạc Tử còn dở dang. Phần trên đỉnh vừa tượng trưng cho hình ảnh bút nghiên của thi sĩ vừa là hình cây thánh giá. Bờ tường trước đài thể hiện hình ảnh vầng trăng luôn ẩn hiện trong thơ Hàn. *"Ta bay lên, ta bay lên! / Gió tiễn đưa ta với nguyệt thiềm / Ta ở cõi cao nhìn trở xuống / Lâng lâng mây khói quyện trăng đêm".*

Năm 1973 nhà thơ Phương Tấn vào nghĩa địa tại trại phung Quy Hòa dưới chân núi Trứng thăm ngôi mộ cũ của Hàn Mạc Tử và bài thơ gửi Hàn Mạc Tử ra đời.

* Hãy đọc khổ thơ đầu tiên:

Ta cười cợt với yêu ma xương cốt
Thoáng trong mây rờn rợn bát trăng sầu
Đất sẽ ướt tình ta như chuột lột
Trời cũng buồn như lớp lớp mộ bia.

Đây là những cảm xúc đầu tiên khi nhà thơ bước vào khu nghĩa địa.

"Cười cợt" là hành động chế nhạo. Phương Tấn mới bước vào nghĩa địa đã cười chế nhạo với những linh hồn mà xương cốt còn vùi chôn nơi đây. Có lẽ ta phải hiểu đây chỉ là phản ứng chống lại sự sợ hãi khi đứng ở một nơi mà tác giả cho rằng chỉ toàn *"yêu ma và xương cốt"*. Bước vào nơi đây, nhà thơ nhớ ngay những bài thơ trăng của Hàn Mạc Tử, và những bài thơ ấy làm cho tác giả có cảm giác bầu trời như ban đêm, có trăng và mưa lạnh trên lớp lớp mộ bia. Cụm từ *"một bát trăng sầu"* làm cho ai đọc thơ cũng lạnh gáy, lại thêm *"Ướt như chuột lột", lớp lớp mộ bia"* làm cho khung cảnh vô cùng ảm đạm.

Khổ thơ đầu tiên tác giả đã vẽ một bức tranh sầu, sầu như đời Hàn Mạc Tử, sầu như bệnh phung Hàn Mạc Tử, sầu như tình Hàn Mạc Tử và sầu như cái chết Hàn Mạc Tử. Khổ thơ diễn tả hoàn toàn thật xúc động khi nhà thơ bước vào một khung cảnh cô liêu, tưởng nhớ lại người xưa, một nhân tài nhưng gánh chịu đau thương vì thất tình, cô đơn và đau đớn thể xác.

* Khổ thơ thứ hai:

Ta nhảy nhót với bóng ta vãi xuống
Một đời vui đem gói lại cho người
Một đời buồn gửi lại ở bên ta
Trong khuya khoắt nụ tầm đông chợt nở.

Phương Tấn vui gì mà nhảy nhót? Nhảy nhót vì đã đứng bên mộ Hàn Mạc Tử, nhảy nhót vì tưởng tượng mình đã diện kiến người xưa, nhảy nhót vì ước mơ bao ngày nay đã đạt. Đây là cảm xúc thăng hoa mà bất kỳ ai yêu thơ Hàn Mạc Tử đều như vậy khi đến với Hàn, đứng bên mộ Hàn. Tất nhiên Phương Tấn nhảy nhót trong lòng mình, nhà thơ *"vãi xuống"* vì hân hoan. Giờ phút nầy tác giả đã quên đây là nghĩa địa, đã quên *"yêu ma xương cốt"*, đã quên *"bát trăng sầu"*, chỉ còn biết Hàn Mạc Tử, Hàn Mạc Tử mà thôi, đến nổi ông gói cả đời vui tặng Hàn và gói cả đời buồn giữ lại cho ông. Điều đó chứng tỏ nhà thơ yêu Hàn Mạc Tử đến độ nào, say Hàn Mạc Tử đến độ nào, sẵn sàng dâng tặng cho Hàn tất cả, với vui mừng đến độ nhà thơ tưởng tượng giữa khuya mùa đông, nụ hoa nở ra trong lòng ông lúc bấy giờ.

Vì sao không nở nụ tầm xuân mà lại nở *"nụ tầm đông"*? Bởi vì cuộc đời Hàn Mạc Tử đâu có mùa xuân bao giờ. Tất cả thơ của Hàn là thơ đau, đến nỗi bài thơ *"Mùa Xuân Chín"* của Hàn cũng đau vì *"Chị ấy năm nay còn gánh thóc / Dọc bờ sông trắng nắng chang chang"*. Giờ đây Phương Tấn trong trạng thái khoái lạc vì ông nghĩ đã hội ngộ cùng linh hồn Hàn Mạc Tử nơi đây, nhưng linh hồn Hàn xem như là một khối sầu trong vắt, cho nên Phương Tấn khoái lạc vì được chung niềm đau với Hàn. Sự khoái lạc đó không khác chi *"nụ tầm đông"* nở ra thơm ngát trong cơn mưa gió. Đó chính là cái *"thú đau thương"* cái thú lạ kỳ mà không ai không mắc phải khi ta rơi lệ vì một màn kịch đóng hay với đầy nghịch cảnh.

* Khổ thơ thứ ba:

Ta sẽ sớt hồn ta cho cây cỏ
Cây sẽ xanh và cỏ hết bạc lòng
Ta sẽ thả hồn ta cho trời đất
Trời ra hoa và đất hết vô tâm.

Bây giờ nhà thơ vui hẳn, vui vì ông đã san sẻ được nỗi sầu, niềm đau của Hàn Mạc Tử qua ông. Nhà thơ vui vì nghĩ rằng ông đã làm được *"Một đời vui đem gói lại cho người"* và tại đây linh hồn Hàn Mạc Tử đã nhận quà lớn của ông. Nhà thơ vui vì ông nghĩ rằng ông đã tự nguyện nhận của Hàn *"Một đời buồn gửi lại ở bên ta"* và Hàn đồng ý trao cho ông nỗi sầu đau của Hàn. Từ niềm vui trong lòng đó, tình yêu trong tâm hồn Phương Tấn tràn ra vạn vật cho đến cây cỏ.

Vì Hàn Mạc Tử, Phương Tấn đã vị tha *"Ta sẽ sớt hồn ta cho cây cỏ".* đã lạc quan *"Cây sẽ xanh và cỏ hết bạc lòng",* đã có lòng bao dung rộng lớn *"Ta sẽ thả hồn ta cho trời đất",* và đã biến đổi cả linh hồn trời đất trở nên tươi đẹp *"Trời ra hoa và đất hết vô tâm"*. Bây giờ không chỉ Phương Tấn nhảy nhót mà cả không gian nhảy nhót, nghĩa địa biến mất trong mắt ông, còn chăng là mộ Hàn Mạc Tử trở nên một đền đài tuyệt mỹ.

* Khổ thơ thứ tư:

.

Ta vui quá, ôi chao ta vui quá
Dịch Thủy buồn đâu vì lỗi Kinh Kha
Trong tiếng kêu có chút gì là lạ
Sao dưng không thinh lặng đến vô thường.

.

Niềm vui tràn ngập trong hồn thi nhân. Bỗng dưng nhà thơ lại nhớ đến chuyện Kinh Kha và sông Dịch Thủy bên Tàu từ một thuở xa xưa. Có nghich lý chăng? Nếu ta hiểu nhà thơ, sẽ không cho là nghịch lý. Hãy nghe mấy câu thơ trong *"Bài Ca Sông Dịch"* của Vũ Hoàng Chương:

.

"Biên thùy trống giục
Nẻo Tần sương sa
Gió thê lương quằn quại khói chiêu hà
Buồn xưa giờ chưa tan
Phong tiêu tiêu hề Dịch thủy hàn
Bạch vân! Bạch vân! kìa ngang rừng phất phới
Ôi màu tang khăn áo lũ người Yên"

.

Khung cảnh Kinh Kha qua sông Dịch Thủy để đi hành thích Tần Thủy Hoàng trong tiếng tiêu của Cao Tiệm Ly buồn quá buồn. Lúc đó tất cả người Yên đều mặc đồ tang để tiển đưa Kinh Kha lên đường. Vậy thì sông Dịch Thủy bấy giờ khác chi là nghĩa địa ngày nay mà thi nhân đang đứng. Lúc đó, người Yên tiễn đưa trong cảnh buồn nhưng lòng vui. Vui vì họ hy vọng Tần Thủy Hoàng sẽ chết, đất nước sẽ bình yên, con người sẽ hanh phúc. Vậy thì cảnh buồn đâu phải tại Kinh Kha, bởi Kinh Kha đang đem niềm vui và hy vọng cho mọi người. Bây giờ Phương Tấn cũng vậy, đời Hàn thì buồn, nghĩa địa thì buồn nhưng lòng Phương Tấn đang vui bởi ông đã đến nơi đất hành hương, đã đứng nơi mộ của Hàn Mạc Tử, đã thỏa lòng mơ ước được đến một lần nơi thi hào nằm xuống. Vậy nên, lòng nhà thơ cũng như lòng dân nước Yên thuở trước, vui trong khung cảnh rất buồn, rơi lệ tiển đưa trong niềm hy vọng lớn lao.

* Khổ thơ cuối cùng:

Nơi quạnh vắng cõi lòng ta thăm thẳm
Ấy bao dung lồng lộng gửi cho người
Trong chiu chắt tình ta phơi phới lắm
Ngó xuống đời bạc phếch tuổi hai mươi.

Bài thơ mở đầu với *"tình ta như chuột lột"*. Bài thơ kết thúc với *"tình ta phơi phới lắm"*. Ta thấy tâm trạng nhà thơ Phương Tấn thay đổi rất mau, ông rất buồn, gần như sợ hãi khi bước vào nghĩa địa, nhưng lòng ông chuyển biến ngay khi đến với mộ Hàn. Cuối cùng, dù *"Ngó xuống đời bạc phếch tuổi hai mươi"* nghĩa là con mắt nhìn đời vẫn lắm bi quan nhưng tâm hồn ông đã rộng mở *"bao dung lồng lộng"*. Đó là nhờ đâu? Nhờ Phương Tấn đã thấy mộ Hàn Mạc Tử. Mới thấy mộ thi nhân mà nhứ thế, nếu gặp được con người thật Hàn Mạc Tử thì sẽ như thế nào. Điều đó cho ta hiểu được những kỳ ngộ trong sử sách như Bá Nha - Tử Kỳ, những duyên lành gặp gỡ của những tâm hồn, của những trí tuệ lớn trong đời nầy sẽ làm nên lịch sử.

Cuối cùng, đây là bài thơ hay trên những bài thơ hay. Phương Tấn đưa ta đến thăm mộ Hàn Mạc Tử nhưng chưa một lần nhắc đến tên Hàn Mạc Tử trong thơ. Vậy mà ta vẫn thấy Hàn Mạc Tử thắm thiết trong lòng ta trên từng dòng thơ thiết tha sớt hồn cho cây cỏ, thả hồn cho trời đất và *"Trong chiu chắt tình ta phơi phới"* của nhà thơ ./.

Nhà phê bình thơ **Châu Thạch**
(Đà Nẵng 15-10-2023)

ĐỖ TRƯỜNG

VỚI SÁU MƯƠI HAI NĂM THƠ PHƯƠNG TẤN

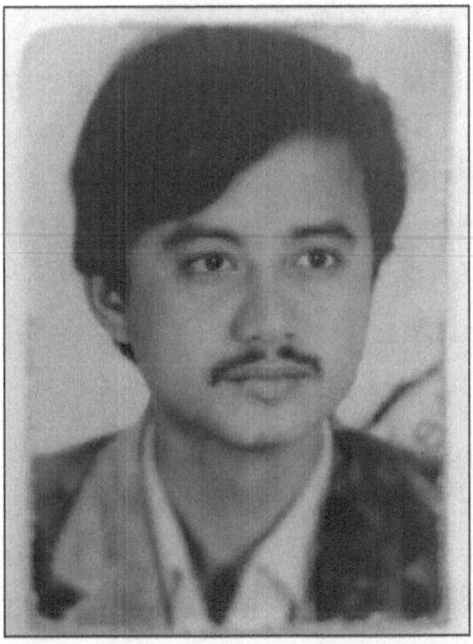

Tôi thật vui và cảm động, ngày 15-5-2022 nhận được bản thảo *"Thơ Phương Tấn - Tuyển tập 1"* của nhà thơ Phương Tấn gửi tặng. Một tuyển tập quan trọng bậc nhất trong sự nghiệp sáu mươi hai năm sáng tạo của Phương Tấn. Dù Tuyển tập được rút, chọn ở những thi tập đã xuất bản từ đầu thập niên sáu mươi cho đến nay, nhưng khi đọc kỹ ta thấy, dường như có sự sắp xếp chương mục, chủ đề rõ ràng. Do vậy, nội dung bố cục khá chặt chẽ, mạch lạc với những: Tình yêu đôi lứa, tình yêu gia đình, và bạn bè, quê hương, đất nước, cùng thơ thế sự xã hội xuyên suốt Tuyển tập 1 này.

Tôi yêu mến và tìm đọc thơ Phương Tấn rải rác ở đâu đó đã khá lâu. Tuy nhiên, nhận Tuyển tập này, tôi mới được thực sự đọc ông một cách có hệ thống. Sự tiếp cận có hệ thống ấy cho tôi nắm bắt được hồn vía tư tưởng, thủ pháp nghệ thuật cũng như diễn biến tâm lý Phương Tấn qua những biến động của đất nước, con người.

Nhà thơ Phương Tấn tên đầy đủ là Nguyễn Tấn Phương, sinh năm 1946 tại Đà Nẵng. Năm 1960, tức 14 tuổi, ông đã bắt đầu làm thơ và viết văn. Thơ văn ông đã được đăng tải, phổ biến hầu hết trên các báo chí ở miền Nam trước 1975. Ngoài ra, ông còn làm báo, cũng như nghiên cứu và đưa võ thuật Việt Nam đến với các đấu trường quốc tế. Hiện nhà thơ Phương Tấn đang sống và viết tại Cali - Hoa Kỳ.

*** Ấy tim anh hé, riêng em khẽ vào.**

Vâng, và tôi xin mượn câu thơ *"Ấy tim anh hé, riêng em khẽ vào"* này của Phương Tấn, để làm tiêu đề cho phần viết về tình yêu cùng nỗi buồn thi nhân. Có thể nói, tình yêu và cái thuở ban đầu ấy, không chỉ chiếm vị trí số một ở Tuyển tập này, mà còn quan trọng nhất trong đời thơ Phương Tấn. Và cũng chính nó làm nên tên tuổi, hồn thơ ông.

Tôi không rõ, tình yêu đầu của Phương Tấn diễn ra như thế nào, nhưng đọc câu thơ viết cho cô gái tên Phương, năm ông16 tuổi, cảm thấy rạo rực lắm: *"Guốc ai khuất mà hồn ai còn gõ"*. Với tôi, có lẽ đây là một trong những câu thơ tình với phép tương phản hay nhất ở Tuyển tập 1 của Phương Tấn. Và tiếng gõ của mối tình đầu ấy, chẳng biết có làm lạc hồn lạc vía cậu học trò Nguyễn Tấn Phương hay không? Nhưng xem chừng thi sĩ Phương Tấn lung linh và tự tin lắm: *"Im nghe bàn ghế thầm thì / Nghe trong sách vở li ti là tình / Phấn cười bảng cũng lung linh / Mực vui chữ cũng chia tình cho em"* (Lung Linh Tình Đầu). Từ cái lung linh, sự tự tin đó, thi sĩ Phương Tấn đủ can đảm hé mở trái tim mình. Song dường như, cô bé lọ lem ấy có một chút ngập ngừng chăng...

Và như một tiếng gọi, dụ mời, Phương Tấn muốn em bước vào nơi cửa mở trái tim, với không gian đầy lãng mạn: *"Này này cô bé lọ lem / Ấy tim anh hé riêng em khẽ vào / Mình căng lều ở trong sao / Vui nghe tình thở rạt rào hơi trăng"* (Lọ Lem). Có lẽ, trái tim thi nhân vẫn chưa đủ rộng, hay cô nữ sinh chưa đủ can đảm bước đến tận cùng. Do vậy, thơ tình Phương Tấn vẫn buộc phải kẹp vào trang sách. Và Thư Xanh là một bài thơ hồn nhiên, trong trẻo, với hình ảnh ẩn dụ, lời thơ rất đẹp được viết trong cái không gian, tâm trạng ấy của cậu học trò Phương Tấn: *"Một vườn chim hót trong thơ / Líu lo líu lít thơm tờ thư xanh / Một tà nắng khép bên cành / Khép trong vạt chữ xanh xanh là tình"*. Ở cái tuổi học trò như vậy, có lẽ không ai yêu đến điên cuồng, mãnh liệt, và dám viết câu thơ táo bạo như Phương Tấn. Có thể nói, đây cũng là nét đặc trưng thơ tình ở giai đoạn này của ông. Đọc nó chỉ một lần, cứ làm tôi nghĩ đến ngày còn cắp sách đến trường, và ám ảnh mãi không thôi: *"Anh quỳ lót lụa dưới chân / Lụa thơm đầy gió cho thân là là / Là là cánh én bay ra / Én tha đầy mộng ngậm tà áo xuân."* (Nàng Tiên).

Thuở còn đến trường, dường như Phương Tấn chủ yếu đã gửi hồn mình vào thơ lục bát. Một thể thơ dễ làm, và thật khó hay, song ông đã chinh phục được người đọc không chỉ nơi học đường. Vâng, ngoài sự tìm tòi, học hỏi, âu đó cũng là tài năng thiên bẩm của người cầm bút vậy. Và Nai Vàng, Tan Trường, Bông Hồng, Trên Đường, Lẽo Đẽo, Vẫn Đợi... là những bài lục bát 4 câu chắt lọc, với từ ngữ mộc mạc, song giàu hình ảnh cùng các biện pháp tu từ nhân hóa, ẩn dụ ở trong Tuyển tập 1 chứng minh cho tài năng ấy của Phương Tấn: *"E chừng trong guốc đầy hương / Sao nghe chim chóc bên đường xuýt xoa."* (Nai Vàng).

Rồi người con gái tên Phương đã khe khẽ bước được vào trái tim hé mở của cậu học trò Nguyễn Tấn Phương. Và từ cái rạo rực và cảm hứng ấy, thi sĩ Phương Tấn viết nên: *Ở Huế Nhớ Phương, Ngồi Giữa Ruộng Ngắm Trăng Nhắp Trà Nhớ Phương, Cười Nghiêng Ngửa Bóng*, hay Phương *Ơi, Những Ngày Trốn Học*... Đó là những bài bát ngôn, hoặc ông trộn lẫn các thể loại thơ vào nhau, theo cảm xúc vơi đầy của mình. Có thể nói, đây là những bài thơ mãnh liệt, thiết tha, chân thực và cảm động nhất của Phương Tấn: *"Phương nghe đó trời thu lên lành lạnh / Lòng cũng vàng theo lá ở trong cây / Vui cũng bay theo gió ở trong ngày / Một chút lệ thêm chút buồn vừa chín."* (Ở Huế Nhớ Phương).

Có lẽ, trái tim trở nên chật chội chăng? Nên sự rạn vỡ, chia ly buộc Phương Tấn phải ôm sầu muộn, để viết: *Quẩy Tình*, Tình *Cay, Bến Khuya hay Tình Sầu*... Và trở về với lục bát, nỗi buồn thương ấy, dù có ngàn năm cũng không tát cạn trong lòng thi nhân. Vẫn biện pháp tu từ, với những hình ảnh ẩn dụ, Phương Tấn như rắc muối vào lòng người đọc: *"Sầu tình, dẫu lấy gàu song / Tát thiên thu vẫn không mong cạn sầu / Bóng câu khoe trúc bạc đầu / Khoe mai tàn cánh khoe màu thời gian"* (Tình Sầu).

Chia ly, với nỗi đau là thế, song sự hoài vọng vẫn còn ăm ắp trong lòng thi nhân. Sự ngóng trông, và chờ đợi dài đằng đẵng ấy, tưởng chừng: "*... như pho tượng bên triền núi*". Nhưng không! Tình yêu dường như có lý lẽ riêng. Thật vậy, sức sống tình yêu, (hay một sức mạnh vô hình nào đó) không thể cân đong đo đếm. Cho nên, Phương Tấn vẫn thấy: *"Ô hay, mình cứ tuổi hai mươi"*. Và, *Chờ Đến Thiên Thu Một Bóng Người* là một bài thơ thất ngôn, viết trong tâm trạng như vậy của Phương Tấn. Khi viết bài thơ này, ông đã bước vào cái tuổi thất thập. Nếu được phép tuyển chọn, với tôi đây là một bài thơ hay, và toàn bích nhất trong Tuyển tập 1 của Phương Tấn. Vâng, chỉ một trích đoạn ăm ắp hình tượng, mang mang hồn cổ thi sau đây, sẽ cho ta thấy rõ điều đó: *"Sóng xô thuyền mắc bờ nước lạ / Mình, kẻ lạc loài giữa gió đông / Và như pho tượng bên triền núi / Chờ đến thiên thu một bóng người".*

*** Ván khua lách cách hồn khe khẽ về.**

Cũng như thi sĩ Nguyễn Nho Sa Mạc, thơ Phương Tấn đã chín trước tuổi. Ở tuổi 14 ông đã viết những câu thơ già dặn, cô đơn, bi thảm trong thành phố chết, hay và rợn đến kinh người: *"Đêm lên phố vào sa mạc / Tìm đâu rộn rã kinh kỳ / Lầu dinh mà như cồn cát / Thênh thang một nẻo sầu bi."* (Đà Nẵng, Trời Ni Đất Nớ). Và với những hình ảnh mang tính ẩn dụ sâu sắc, tôi cứ ngỡ Phương Tấn đã ở cái tuổi 41 vậy: *"Đà Nẵng mình buồn em hỉ / Hôm nào em ghé vô chơi / Mùa ni có bông chung thủy / Nở nơi khóe mắt thay lời."* (Đà Nẵng, Trời Ni Đất Nớ). Với Tuyển tập 1 này, tình bạn trong thơ Phương Tấn rất đậm sâu. Tuy nhiên, những bài thơ hay về bạn bè, anh em lại nằm trong phần thơ Cát Bụi, với những cuộc chia ly vĩnh cửu. Đó cũng là nỗi buồn trong lòng thi nhân và trong thơ vậy. Sự ra đi bất ngờ của nhà thơ tài hoa Nguyễn Nho Sa Mạc ở cái tuổi đôi mươi làm cho Phương Tấn xúc động mạnh. Hình ảnh bạn luôn hiện về trong nỗi nhớ thương, tiếc nuối của Phương Tấn. *Ván Khua* Lách Cách *Hồn Khe Khẽ Về*, một bài thơ lục bát được ra đời trong cái chập chờn ấy của ông. Từ ngữ, hình ảnh lạnh sắc làm cho tôi chờn chờn, rợn rợn, khi đọc. Đọc nó, chợt làm tôi nhớ đến: Gửi Người Dưới Mộ của Đinh Hùng. Có thể nói, cùng với *Lật Trang Kinh, Tụng Chữ* Tình, *Bên* Đời Hiu Quạnh, và Buồ*n Như Trăng Nhớ Ai... Ván Khua* Lách Cách *Hồn Khe Khẽ Về* là bài thơ hay, điển hình nhất trong Tuyển tập 1 của Phương Tấn: *"Khuya xa xác đổ về trời / Phố cao sầu cũng nghe dời vóc* *hoa / Tay lùa con nước xót xa / Chân lùa bóng vỡ phôi pha thiên tài / Từ anh bỏ lại tuổi mai / Cát vàng thả gió chia hai bạn bè / Bừng bừng xô dạt lòng khe / Ván khua lách cách hồn khe khẽ về".*

Khi đi sâu vào đọc, ta thấy Phương Tấn rất dụng công với thơ lục bát. Không chỉ tìm tòi làm mới từ ngữ, hình ảnh, ông còn sử dụng thủ pháp ngắt nhịp, xuống dòng trong câu thơ, nhằm diễn tả cảm xúc, diễn biến nội tâm sâu sắc và chân thực nhất. Và, *Ngày Hẹn Nhau Ngày Vĩnh Biệt* là bài thơ tiêu biểu nhất cho hình thức nghệ thuật này trong Tuyển tập 1 của Phương Tấn:

Thôi rồi
bỏ tuổi
hai mươi
Dưng nghe
huyệt lạnh
nổi cười
lạnh căm.

Thôi rồi
tận cõi
xa xăm
Thương hồn
nhớ phách
biệt tăm
vô thường!

Cơn mưa chiều úa rã là bài thơ ngũ ngôn, được Phương Tấn viết năm 1972 ngay tại bến xe Biên Hòa. Tuy không nằm trong số những bài hay nhất của Tuyển tập 1, nhưng đọc nó, tôi thấy được nỗi buồn đau, cùng sự quạnh hiu đến tột cùng của thi nhân. Và mượn cảnh vật thiên nhiên một cách mộc mạc, dung dị để miêu tả diễn biến nội tâm đã đạt đến đỉnh cao nghệ thuật của Phương Tấn.

Buồn là vậy, song cái ngôn ngữ giàu nhạc tính làm nên nét đặc trưng thơ Phương Tấn: "...*Từng giọt từng giọt buồn / Nhỏ xuống lòng nhân gian / Lăn trong đời hiu quạnh / Nhỏ xuống lòng nhân gian / Cơn mưa chiều úa rã.*"

Nếu lục bát Phương Tấn đậm chất trữ tình, thì thơ ngũ ngôn của ông mang tính triết lý cuộc sống. *Chợt Thấy Đời Đã Cạn*, Phương Tấn viết năm 21 tuổi, là bài thơ ngũ ngôn điển hình cho đặc điểm này của ông. Có thể nói, đạo đức, hay chân lý đã được nhà thơ rút tỉa ra từ những cạm bẫy của cuộc đời vậy: "... *Đừng soi vào mắt ta / Chiếc lồng không bóng chim / Treo một đời để nhử / Chết ngọt những đường kim./ Đừng soi vào mắt ta / Cánh hồng đen lã chã / Nhạt nhòa giữa lòng ta / Cơn mưa chiều rệu rã. / Nào, dốc ngược tim mình / Ngã chúi vào dĩ vãng / Ta dốc ngược tim mình / Chợt thấy đời đã cạn.*"

*** Mẹ, quê hương và đất nước.**

Sinh ra và lớn lên trong chiến tranh, do vậy ngay từ buổi đầu hồn thơ Phương Tấn đã bi đát và vô vọng. Mười bảy tuổi, Phương Tấn đã viết: *Reo Vui Giữa Huyệt Đời*, lời thơ chán chường, lạnh tanh như thể tự kết thúc cuộc đời tuổi trẻ vậy: "...*Tóc đà trắng buồn bã / Sao chẳng thấy Phật đâu / Nhào lộn trên thánh giá / Vẫn chẳng thấy Chúa đâu / Thôi đêm còn hai tay / Bức tóc vo lấy đầu / Và ngày còn hai chân / Giẫm lên cùng nỗi khổ. / Thôi tôi còn một tôi / Reo vui giữa huyệt đời...*". Và đi giữa phố thị mà nhà thơ vẫn cảm thấy cô đơn, không tìm thấy một con người đích thực. Chiến tranh đưa đến sự lưu manh, giả dối đã làm cho ông và thế hệ ông mất hết niềm tin vào xã hội, con người. Đời Lấm Lem Bụi Khổ là một bài thơ ngũ ngôn, mang tâm trạng như vậy của Phương Tấn. Bài thơ được viết tại Sàigòn năm 1966, có lẽ chiến tranh bước vào giai đoạn mới, khi Quân đội Mỹ và đồng minh tham chiến ở chiến trường miền Nam:

"... Nào bước khỏi đám đông / Khỏi những khuôn mặt kịch / Xin bước khỏi đám đông / Lòng mở lòng nguội ngắt./ Hãy xem tôi đà chết / Tôi đã chết lâu rồi /... Những lúc buồn quá đỗi / Tôi nghĩ thế cho vui. / Này da vàng đầy phố / Vẫn không thấy anh em / Sao da vàng đầy phố / Vẫn không thấy mặt người! / Đời lấm lem bụi khổ / Ngày mờ mịt bóng đêm".

Từ những nhận thức như vậy, cho nên ta thấy tính chân thực sâu sắc trong thơ Phương Tấn. Ông dám cả gan đánh giá cái sự lầm lạc của người cha và vén bức màn ẩn khuất, buồn đau ngay trong gia đình mình: *"Cha tôi theo cách mạng / Huyễn mộng giữa đất trời / Sầu đùn theo năm tháng / Mẹ đợi bóng ma trơi."* (Đợi Bóng). Cái điều tối kỵ này dường như rất ít gặp trong thi ca Việt. Có chăng, tôi mới được đọc ở: Chuyện Hai Bố Con Tôi của nhà thơ Nguyễn Bắc Sơn mà thôi.

Tôi không rõ, bài thơ Thưa Mẹ, Phương Tấn viết (năm 19 tuổi) trong hoàn cảnh nào? Là người lính từ mặt trận, hay sau những ngày lang thang đâu đó mệt mỏi trở về nhà, và viết về mẹ thật cảm động. Có một điều đặc biệt, đoạn kết của bài có những hình ảnh hoán dụ, và cụm từ thật mới lạ. Nó làm câu thơ hay đến độ, tưởng chừng chưa bao giờ được đọc câu thơ về mẹ hay, cảm động, sâu sắc đến vậy: *"Mẹ so đũa gắp lòng reo trong mắt / Gắp một đời rót xuống chén cơm con".* Vì vậy, hình bóng người mẹ khốn khó, sống hay thác cũng vì con ấy, Phương Tấn đã mang theo suốt cuộc đời, dù ở quê nhà hay nơi đất khách: *"Mẹ cười bưng bát cơm thiu / Ầu ơ, móm mém hắt hiu phận bèo / Mặc lòng trời đất cheo leo / Ầu ơ, con ẵm bóng theo tạ đời.* (Tạ Đời). Không có nỗi đau nào bằng nỗi đau mất mẹ. Phương Tấn cũng vậy. Lời thơ nghẹn ngào như được vắt ra từ tâm khảm với nỗi đau tận cùng trong ngày mẹ mất của ông. Có thể nói, rất nhiều áng văn đã viết về mẹ, song viết được như Phương Tấn rất ít: *"Thế gian chụm giữa cơn đau / Vỡ ra thành lệ rụng vào mộ sâu / Khuya đi trăng dọi mối sầu / Cõi xa vằng vặc một màu quạnh hiu".* Chiến tranh và sự bất lực của con người: *"Tay ốm quá làm sao con che hết / Biển xô nhanh trên cùng suốt dân mình".* Cho nên, Phương Tấn hiểu hơn ai hết nỗi đau của đất nước, thân phận con người. Sự đồng cảm ấy, để ông viết nên: *Bên Kia Sông Bến Hải.* Một bài thơ về tình yêu quê hương đất nước rất sinh động, và chân thực qua biện pháp tu từ so sánh: *"Ơi giải phóng - phóng bùa vong bản / Tiêu máu nhân dân - đỏ phố đỏ cờ / Chân vô thức bủa quanh đầu cách mạng / Con gõ hồn thân bỗng úa mênh mang."* Và trước cái dã man, tàn bạo: *"Đừng. Đừng giết con tôi / Súng bắn thẳng người mẹ / "Mẹ ơi, con mồ côi..." / Súng bồi thêm người con."* Phương Tấn chợt nhận ra, tự do là con đường duy nhất quê hương phải đến. Và cái lý tưởng ấy, chỉ có tình yêu cùng lương tri mới làm nên hiện thực. Vâng, lời thơ có giai điệu du ca dưới đây, như một lời dự báo, và giải thoát trong thơ Phương Tấn vậy: *"Việt Nam phơi hồn cốt / Lồng lộng giữa đêm đen / Quê hương chỉ có một / Đường đi đến tự do / Tuổi trẻ chỉ có một / Lý tưởng và lương tri / Quỷ đỏ đeo mặt nạ / Giết cả mẹ cùng con / Cướp cả non cùng nước"* (Nước Và Non). Bài *Túy Ngọa Sa Trường Quân Mạc Tiếu*, được Phương Tấn viết vào năm 1963, khi ông mới 17 tuổi. Nếu không nghiên cứu, đọc sâu về văn học miền Nam ở giai đoạn này, thì tôi không thể tin như vậy. Bởi, cái vốn Hán Nôm và hồn vía cổ phong trong thơ Phương Tấn. Ở đây, không chỉ thấy được đổ nát của chiến tranh, thân phận lưu lạc của con người, mà còn chứng minh thêm tài năng, tính dự báo trong thơ của Phương Tấn, (đã thành hiện thực). Với tôi, đây là một trong những bài thơ hay nhất trong Tuyển tập 1 thơ Phương Tấn: *"Từ tâm thu lại di truyền / Chân con giải phóng bóng thuyền vong lưu / Hồn xô tay phất oan cừu / Tiền thân tự đó thu mình quạnh hiu..."*

*** Hồn thơ thế sự xã hội**

"THƠ PHƯƠNG TẤN - Tuyển tập 1", có đến mấy chục bài thơ hay về thế sự xã hội mang sức sống lâu dài. Tôi rất mừng, không có bài nào dở như ta thường gặp ở dòng thơ thế sự xã hội này...

Phương Tấn đứng hẳn về lẽ phải, về đất nước, thân phận con người để viết. Do vậy, thơ thế sự của ông mang tính nhân đạo sâu sắc, và nhận được sự đồng cảm của người đọc. Ngay từ năm 1966, (tức cách nay gần sáu chục năm) đọc lại bài thơ *Nam Mô A Di* Đà *V*à Thánh *Thần A Men*, tôi vẫn thấy mới, và còn tính thời sự. Vâng, sự tranh giành, bắn giết nhau giữa đạo hay đời đều mang lại những hậu quả đến nay chúng ta vẫn phải lưu vong gánh chịu. Có thể nói, thơ thế sự Phương Tấn có sức sống như vậy, ngoài tính nhân bản, còn có giá trị dự báo: *"Này đồng bào tôi đó / Các người thật nghĩ gì / Khi cam lòng giết nhau / Để giành phần nô lệ / Để giành phần lưu vong / Này đồng bào tôi đó / Các người thật nghĩ gì / Một Việt Nam vô phúc / Thăm thẳm những hận thù / Nằm giữa áo chùng tu / Chen nhau vào triệt lộ..."* Và Phương Tấn đã ghi lại cái tang thương, nỗi đau của đồng bào, đồng loại để từ đó phỉ nhổ vào những kẻ bán mua chiến tranh. Không đao to búa lớn, nhưng lời thơ Phương Tấn đã làm cho người đọc thấy được thực chất của cuộc chiến này: *"Còng lưng thay trâu cày qua luống đất / Qua những luống đời ròng rã chiến chinh /... Mỗi sáng ra đồng cờ vàng cờ đỏ / Cờ của bên này cờ của bên kia / Đây đạn Trung-Xô đấy bom Mỹ quốc / Kia xác đồng bào nọ xác anh em"* (Thương Cây Nhớ Cội).

Tình yêu nước cho Phương Tấn lòng can đảm vạch trần bộ mặt bán và cướp nước của cường quyền, cùng giặc phương Bắc dưới mọi hình thức che đậy. Và từ đó ông khơi dậy chí khí, truyền thống chống giặc ngoại xâm của dân tộc: *"Chúng nó bán quê hương / Chúng nó bán mình rồi / Làm người dân khi chết / Không cọng cỏ che than / Giặc tràn từ phương Bắc / Chảo lửa trụng cơ đồ / Cháy ngàn năm chưa tắt / Chảo lửa trụng cơ đồ / Quê hương bầm vết cắt / Cứa mối sầu khôn nguôi".* (Chảo Lửa Trụng Cơ Đồ).

Với từ ngữ mộc mạc, giản dị, thơ Phương Tấn đến được với mọi tầng lớp người đọc. Do vậy, thơ thế sự của ông có giá trị hiện thực, và lâu dài. *Thiên An Môn* là một trong những bài thơ điển hình nhất cho đặc điểm này của ông. Thật vậy, Phương Tấn đã không ngần ngại chọc thẳng ngòi bút vào thượng tầng của đám quỷ đỏ, và chỉ ra cái giá trị đạo đức, lòng tin đảo lộn tùng phèo trong xã hội vô luân ấy: *"Trước hàng song sắt đỏ / Quỷ đánh rơi mặt trời / Sau hàng song sắt đó / Chờn vờn bóng xương phơi / Phật cũng vừa treo cổ / Chết cùng Chúa đêm qua!".*

Có thể nói, 154 bài chọn ra từ 6 tập thơ cho Tuyển tập 1, chưa phải là nhiều của đời thơ Phương Tấn. Song nó đã khẳng định lại một lần nữa về giá trị nội dung cũng như nghệ thuật thơ Phương Tấn. Sự đóng góp này của ông làm phong phú thêm cho văn học nước nhà, và để lại những bài học, kinh nghiệm thật quí cho thế hệ người đọc, người viết như chúng tôi.

Nhà văn, nhà phê bình văn học **Đỗ Trường**
(Ribnitz-Damgarten ngày 3-6-2022)

PHẠM CHU SA

PHƯƠNG TẤN
NHÀ THƠ NẶNG TÌNH VỚI QUÊ HƯƠNG

Phương Tấn làm thơ rất sớm. Những bài thơ có tính triết lý, suy tư về vận người mệnh nước, có chút nổi loạn, đôi khi ma quái - đăng trên các tạp san văn học nghệ thuật uy tín khi anh mới 14, 15 tuổi... Phương Tấn viết những câu thơ già dặn về quê hương Đà Nẵng của anh khi mười bốn tuổi: " *Đà Nẵng bến chiều buông lạnh / Đò xuôi trở chuyến sang sông / Âm ba gợn mình lấp lánh / Trời ni đất nớ mênh mông / Trầm tư giáo đường ngủ gục / Giật mình khóc thét hồi chuông / Thanh âm đổ dài bắt bóng / Bóng đời lóng lánh vô tâm.../ Cổ mộ, công viên vàng vọt / Chập chờn trăng dọi ma thiêng / Ghế đá là xương là cốt / Cỏ, hoa, liễu chết lặng phiền...".* (Đà Nẵng Trời Ni Đất Nớ - 1960). Và những câu thơ với ngôn ngữ và hình ảnh lạ lùng, ma quái khi anh mới mười lăm tuổi : *"Một giọt trăng chắt chiu trong kẽ lá*

/ *Một giọt sầu thơm lạ ở trong khuya...* / *Lệ vây ta lửa đuốc lập lòe* / Trăng *ủ rũ dúi* mình trong thân mộ / *Mộ đỏ mộ xanh nhảy chồm lố nhố* / Níu kéo thân ra ca hát véo von / Đêm bay lên xòe đôi m*ắt đen ngò*m / Ta *cởi dạ thả giữa bồn trăng huyết* / *Thân chẻ vụn giăng* làm hoa di*ễm tuyệt* / *Kết hồn* này *bằng* âm điệ*u sầu ma...*" (Vĩnh Biệt Trăng, Ôi Một Nàng Thục Nữ - 1961)...

Những câu thơ "đầu tay" của anh mãi sau này tôi mới được đọc trong tập *"Thơ Phương Tấn - tuyển tập 1"* anh gửi tặng tôi khi từ Mỹ về Việt Nam hồi tháng 5- 2023 cùng hai thi tập *"Lung Linh T*ình Đầu" và *"Lục B*át Phương Tấn*"* ấn loát cực đẹp với nhiều phụ bản hội họa. Tôi đã đọc thơ Phương Tấn trên các tạp chí văn học nghệ thuật từ giữa thập niên 1960. Nhưng tôi ấn tượng nhất khi đọc tập *"Thơ T*ình *Của Một Thi Sĩ Việt Nam Tr*ên Đất Mỹ" (ấn hành ở Mỹ 1970 - tái bản tại Sài Gòn 1971). Tuy tựa là "Thơ tình..." nhưng bàng bạc trong toàn tập thơ là hình ảnh quê hương thời chiến tranh loạn lạc với bao đau thương, mất mát cùng khát vọng hòa bình của giới trẻ miền Nam Việt Nam bấy giờ - trong đó có tôi. Đặc biệt trong bài thơ *"Người Nói Chuyện Với Mộ Bia"* Phương Tấn làm năm 1969 ở Texas với ngôn từ và ý tưởng khá lạ: *"Chút xương* da xanh mư*ớt* / *Liệu người qua nổi s*ông / ...Trờ*i trống hu*ơ *trống h*oác / Không di*ệt cũng kh*ông sinh / Gió *dường như quíu* lư*ỡi* / Mây m*ỏng phận, bạc đầu* / *Đời buồn s*âu bóng trư*ợt* / *Hồn c*ó mà như không". Vài năm sau khi trở về Việt Nam, thơ Phương Tấn có biến chuyển rõ nét từ ý tưởng, ngôn ngữ đến hình ảnh. Đơn cử: bài *"Chuyện Trò* Cùng *Anh Kiến, Chị Dơi* V*à Chú Muỗi"*: "...N*ày anh Kiến, chị Dơi* và chú Muỗi / *Thịt ta thơm cứ cắn ch*út làm duyên / Xin đ*ừng hỏi* vì sao ta cùi cũi / Sao lòng ta qu*ạnh vắng đến* vô biên / Thơ ta giã, *ướp* cùng sương khói / *Ướp xương da* và máu *ở hai miền* /*...Ta bẻ kiếm khi quanh* thành *lửa* ch*áy* / Khi c*ần lao mất cả ruộng vườn* / *Bom đạn* đã nhiều *hơn thóc lúa / Hận thù nhiều hơn cả tình thương...*" (Biên Hòa, 1972). Cũng thời gian ở Biên Hòa, Phương Tấn viết bài "*Bước Ra Từ Nhà Thương Điên Biên Hòa*" khá thú vị: "*Cung cúc giữa xó đời / Chờn vờn bóng ma trơi / Cười sao cười quá đỗi / Ta giỡn, kệ ta chơi ...*" Đúng là Phương Tấn giỡn chơi thôi chứ nhà thơ quá tỉnh: "*...Tự ta làm khán giả / Cùng sân khấu trống không / Phá lên cười ha hả / Tên lạc chợ trôi sông.../ Ta đấm ta ngã xuống / Hồn mắc nơi cành khô / ...Thượng đế treo toòng teng / Nhiễu nhương cười hô hố / Và thánh thần A men!...*"

Bấy giờ tôi chỉ đọc thơ chứ không quen Phương Tấn, dù trên tuần báo Tuổi Ngọc tôi đã viết mục "*Nhìn xuống cuộc đời*" giới thiệu chương trình Phương Tấn bán tập bút ký "*Hòa Bình Ta Mơ Thấy Em*" lấy tiền giúp bà con chiến cuộc miền Trung. Và đăng thơ anh ký tên thật Nguyễn Tấn Phương. Nhưng tôi thường nghe Lê Cung Bắc kể về "3 Kẻ Sĩ " (từ của Lê Cung Bắc) sinh hoạt trong nhóm Du ca ở Biên Hòa khoảng 1972 - 1973, gồm nhạc sĩ Nguyễn Đức Quang (sinh 1944); thi sĩ Phương Tấn (1946) và kịch sĩ Lê Cung Bắc (1946). Nguyễn Đức Quang và Lê Cung Bắc vốn là đồng môn trường chính trị kinh doanh - Đại học Đà Lạt. Tôi cũng không được quen biết Nguyễn Đức Quang, tuy rất ngưỡng mộ anh cùng các khúc du ca của anh. Nhất là bài "*Việt Nam Quê Hương Ngạo Nghễ* " mà có lẽ giới sinh viên - học sinh bấy giờ ai cũng thuộc! Mùa hè đỏ lửa 1972, khi vừa tốt nghiệp cao học chính trị kinh doanh, Lê Cung Bắc bị động viên sĩ quan trù bị Thủ Đức. Ra trường, Bắc được điều động về Biên Hòa, gặp Nguyễn Đức Quang và Phương Tấn đang đóng ở đó. Tuy bấy giờ Biên Hòa là nơi đặt đại bản doanh của bộ tư lệnh Quân đoàn III và Quân khu 3, nhưng do nằm sát thủ đô Sài Gòn nên tương đối an bình, không như các đô thị biên giới Pleiku, Kon Tum, Quảng Trị... không khí chiến tranh thường xuyên nóng hừng hực. Bắc kể, chính ở Biên Hòa, Nguyễn Đức

Quang đã viết ca khúc *"Vì Tôi Là Linh Mục"* rất hay, phổ từ tập thơ "Thiên Tai" của Nguyễn Tất Nhiên vừa xuất bản năm 1970 - khi Nhiên mới 18 tuổi. Lê Cung Bắc còn kể chuyện anh tình cờ gặp Nguyễn Tất Nhiên ở Biên Hòa, rồi xúi chàng thi sĩ đang lơ ngơ "đi không chạm đất" đòi tiền bản quyền thơ mà Phạm Duy phổ nhiều ca khúc từ thơ Nhiên, đang nổi đình nổi đám, nhưng không ai trả nhuận bút cho tác giả thơ!... Bắc còn kể có những ngày cuối tuần, cả nhóm du ca kéo nhau lên núi Bửu Long sinh hoạt, ca hát dưới sự đạo diễn của nhạc sĩ du ca Nguyễn Đức Quang - người khai mở phong trào du ca năm 1966... Nguyễn Đức Quang còn là Trưởng tràng Hướng Đạo sinh nên mọi chuyện tổ chức đều do anh chủ xướng.

Thường những người lúc trẻ làm thơ hay thì càng lớn tuổi, thơ chững lại. Nhiều khi cố gắng quá chỉ có thể viết ra những câu thơ gượng gạo - không còn là thơ! Nhưng Phương Tấn rất dài hơi, vẫn giữ được phong độ suốt thời gian dài hơn nửa thế kỷ, thơ anh ngày càng sâu lắng - có thể nói là ngày càng hay. Đặc biệt càng về sau này, ngôn ngữ lục bát Phương Tấn vẫn mượt mà nhưng lắng đọng. Hãy đọc mấy câu lục bát Phương Tấn viết ở Paris năm 2012: *"Tôi chao hồn xuống sông Seine / Ô hay chim chóc sà bên chợt cười / Ngày lên phố lạ theo người / Đưa tay hứng lấy bóng cười từ khi.../ Nắng Paris ướt chia ly / Lao xao lá cỏ ngày đi buồn buồn / Giọt thơ ai chạm mà buông / Chòng chành giữa cõi vô thường lạ chưa?"* ("Vô thường" - Paris, 2006 - 2012). Đặc biệt bài lục bát " Oan khiên" gồm 7 đoản khúc, Phương Tấn đã "cô đặc" lại những dằn vặt, ẩn uất suốt bốn mươi mấy năm chưa thể có câu trả lời trong đoản khúc cuối: *"Hỏi ngày. Trời đất ngất ngư / Hỏi đêm. Biển động dường như sóng gầm / Hỏi người. Tưởng hỏi cõi âm / Hỏi mình. Cười ngất. Cười bầm ruột gan"* (1975 -2022).

Nhớ lại một thời gian dài sau 1975, những người viết có tên tuổi ở miền Nam trước kia "bị trói" hoặc không muốn viết trong sự gò bó. Cũng có thể nhiều người vẫn lặng lẽ viết và... để đó. Không biết Phương Tấn có trong trường hợp này không. Nhưng có điều thú vị là, Phương Tấn được biết đến là một nhà thơ tên tuổi lại đứng ra tổ chức thực hiện; làm chủ biên, chủ bút các tập san võ thuật rất thành công! Anh tham gia trong ban chủ biên hai tạp chí *"Nghiên Cứu Võ thuật", "Tìm Hiểu Võ Thuật"* và là chủ bút hai tập san *"Sổ Tay Võ Thuật", "Ngôi Sao Võ Thuật"*. Cũng qua các tập san võ thuật này, Phương Tấn đã liên kết được với nhiều võ sư nổi tiếng của các trường phái võ thuật - nhất là võ cổ truyền Việt Nam ở trong nước và các võ sư người Việt ở các nước có đông người Việt sinh sống như Pháp, Mỹ... Phương Tấn cũng là người đứng ra tổ chức rất thành công nhiều đại hội võ thuật cổ truyền Việt Nam với sự tham gia của nhiều võ sư Việt cùng các võ sư, võ sinh người nước ngoài về tụ hội nơi đất tổ. Một dấu son của võ cổ truyền Việt Nam do một nhà thơ tổ chức! Đặc biệt ấn phẩm *"Những Người Mở Đường Đưa Võ Việt Ra Thế Giới"* (2012 - tái bản 2014) bằng 3 thứ tiếng Việt - Anh - Pháp do Phương Tấn biên soạn rất công phu, ấn loát tuyệt đẹp đã gây được tiếng vang lớn trong giới võ thuật và những người yêu võ thuật trong và ngoài nước.

Phương Tấn và tôi có vài kỷ niệm nhỏ nhưng nhớ hoài. Năm 1990 - 1991 tôi hợp tác với nhà xuất bản Trẻ tổ chức thực hiện một tuyển tập thơ văn dành cho tuổi mới lớn phát hành hàng tháng mang tên Tuổi Hồng (thật ra, trước đó Tuổi Hồng do họa sĩ Văn Minh của NXB Trẻ đứng ra tổ chức thực hiện dành cho lứa tuổi thiếu niên. Sau mấy số, thấy phát hành khó khăn, Văn Minh nhường Tuổi Hồng lại cho tôi. Tôi điều chỉnh bài vở phù hợp đối tượng độc giả lớp tuổi học sinh trung học cơ sở và phổ thông. Tôi mời các nhà văn, nhà giáo tâm huyết về cộng tác để phát triển Tuổi Hồng: Nhà giáo Bùi Thức Phước - tức nhà thơ Bùi Nghi Trang; Nhà giáo Nguyễn Tri Chính - tức nhà văn Trinh Chí của tạp chí Tuổi Hoa trước 1975; Nhà giáo - nhà văn Trần Quốc Toàn của báo Thế Giới Mới; Nhà báo "chuyên tuổi mới lớn" Cù Mai Công - tức Anh Cỏ Cú, một nhà báo năng nổ của báo Mực Tím cũng chuyển đến cộng tác với Tuổi Hồng... Bên cạnh đó còn có nhà thơ Phương Tấn và nhà văn Nguyễn Viện cộng tác rất đắc lực với Tuổi Hồng. Phương Tấn giúp giữ mục *"Tuổi Hồng - khỏe* và *đẹp"* - chuyên phỏng vấn, giới thiệu các hoa hậu, hoa khôi thể thao khỏe - đẹp. Bởi anh có lợi thế là người đang tổ chức thực hiện các chuyên đề võ thuật, liên quan tới thể dục, thể hình nên rất tiện liên lạc các người đẹp tuổi teen. Ít lâu sau, Phương Tấn rút lui để toàn tâm toàn ý thực hiện các chuyên đề võ thuật của anh... Hơn mười năm trước, Phương Tấn đưa gia đình sang Mỹ định cư. Tôi rất cảm động khi trước khi đi, vợ chồng anh mang đến tặng tôi bộ sách *"NHỮNG NGƯỜI MỞ ĐƯỜNG ĐƯA VÕ VIỆT RA THẾ GIỚI"* do anh biên soạn công phu và ấn loát sang trọng. Mười năm sau, Phương Tấn trở về Việt Nam tổ chức phát hành ba tác phẩm thi ca cùng chuyên đề của tập san Quán Văn số đặc biệt Phương Tấn. Mừng thấy Phương Tấn đã bước sang tuổi 77 nhưng trông vóc dáng còn khỏe và trẻ trung. Và nhất là vẫn tiếp tục viết.

Nhà thơ, nhà báo **Phạm Chu Sa**
(Sàigòn tháng 7-2023)

VƯƠNG TRÙNG DƯƠNG

THI PHẨM "VỚT BÌNH MINH TRONG ĐÊM" CỦA PHƯƠNG TẤNĐỘC ĐÁO VÀ THÚ VỊ

Năm 1939, nhóm Xuân Thu Nhã Tập gồm các văn nghệ sĩ Phạm Văn Hạnh, Đoàn Phú Tứ, Nguyễn Xuân Sanh, Nguyễn Xuân Khoát, Nguyễn Đỗ Cung, Nguyễn Lương Ngọc hình thành, năm 1942 xuất bản tập sách cùng tên là *"Xuân Thu Nhã Tập"*.

Ảnh hưởng từ khuynh hướng tượng trưng, ấn tượng... ở Âu Châu nên nhóm Xuân Thu Nhã Tập đưa ra quan niệm mới mẻ về thơ:*"Nó là cái gì không giải thích được, mà cũng không cần giải thích... Theo đó, một bài thơ không nên được hiểu như một bài văn, một cách lộ liễu nhất định. Thơ phải chứa nhiều sức khêu gợi, ý ở ngoài lời... Thơ không cần lúc nào cũng rõ nghĩa, không phải lúc nào cũng sáng sủa... Nó giữ phần sâu kín, giữ phần sâu sắc; không phải lúc nào cũng theo lý luận, vì nó chịu sức chi phối của những luật vô hình...*

Vậy thơ là một cái gì huyền ảo, tinh khiết, thâm thúy, cao siêu, cái hình ảnh sự khắc khoải bất diệt của muôn vật: cõi Vô Cùng".

Năm 1941, bài thơ *"Màu Thời Gian"* của Đoàn Phú Tứ với ngôn ngữ thi ca vừa lạ, vừa bí ẩn:

Màu thời gian không xanh
Màu thời gian tím ngát
Hương thời gian không nồng
Hương thời gian thanh thanh.

... Duyên trăm năm đứt đoạn
Tình muôn thuở còn vương
Hương thời gian thanh thanh
Màu thời gian tím ngát.

Trong cuốn *"Thi Nhân Việt Nam"* của Hoài Thanh & Hoài Chân, ấn hành năm 1942, khi giới thiệu các nhà thơ thường trích dẫn nhưng với Đoàn Phú Tứ chỉ có bài *"Màu Thời Gian"* đã hạ bút: *"Trong thơ ta có lẽ không có bài nào khác tinh tế và kín đáo như thế".*

Thơ có nhiều thể loại, trong thơ cổ với ngũ ngôn bát cú rất thông dụng, ngũ ngôn tứ tuyệt rất ít nhưng hầu như mọi người thường nhắc đến hai câu trong bài thơ:

Cửu hạn phùng cam vũ
Tha hương ngộ cố tri.

Những bài thơ 5 chữ được nhạc sĩ Pham Duy phổ thành ca khúc như *"Chưa Bao Giờ Buồn Thế"* của nhà thơ Cung Trầm Tưởng với ca khúc *"Tiễn Em"*, bài thơ *"Kiếp Nào Có Yêu Nhau & Đừng Bỏ Em Một Mình"* của nhà thơ Minh Đức Hoài Trinh phổ nhạc cùng tên, bài thơ *"Chuyện Tình Buồn"* của Phạm Văn Bình với nhạc phẩm

"Năm Năm Rồi Không Gặp" và bài thơ *"Ma Soeur"* của Nguyễn Tất Nhiên với ca khúc *"Em Hiền Như Ma Soeur"*... Bài thơ *"Thoi Tơ"* của Nguyễn Bính do Đức Quỳnh phổ thành ca khúc, bài thơ *"Anh Cho Em Mùa Xuân"* của Kim Tuấn được Nguyễn Hiền phổ thành nhạc cùng tên...

Trải qua năm tháng với ngôn ngữ thi ca qua cung bậc đã đi vào lòng người. Đơn cử vài bài thơ 5 chữ được nhạc sĩ cám hứng viết thành những tình khúc thể hiện thể loại thơ nầy ngắn gọn, nhẹ nhàng với âm điệu.

Với thể thơ 5 chữ, chúng ta được biết qua vài bài thơ tiêu biểu của các nhà thơ trong thi ca Việt Nam. Nay, nhà thơ Phương Tấn ấn hành thi tập *"Vớt Bình Minh Trong Đêm"* gồm 60 bài thơ 5 chữ tròn sáu thập niên. Và, nhiều bài thơ trong thi phẩm nầy tạo nguồn cảm hứng cho các nhạc sĩ Võ An Nhơn, Đynh Trầm Ca, Trần Quang Lộc, Phan Ni Tấn, Lam Duy, Nguyễn Tuấn... phổ thành ca khúc.

Với tựa đề của thi phẩm rất lạ vì *"bình minh trong đêm"*, trong bối cảnh mang biểu tượng trừu tượng đó mà lại *"vớt"*, với tôi độc đáo và thú vị. Như đã đề cập ở trên theo quan niệm của nhóm Xuân Thu Nhã Tập "*Thơ không cần lúc nào cũng rõ nghĩa, không phải lúc nào cũng sáng sủa... Nó giữ phần sâu kín, giữ phần sâu sắc...". Ngoài tựa đề của thi phẩm, người đọc sẽ bắt gặp nhiều bài thơ độc đáo và thú vị theo quan niệm này trong tập thơ "Vớt Bình Minh Trong Đêm".*

Sáng tác thơ đôi khi đột phá, trong sáu thập niên qua Phương Tấn đã tìm con đường nầy trong thơ anh. Trước sự tồn vong của đất nước, tiền đồ của dân tộc với thực trạng xã hội hiện tại, nhà thơ thay mặt cho mọi người dân Việt chân chính thiết tha với quê hương, tuy sống ở hải ngoại nhưng canh cánh với sự sống còn mà tiền nhân xây dựng:

Cảm nhận bài thơ *"Nam Quốc Sơn Hà"* của danh tướng Lý Thường Kiệt, bài thơ *"Nước Nam Dân Hán Ở"* nói lên nỗi phẫn uất:

Đêm của loài quỷ đỏ
Chấm máu ăn thịt người
Nhai gan mừng tuổi thọ
Định mệnh đêm sát nhân
Nước Nam dân Hán ở.

Đêm, ôi đêm ôi đêm
Đêm cười như tiếng nấc
Đắng nghẹn cả biển vàng
Đêm cười như rót đạn
Giết cả một giang san!

Lời "nguyền rủa" của nhà thơ thay cho chúng ta:

Chúng nó bán quê hương
Chúng nó bán mình rồi
Làm người dân khi chết
Không cọng cỏ che thân.

... Quê hương bầm vết cắt
Cứa mối sầu khôn nguôi.
(Trích: Chảo Lửa Trụng Cơ Đồ)

Ở đây, thơ Phương Tấn như chứng nhân lịch sử mà trong quá khứ nhà thơ Tản Đà Nguyễn Khắc Hiếu (1888-1939) với các bài thơ *"Vịnh Bức Dư Đồ Rách"* đọc lên thấy xót xa. Trong bài vịnh cụ Phan Bộ Châu than thở *"Đành chịu ngồi trông rách tả tơi"*.

Nay đọc thơ Phương Tấn, lòng tôi chùng xuống khi quê hương bị tròng trong cái ách xâm lược của Bắc phương, bao năm qua ngư dân phải cam chịu.

Ồ, đâu phải bóng ma
Và đâu phải tàu lạ
Là một loài quỷ đỏ
Nuốt biển đảo quê ta!

... Mong giết đi lịch sử
Xóa nhòa tổ tông ta!
(Trích: Bóng Ma & Tàu Lạ)

Hình ảnh đau thương của người dân miền Trung được ghi nhận trên truyền thông được phác họa ngắn gọn:

Oằn lưng đèo cá chết
Biển, thủy mộ trắng phau
Đất miền Trung bạc phếch
Lệt xệt sóng dìu nhau.

Giọt lệ rơi thành muối
Hòa vào giữa biển khơi
Những vòng đời lầm lũi
Quay ngắc ngoải giữa trời!
(Trích: Biển, Thủy Mộ Trắng Phau)

Và, niềm hy vọng ánh dương trong đêm tối:

Này anh em tôi ơi
Hãy đem rải mặt trời

... Việt Nam một ngày mới!
(Trích: Hãy Đem Rải Mặt Trời)

Bài thơ *"Hãy Vui Như Tình Đắng"* qua lời tự tình sáng tác năm 1965:

... Hãy vui như lòng vắng
Bụi phủ qua nhiều năm
Hãy vui như tình đắng
Răng chạm giữa đường răng

... Em sầu trong mắt đá
Anh cười trong cánh phai.

Hai thập niên sau bài thơ *"Bên Dòng Sông Chiêm Bao"* với hình ảnh thuở xa xăm đó trên cố hương trong nỗi cô đơn:

Nàng hẹn nàng không đến
Bầu trời thắp cơn giông

... Chim buồn chim không hót
Sông buồn sông xanh xao
Tình buồn tình thêm ngọt
Và như là chiêm bao...

Xa quê nhà, lang thang giữa trời Sài Gòn năm 1983 trong tâm trạng:

Em là con chim trời
Vút bay vào cõi phúc
Tôi con chim côi cút
Bay ngẩn ngơ bên đời.
(Trích: Buồn Như Trăng Nhớ Ai)

Sau năm 1975, tuổi trẻ đã một thời *xếp bút nghiên* với thân phận:

Lên rừng, rừng trơ xương
Xuống sông, sông cạn nước
Nắng tha lửa lên nương
Mây tha sương về núi.

... Một con thuyền mắc cạn
Một nỗi đau bềnh bồng.
(Trích: Nắng Hạn)

Miền Nam VN sụp đổ, trong cảnh phân ly, tang tóc, chỉ còn ta với ta:

Đừng hỏi sao tôi khóc
Sao soi lại bóng người
Hãy đi xa thật xa
Đừng hỏi sao tôi khóc.
(Trích: Đừng Hỏi Sao Tôi Khóc)

Những bài thơ trong tập thơ nói về tình yêu, quê hương và thân phận con người trong chiến tranh, tháng ngày nơi quê nhà và tuổi già nơi hải ngoại. Với hình bóng người mẹ là hình ảnh thiêng liêng cao quý nhất, qua thơ văn và trong lòng chúng ta không thể nào diễn đạt hết, nói sao cho hết sự hy sinh, thương yêu từ khi mang nặng đẻ đau, nuôi dưỡng, bảo bọc... cho đến tuổi già nhưng với người mẹ vẫn như đứa trẻ được sinh ra. Đọc những bài thơ của Phương Tấn viết về mẹ, rất xúc cảm.

Này, con thèm đi học
Để biết mình biết yêu
Để biết mình biết khóc
Xót quê mình đìu hiu.
(Trích: Mẹ Ngủ Ngoan Con Thương)

Gõ chiếc thân lép kẹp
Như gõ vào áo quan
Nào cười như xé ruột
Xin cười cho mẹ vui
Ôi cười như xé ruột
Xin cười cho mẹ vui.
(Trích; Con Buồn Mẹ Có Vui)

Gặp bạn thời bạc phước
Khuyên mẹ bán bớt con
Mẹ ôm con khóc mướt:
"Bán Mẹ không bán con".
(Trích: Cuốn Trôi Giấc Mơ Tiên)

Tâm trạng Phương Tấn cũng như bao người sống trên đất khách trong ngày Tết cổ truyền không thể nào vui khi xa hình bóng mẹ:

Thưa Má, Má của con
Con không về kịp tết
Buồn như chưa được buồn
Buồn như năm vừa hết
Buồn như lòng vừa chết.
(Trích: Mẹ Ơi, Con Không Về Kịp Tết)

Theo lời tác giả chia sẻ với tôi: *"Vớt Bình Minh Trong Đêm" gồm một số bài thơ 5 chữ được trích trong tập thơ "Khổ Lụy" thêm những bài thơ được viết sau này nhưng trước và sau, thơ đều một tâm trạng buồn, rất buồn...*

Năm 1970, nhà xuất bản "Người Trẻ Việt Nam" chọn 26 bài thơ cho tập thơ Khổ Lụy. Lời bạt của NXB: "*... Khổ Lụy, tập thơ thứ hai của Phương Tấn. Hầu hết những bài trong tập này được viết trước năm 20 tuổi. Tập thơ được in ra như để thu vén một khoảng đời xót xa của quê hương, của cơn bệnh cùng sự đìu hiu tuyệt cùng của Phương Tấn, một khoảng đời thê thảm đến lạnh người...*"

Ngày 17 tháng 10 năm 1970, Sở Phối Hợp Nghệ Thuật của Bộ Thông Tin Việt Nam đã ra quyết định cấm xuất bản tập thơ *"Khổ Lụy"*. Hồ sơ ghi rõ: "*... Thơ Phương Tấn chán nản vì chiến tranh, vì tang tóc, vì bị trị...*".

Tập thơ "Khổ Lụy" của Phương Tấn dù không có giấy phép nhưng NXB "Người Trẻ Việt Nam" vẫn cho in và phát hành "rộng rãi"trong năm 1971".

Đọc trong thi phẩm *"Vớt Bình Minh Trong Đêm"* đăng lại một số bài thơ trong *"Khổ Lụy"*, có vài bài không có gì *phản chiến* mà thân phận tuổi trẻ của thời bom lửa, chiến tranh xảy ra do đâu, vì ai. Nêu ra trường hợp nầy để tùy nhận định của bạn đọc. Chẳng hạn bài thơ Đợi Bóng:

Cha tôi theo cách mạng
Huyễn mộng giữa đất trời
Sầu đùn theo năm tháng
Mẹ đợi bóng ma trơi.

Hay:

Nào, dốc ngược tim mình
Ngã chúi vào dĩ vãng
Ta dốc ngược tim mình
Chợt thấy đời đã cạn.
(Trích: Chợt Thấy Đời Đã Cạn, 1967)

Nay, nỗi niềm của thi nhân cũng như bạn bè vào tuổi cuối đời ở phương xa:

A, mình ta đối ẩm
Tình ơi ngộ quá đi
Sầu khua và lệ đẫm
Não nề cõi biệt ly.

Đời có chi lạ lẫm
Chia ly và từ khi...
Ta ngồi bên mộ huyệt
Thương tình xửa tình xưa
(Trích: Người Ngày Xửa Ngày Xưa)

Đọc hết những bài thơ theo dòng thời gian của Phương Tấn mới hiểu rõ tâm hồn nhân bản, vị tha. Nhà thơ ghét cái vô lý, bất công, bạo ngược. Ngày trước thương cho thân phận con người trong cuộc sống, tình yêu trong chiến tranh, khói lửa, gây phân ly, tang tóc. Ngày nay uất hận khi quê hương lâm vào cảnh khốn cùng:

Quỷ đỏ đeo mặt nạ
Giết cả mẹ cùng con
Cướp cả non cùng nước!

Việt Nam phơi hồn cốt
Lồng lộng giữa đêm đen
Quê hương chỉ có một
Đường đi đến tự do.
Tuổi trẻ chỉ có một
Lý tưởng và lương tri.
(Trích: Mẹ & Con, Non & Nước, 2019)

Nữ văn sĩ Pháp Françoise Sagan (1935-2004), được giải Prix des Critiques (Giải Của Các Nhà Phê Bình). Trước năm 1975 nhiều tác phẩm của bà được dịch ra Việt ngữ vì vậy rất quen thuộc với độc giả ở miền Nam Việt Nam. Trong tác phẩm *"Un Peu de Soleil dans L'eau Froide"*, 1969 *(Chút Mặt Trời Trong Nước Lạnh)*, tựa đề ngộ thật, nay bắt gặp tựa đề của nhà thơ Phương Tấn: *"Vớt Bình Minh Trong Đêm"* càng ngộ hơn. Rất thú vị.

Thật vậy cõi Vô Cùng!

Nhà báo **Vương Trùng Dương**
(Little Saigon tháng Tư-2020)

CÔNG HUYỀN TÔN NỮ QUI HỒNG

CẢM NHẬN
"PHỦI TÂM RỚT HẠT BỤI TRẦN"

ĐOẢN KHÚC 1

Tiếng chuông ngân dài trong không gian đối với người bàng quan có thể chỉ là sự nhắc nhớ về thời gian, nhưng đối với một tâm hồn đã nhuốm buồn đau thì:

Tiếng chuông trầm lụy vọng kinh vô thường

Tiếng chuông thấm vào hồn một nỗi u ám như thể thế giới này là một cõi vô hồn vô tri không hiểu được ta, và lời kinh đâu đây không thể nào mang đến giải thoát. Nghe chuông, nghe kinh mà thương ghét vẫn lẩn quẩn trong suy nghĩ. Tâm động!

Và trong bụi đất vô minh
Tiếng chuông trầm lụy vọng kinh vô thường

Thương thương. Ghét ghét. Thương thương
Còn đây. Mất đó. Nghe dường rỗng không.

Cách ngắt câu với những dấu chấm trong hai câu trên giống như những đoạn phim nhấn mạnh và dừng lại, khiến khán giả nín thở. Ở đây, độc giả phải ngừng đọc để lần theo tiếng chuông chùa ngân nga trong thinh lặng. Và, cũng chính cách ngắt câu trong các câu của bài thơ không khác từng nhịp mõ đánh thức kẻ thiện tâm *"Phủi tâm rớt hạt bụi trần."*

ĐOẢN KHÚC 2

Thương thay cho một tâm hồn mà tử biệt phân ly đã gợi một sự bất an! Cố gắng xua đi phiền não nhưng càng muốn lánh thì tâm trí lại càng vướng mắc. Không mong gì được là ta trở về với vô ưu một khi đời đã cho ta bao phiền não, đã dạy ta bao bài học nặng nề:

Đừng trông mong. Đừng đợi mong
Lội sông vớt bóng vướng dòng phù vân

Phủi tâm rớt hạt bụi trần
Lấm lem khổ lụy dậy mầm phân ly.

Chia lìa là một nỗi khổ. Phân ly nghe chừng lại dằn xé hơn, đó là cái ly biệt của phân tán do thời cuộc chứ không do đổi thay trong lòng.

ĐOẢN KHÚC 3

Một ánh chớp lóe lên trong tâm tưởng cho ta quyết định nương nhờ cửa từ bi. Phải chăng từ cửa thiền ta sẽ được trở về nguyên bản? Ánh đạo vàng sẽ soi rạng tâm can, sẽ gột rửa nỗi hoang mang thường trực của ta:

Ô kìa, ánh chớp từ bi
Gửi trong vô lượng xanh rì nguyên sơ

Con người từ khi cất tiếng khóc chào đời cho đến khi nhắm mắt xuôi tay, vẫn loay hoay trong vòng tròn sinh lão bệnh tử. Cuộc sống và cái chết cận kề nhau, thấy trước mắt trong chiến tranh, thế nhưng người ta vẫn chìm đắm trong ấy:

Ô kìa, tiếng khóc trẻ thơ
Thế gian chìm đắm bên bờ tử sinh.

ĐOẢN KHÚC 4

Đã vào chốn thiền môn:

Tay lần hạt. Lật trang kinh

Nhưng hỡi ôi, tâm trí vẫn không rũ bỏ được bao điều ám ảnh! Những gì có đó rồi không đó. Thì sao nào? Tại sao ta lại không thể không ngừng nghĩ đến mất và còn? Đến ta và không ta?

Sắc không. Không sắc. Giật mình. Mình ư?

Tự trấn tĩnh dốc tâm hiểu đạo để tìm ra cốt lõi của việc trở về chân nguyên, nơi phát sinh sự sống mà chưa hề có dấu vết của bụi trần.

Lật trang kinh. Tìm chân như

Liệu ta có tìm được không hoa vô ưu để nó phát triển trong tâm trí?

Phật ơi, đời loạn! Trầm tư, kiếp người!

Khi mà chung quanh ta cuộc chiến đang gây bao chia lìa tang tóc, con người không thể không trầm tư. Thế hệ thanh niên lớn lên trong chiến tranh là một thế hệ buồn, như nhạc sĩ Trịnh Công Sơn cũng mang cùng tâm trạng:

Trẻ thơ ơi, trẻ thơ ơi
Tim buồn từ ngày mẹ cho mang nặng kiếp người.
(Gọi tên bốn mùa)

ĐOẢN KHÚC 5

Nếu đời là một giấc mộng thì đôi khi là ác mộng của những tâm hồn trong trắng đang mang tin yêu bước vào đời. Khó mà lường được ai là người ngay thẳng tốt bụng để ta tin vào công bằng, bác ái và ai là những kẻ dối trá lọc lừa. Cho đến khi nhận ra chân, giả thì thật là tội nghiệp cho những cánh chim non run rẩy giữa phong ba! Tránh mưa sa bão táp tìm nơi ẩn trú thì nhìn quanh toàn những rắn rết, diều hâu cú vọ!

Ác ma giả khóc giả cười
Níu chân phiền não giả người thiện tâm

Lúc này, may thay với tấm lòng thành, ta tin vẫn có nơi nương náu để tìm về chân nguyên - đó là nơi Phật Pháp hiện diện, là nơi gieo niềm hy vọng xanh tốt cho cõi đời này vốn đã quá phiền não:

Thiện căn trổ nhụy xanh mầm
Pháp thân tọa giữa chân tâm cõi đời.

Ta đã có một chốn an lành để trú với mong ước chính ta cũng sẽ là mầm non cho cây đời trổ lá thiện tâm che bóng mát cho đời.

ĐOẢN KHÚC 6

Tiếng chuông ngân xa, vang lên, vươn lên cao khi lòng người reo vui, nhưng lại trầm xuống khi lòng người quá sầu não. Có cảm tưởng như mọi thứ đã an bài, cứ trễ nãi như thể mọi người, mọi nơi vẫn theo một trật tự khó đổi thay:

Chúng sinh nằm gác vai đời
Tiếng chuông vọng xuống đất trời sầu bi.

Chúng sinh còn ngụp lặn trong bể trầm luân. Thế thì cuộc đời này chỉ mãi là sầu bi mà tiếng chuông kia làm sao có thể đánh thức khỏi giấc ngủ mê?

Nhưng mà có. Ta tin là có. Ta có thể được dẫn dắt thì chúng sinh cũng sẽ lần lượt tìm đến như ta, nhờ lượng từ bi mở ra cánh cửa an trú cho ta tìm về.

Tìm đến Thiện Duyên không phải là ngẫu nhiên mà là nỗ lực tìm kiếm nhằm đưa những ĐIỀU LÀNH vốn có trong trời đất đến với chúng sinh:

Ô kìa, ánh chớp từ bi
Gửi trong vô lượng xanh rì nguyên sơ.

ĐIỀU LÀM ĐỘC GIẢ NHẸ LÒNG LÀ CUỐI CÙNG...

Lần đầu tiên khi cầm đọc bài thơ *PHỦI TÂM RỚT HẠT BỤI TRẦN* của thi sĩ Phương Tấn, tôi cảm thấy hơi khô khan như một bài triết lý. Thế nhưng dừng lại ở mỗi khổ thơ thì lại bắt đầu thấy thú vị, muốn hiểu hơn.

Tôi nhận ra rằng, tác giả đã tách bài thơ làm 6 khổ thơ. Mỗi khổ thơ là một đoản khúc. Và, 6 đoản khúc này đi với nhau thì gần giống như một bài kệ. Mới tuổi 19. 20 mà tâm hồn tác giả đã mang nặng một nỗi khổ đau của thế gian, đã viết nên một bài thơ vô cùng thâm thúy. Thật đáng phục.

Bài thơ viết theo thể lục bát, niêm vận chuẩn nhưng lại phá cách ở mỗi nhấn câu, khiến cho người đọc cảm thấy như THƠ MỚI. Cách ngắt câu rất lạ. Chúng ta hãy đọc ở khổ 1:

Thương thương. Ghét ghét. Thương thương
Còn đây. Mất đó. Nghe dường rỗng không.

Hay như ở khổ 4:

Tay lần hạt. Lật trang kinh
Sắc không. Không sắc. Giật mình. Mình ư?

Lật trang kinh. Tìm chân như
Phật ơi, đời loạn! Trầm tư, kiếp người.

Qua tìm hiểu, tôi được biết bài thơ *PHỦI TÂM RỚT HẠT BỤI TRẦN* được thi sĩ Phương Tấn sáng tác năm 1964, lúc cùng bạn là thi sĩ Hoàng Tư Thiện (*) đến sống tại Chùa Bà Đen, Tây Ninh. Cả hai khi ấy đều là những thanh niên còn quá trẻ. Thế nhưng, tôi lại đọc được tư tưởng "yếm thế" như ở lứa tuổi bảy mươi của chính tôi hôm nay. Danh xưng "Ta" trong bài cảm nhận của tôi là vì lý do này.

Tôi xúc động lặng người đi khi mường tượng cảnh đời lạc lõng của hai thanh niên xa gia đình, nương náu cửa chùa mà vẫn không tìm được sự bình an cho tâm hồn:

Ác ma giả khóc giả cười
Níu chân phiền não giả người thiện tâm.

Điều làm độc giả nhẹ lòng là cuối cùng những người trẻ tuổi ấy cũng vững vàng để đem CHÂN TÂM của mình đi gieo mầm xanh tươi từ ngôi chùa mình an trú. Từ đó họ có thể:

Lật trang kinh. Tìm chân như.

Thi sĩ PHƯƠNG TẤN đã ghi lại tâm tư của thế hệ ông trong bối cảnh đất nước loạn lạc, mà ở bất cứ nơi đâu trên trái đất này, có chiến tranh là có nhiễu nhương và những con người muôn mặt.

Nhà giáo, nhà thơ **Công Huyền Tôn Nữ Qui Hồng**
(Canberra, tháng 11-2021)

LÂM ANH

VỀ MỘT BÀI THƠ TÌNH CỦA PHƯƠNG TẤN

Những năm của thập niên 1990, tôi đã và đang viết *"Những Tác Giả Tôi Yêu"*. Sưu tầm và viết được khoảng 30 tác giả thì bất ngờ có một cơn lũ lớn kéo đến ồ ạt. Nhà tôi nước ngập đến hơn nửa vách, lúc thu dọn đồ đạc dời lên đồi cao để tránh lũ đâu ngờ bị rớt chìm xuống nước một số sách vở trong đó có tập bản thảo nầy. Trong bốn năm liền bắt đầu từ 1999 đến 2003 lũ lụt đã làm vùng đất Cát Tiên điêu tàn không kể xiết. Cát Tiên là vùng kinh tế mới, dân nhiều miền Nam, Trung, Bắc được nhà nước đưa đến ở từ năm 1980. Sau những trận lũ ấy, dân chúng gần như trở lại trắng tay sau 17 năm bỏ công xây dựng đất mới, đời mới cho trên 100 hộ. Không thể nào diễn tả được hết nỗi thống khổ của dân tình. Chuyện người chết, nhà tan cửa nát... không khác một bi kịch, không có sân khấu để diễn tả hết những trần truồng dâu bể ở Cát Tiên thuở đó.

Trong những năm lũ lụt ấy, ngoài bản thảo *"Những Tác Giả Tôi Yêu"*, tôi còn bị mất dưới bàn tay Thủy Tề đến bảy tập thơ và nhiều sách vở của thời chế độ cũ, đặc biệt có một số đặc san, tạp chí ở Quảng Nam Đà Nẳng. Ngoài những tên tuổi như Luân Hoán, Uyên Hà, Lê Văn Trung, Đoàn Huy Giao... còn có một Phương Tấn đã gieo vào hồn tôi những hạt giống đầy ắp ấn tượng. Vâng, thơ văn của Phương Tấn có một cõi rất dị biệt. Nhất là trong lĩnh vực thơ, Phương Tấn có những bài từng du tản hồn tôi vào những khung trời lạ, dù rất bình dị trong sáng về thi tâm, thi cốt. Phương Tấn chưa bao giờ dùng đến chữ nghĩa đao to búa lớn, triết lý cao xa, thơ Phương Tấn phóng túng nhưng hồn hậu..., không khác sự ăn no ngủ kỹ trong chăn mền tơ lụa Đông Phương.

Một tình cờ mới đây, nhân buổi tôi về quê thăm mẹ già, hôm ấy trời Quảng Ngãi mưa heo gió phùn, bất ngờ có một người bạn thơ mang đến tạp chí Văn Hữu (hải ngoại) do nhà văn Lê Thu Hương chủ trương, trong số tạp chí nầy có đăng bài thơ tôi viết tặng Trần Hoài Thư. Đa phần những bài thơ tôi đăng ở nước ngoài là do bạn bè tình nguyện giúp đỡ, ngoài Nguyễn Lệ Uyên còn có Lê Văn Trung, Uyên Hà, Hạ Đình Thao, Đặng Toản... Dù có thơ đăng nhưng ít khi tôi có dịp đọc được những tạp chí ấy. Lần đầu được cầm trên tay tạp chí Văn Hữu tôi mừng quá, chẳng khác nào được cầm một vật quí trên tay. Tôi vô cùng xúc động khi đọc bài thơ *"Ở Huế Nhớ Phương"* của Phương Tấn viết từ năm 1964.

"Ở Huế Nhớ Phương" là một bài thơ tình có 53 câu, gồm 408 chữ. Mỗi câu là mỗi con đường dài, mỗi chữ là mỗi tiếng hót của loài chim khác nhau. Tôi hình dung về những đợt sóng như không chịu vào bờ, cứ lượn lờ giữa khơi, cứ nhấp nhô vươn tràn, trồi lên ngút xuống, xao động nhưng êm đềm.., như mở ra mà khép lại, như đứng

trong ngồi, như nằm nghiêng mà ngửa mà úp vào vô tận... Là bài thơ tình như muôn vạn bài thơ tình từng xuất hiện trên báo chí văn chương, nhưng *"Ở Huế* Nhớ *Phương"* càng đọc càng thấy đầy ý vị, đầy chất ngọt mặn khác nhau, lạ lùng biệt lập, tư riêng...

Ông Phương Tấn ạ! Thật tình không phải vì ái mộ ông qua nhiều báo chí của 40 năm về trước. Tôi chưa được biết mặt ông dù một giây phút trong đời, nhưng qua thơ cảm thấy ông như đã từng nằm ngồi, đối diện cùng tôi tới mức máu thịt. Ông vui lòng cho tôi được bộc bạch niềm ngưỡng mộ một thi tài, một nhân cách phi phàm... và xin ông vui lòng cho tôi yêu cầu nhà văn Thu Hương in lại bài thơ "*Ở Huế* Nhớ *Phương*" trong tạp chí Văn Hữu.

Tôi đang về Quảng Ngãi thăm mẹ già tuổi đã 90, lẽ ra tôi viết về ông nhiều hơn nữa, qua những bài thơ tôi sưu tầm từ lâu. Hiện tôi có thơ ông qua nhà thơ Lê Văn Trung gửi tặng tôi trước và sau 1975: Chùm thơ: *Vào Trại Phong Quy Hòa Làm Thơ Gửi* Hàn M*ạc Tử, Nắng Hạn, Thiên An Môn, Buồn Như* Trăng Nhớ Ai, Khoai Lang Vỏ Đỏ Lòng Vàng... Mỗi bài thơ đều có cốt cách riêng, trong mỗi tứ thơ có những cảm xúc vượt thời gian, không gian đương đại. Tôi đã gửi đến nhà văn Thu Hương bài viết nầy, có gì làm ông khó chịu xin bỏ qua cho tôi. Chúc ông khỏe.

Nhà thơ **Lâm Anh - Nguyễn Ba La**
(Quảng Ngãi 22-12-2011)

NGUYỄN PHÚ YÊN

PHƯƠNG TẤN, CUỘC LỮ HÀNH TRÊN CON ĐƯỜNG THI CA

Người khách lữ hành ấy ra đi từ rất sớm, lúc mới mười bốn tuổi. Ra đi từ lúc bình minh mà mấy mươi năm cũng chưa đến buổi hoàng hôn. Chàng thiếu niên ấy xem con đường thi ca của mình cũng là con đường nhân sinh, con đường sinh mệnh mà bỗng dưng tự mình trói buộc vào. Có lẽ chàng có niềm tin yêu mãnh liệt vào chữ nghĩa nên cứ thong dong đi vào con đường thi ca, tưởng như một hành giả thõng tay đi vào con đường chánh đạo. Và như thế dường như cứ dấn một bước chân chàng trai nhìn thấy chữ nghĩa như có một hấp lực kỳ ảo cuốn hút chàng vào đó để rồi tự phô bày cảm xúc, tình tự của mình với đời như một sứ mệnh phải nhận lấy.

Không ai ngờ rằng chàng trai trẻ tuổi ấy đã sớm nhìn về quê hương nơi mình sinh ra một cách lạ lẫm vì trước mắt không phải là cảnh thanh bình mà là một thực tại gieo sầu:

Đêm lên phố vào sa mạc
Tìm đâu rộn rã kinh kỳ
Lầu dinh mà như cồn cát
Thênh thang một nẻo sầu bi.

Đà Nẵng mình buồn em hí
Hôm nào em ghé vô chơi
Mùa ni có bông chung thủy
Ở nơi khóe mắt thay lời.
(Đà Nẵng, Trời Ni Đất Nớ)

Dù sao với chàng trai trẻ ở tuổi 15, lứa tuổi của yêu đương, thì tình cảm dạt dào nhất lại dành cho người con gái yêu thương. Chàng cất lên giọng điệu thật trữ tình, thật nhẹ nhàng và ấm áp:

Anh lùa trăng sao lùa chim ca hát
Lùa áo Phương bay lùa môi ngào ngạt
Rồi ngắt đêm sâu cài lên mắt Phương
Cho mắt Phương sầu, sầu xui nhớ anh.
(Cười Nghiêng Ngửa Bóng)

Ở cái tuổi còn trẻ trung, dẫu là cùng con đường văn chương nhưng nhà thơ Phương Tấn đã già dặn hơn trong tư duy nghệ thuật, trong ngôn từ thi ca. Không ai ngờ rằng chàng đã lặng lẽ chọn cho mình cái bút hiệu Thái Thị Yến Phương trong thi tập "*Di Bút Của Một Người Con Gái*" khiến giới làm thơ phải tò mò tìm hiểu. Bài thơ đầu tiên trong tập thơ này mang tên "*Dâng hiến*" từng đăng trên một tờ tuần san đã làm họ ngạc nhiên. Nhà thơ 16 tuổi đã phải giải thích cái bút hiệu con gái như thế này:"*Thái là họ mẹ của tôi, Yến là tên một người con gái yêu thơ tôi, Phương là tên thật của tôi...*". Tưởng như nhà thơ Thái Thị Yến Phương hay chính là Phương Tấn là người từng trải cuộc đời nên những dòng thơ của di bút bày ra một mảnh đời bất hạnh, đau khổ, phản ánh một thế giới u sầu và tội lỗi đầy cay đắng mà người đọc càng phiêu du vào thế giới đó càng sững sờ, ngẩn ngơ. Dường như chàng viết cho người lớn đọc chứ không phải cho lứa tuổi của chàng, viết lên tiếng kêu thương đau đớn để chia sẻ, cảm thông những con người bé mọn, đớn hèn trên quê hương:

Thân con gái cháy bừng bừng
Trông tôi rời rã người mừng lắm sao
Ngây ngô người vẫy tay chào
Đó hồn sầu muộn máu trào ra khe.
(Trích: Người Con Gái Giữa Biển, 1961)

Trông qua lau lách chập chờn
Ngó về nhân ảnh xanh rờn khói sương.
(Trích: Người Đàn Ông Đi Vào, 1962)

Từng sớm từng khuya
chong đèn nằm khóc.
... Buồn mãi buồn chi,
khóc hủy khóc hoài...
...
Ta chết ngất trong vòng tay ngạ quỷ
Tuổi con gái cho người làm lộ phí
Ta trở về đeo tủi hổ sau lưng
Ta trở về nghe mộng mị bừng bừng
Rồi nằm xuống và ngửa mình dâng hiến.
(Dâng Hiến)

Trải qua bao tháng ngày tưởng như chất ngất buồn đau, từ trong tăm tối, nghĩ về mình mà than thở, mà nhìn đời để luôn thấy mắt mình đẫm lệ:

Nằm nghe thân thể hao mòn
Tang thương quánh đặc cô hồn tuổi thơ
Mang thân mười tám dại khờ
Bầm vai, cổ lệch, bơ phờ người ơi.
(Trích: Lời Cuối)

Tôi thương tôi, với sầu xưa
Người ơi buồn mấy cho vừa tầm tay.
(Và Khi Em Nói)

Để rồi từng đêm mơ ước sẽ có ngày thoát ly để giã từ đoạn đời cũ nghe chừng ai oán lắm:

Mai em bỏ phố về ngàn
Tóc mai rừng rú vô vàn bi ca
Phân vân mình với tuổi già
Vóc lưng sương gió hồn pha núi đồi.

Ru anh, anh ngủ đi thôi
Còn đêm còn mộng mai rồi rã riêng.
(Trích: Còn Đêm Còn Mộng)

Lúc ấy sẽ không còn ai biết đến nàng, nàng đã vô hình, vô thanh và biến mất vào hư không:

Tiếc chi một chút mỹ miều
Phận lay bóng hắt buồn thiu giữa đời.
(Bài Ca Truy Điệu)

Tập thơ đã gây tranh luận đầy sóng gió trong giới yêu thơ văn để rồi cuối cùng Phương Tấn cho nhà thơ nữ ấy ra đi trong bệnh viện, kết thúc một huyền thoại thi ca tuyệt mỹ, một huyền thoại mà người yêu thơ văn không ngừng tìm kiếm.

Tiếp tục con đường sáng tạo của mình, Phương Tấn trở về với thế giới tình ái của tuổi trẻ. Tình cảm lai láng thuở ban đầu của chàng trai 17 tuổi không có cái cuồng nhiệt, đắm say bất tận mà chỉ là cái đẹp lung linh của sự thiết tha, nồng nàn rất diệu với của tình đầu:

Mai mốt anh đi, e mình sầu đau dằng dặc
Nhỡ má phai hồng anh biết nói mình sao
Nắng quê Phương trông chừng cũng sang màu
Giấc ngủ không yên mình chong đèn nằm khóc.

Mình thương anh thôi mình đừng khóc
Chúa sẽ rầy anh, mình chắc không vui
Con đường đất đỏ mình lên về đơn độc
Và xa kia... lủi thủi mỗi mình anh"...
(Phương Ơi, Những Ngày Trốn Học)

Những ngày tháng này hình ảnh của người con gái nhè nhẹ bước vào trái tim vừa hé mở nhưng tràn đầy cảm xúc của chàng trai với ngôn từ đầy tha thiết như những con sóng tràn bờ:

Nhớ chi lạ biết môi còn mũm mĩm
Cắn ô mai răng là lúa ở trên trời
Tay cầm lược là lụa ở trên mây
Mắt là ngọc ở trong thu vừa trổ.

Buồn chi lạ buồn không ai buồn hộ
Hồn vi vu bay khuất ở trong trăng
Ngậm chút gió chừng có hơi Phương thở
Phương là sương hay sóng vỗ trong anh"...
(Ở Huế Nhớ Phương, Huế 1964)

Như mọi bạn bè cùng lứa tuổi, cảm xúc đầu tiên của chàng đến từ ngoại giới gần gũi, đó là khung cảnh trường học, lớp học, bạn học luôn tươi mới trong lòng chàng. Sau này, đâu cũng mười năm, khi hồi tưởng một thời đi học, chàng thể hiện được tâm trạng hồn nhiên, đã viết những câu thơ trong trẻo với lối nhân hóa, ẩn dụ tân kỳ, đầy trìu mến. Đây là lời tụng ca tuổi học trò nên thơ:

Cô học trò bé tí teo
Có hai bím tóc áo thêu tên trường
E chừng trong guốc đầy hương
Sao nghe chim chóc bên đường xuýt xoa.
(Nai Vàng)

Hình ảnh cô học trò xinh xắn, đáng yêu trong sân trường để lại một chút tình reo vui rộn ràng ngân mãi trong tâm hồn thi nhân:

Mỗi cô em một bông hoa
Khoe trăm cánh mộng la đà bóng chim
Mỗi cô em một trái tim
Tình vui hót giữa đồi sim bên đời".
(Trước Cổng Trường)

Nhưng rồi khi xa trường lớp, chút tình khép nép, ấp úng ấy bỗng nhuốm chút bi ai dịu dàng;

Em xa, xa lắc xa lơ
Tôi buồn lớp cũng ngẩn ngơ với trường.
(Trích: Bỏ Trường)

Để rồi tình cảm lưu luyến ấy lớn dần theo tháng năm bằng những nhớ thương vương vấn mãi trong hồn:

Đó trăm con mắt theo mình
Ấy ngàn sợi nhớ gửi tình cho em
Tim mình, mình hé cho xem
Kẻo anh gõ lạc bỏ quên chiếc hồn.
(Trên Đường)

Thơ Phương Tấn còn vượt qua cái tình cảm đôi lứa đầy tính chất trữ tình của hầu hết thi nhân để đi gần với thực tại mà Phương Tấn đắm mình trong đó. Cái thực tại đó đầy đau thương vì hoàn cảnh gia đình và khói lửa chiến tranh của đất nước. Trước hết là tình cảnh người cha của thi sĩ. Như nhiều chàng trai khác, anh có người cha đi theo kháng chiến biền biệt bao nhiêu năm trường. Cũng như trường hợp của nhà văn Phan Nhật Nam, nhà thơ Nguyễn Bắc Sơn, nhà báo Lưu Đình Triều (con trai của nhà báo Lưu Quý Kỳ), anh nhớ về người cha với đôi mắt ráo hoảnh và lạnh lùng:

Cha đi từ thuở nọ
Biệt tích giữa chiến khu...
(Trích: Cuốn Trôi Giấc Mơ Tiên)

Cha tôi theo cách mạng
Huyễn mộng giữa đất trời
Sầu đùn theo năm tháng
Mẹ đợi bóng ma trơi.
(Đợi Bóng)

Để rồi thi nhân chợt buồn cho cuộc đời, cho riêng mình và buồn cho tổ tiên:

Xin quay về chong đôi mắt xanh xao
Đứng ngó tổ tiên ngó cùng dân tộc
Ngó xuống hồn thân bỗng úa mênh mang.
(Thư Gửi Cha Bên Kia Sông Bến Hải)

Và hình ảnh người mẹ thân thương "thân cũng tàn", "quẫy quạnh hiu" trong cuộc sống đầy truân chuyên:

Mẹ so đũa gắp lòng reo trong mắt
Gắp một đời rót xuống chén cơm con.
(Trích: Thưa Mẹ)

Mẹ buồn quên bẵng tiếng kêu
Và con thấp thỏm trớ trêu phận đời.
(À Ơi)

Để rồi cuối cùng cũng vang lên tiếng đau thương héo úa lòng ai:

Mót tàn hơi, níu thời gian
Đất trời chết điếng trần gian mịt mùng.
(Trích: Con Cười Bên Mộ Vui Cùng Nỗi Đau)

Từ hoàn cảnh gia đình thi sĩ mở cái nhìn rộng lớn hơn: đất nước chìm trong lửa đạn khi chiến cuộc tràn lan. Những hình ảnh bi thảm của một người đã từng trải nghiệm:

Đất bừng đỏ xoáy tròn như vỏ ốc
Bầy quạ đen bay đặc quánh vòm trời
Dân Việt khóc cho nỗi buồn lớn mãi
Lúa không cười cho lịch sử không vơi...
(Trích: Hòa Bình Hòa Bình Đường Xa Lăng Lắc)

Này da vàng đầy phố
Vẫn không thấy anh em
Sao da vàng đầy phố
Vẫn không thấy mặt người.
(Đời Lấm Lem Bụi Khổ)

Đạn chim chíp, vỗ hoàng lương
Thây lăn lóc, vỗ thiên đường hò reo.
(Trích: Túy Ngọa Sa Trường Quân Mạc Tiếu)

Như những người trai trẻ khác, thi sĩ nhận ra ý nghĩa đau thương của cuộc chiến trên quê hương đã lôi cuốn bao phận người vào trong trùng trùng khói lửa. Với một tâm hồn mẫn cảm, một trực giác bén nhạy, nhà thơ nhìn thấy đằng sau chiến tranh những thực tại đớn hèn làm nhức nhối lương tâm:

Này đồng bào tôi đó
Các người thật nghĩ gì
Khi cam lòng giết nhau
Để giành phần nô lệ...

Một Việt Nam vô phúc
Thăm thẳm những hận thù
Nằm giữa áo chùng tu
Chen nhau vào triệt lộ.
(Nam Mô A Di Đà Và Thánh Thần A Men)

Khi nhìn thấy được những đầu óc tàn bạo dìm đất nước trong lửa đỏ, thi sĩ phẫn nộ, dằn vặt để hiểu ra nguyên nhân của tham vọng:

Chúng nó bán quê hương
Chúng nó bán mình rồi
Làm người dân khi chết
Không cọng cỏ che thân...

Giặc tràn từ Phương Bắc
Chảo lửa trụng cơ đồ
Cháy ngàn năm chưa tắt
Chảo lửa trụng cơ đồ
Quê hương bầm vết cắt
Cứa mối sầu khôn nguôi.
(Chảo Lửa Trụng Cơ Đồ)

Để rồi cũng như mọi người Việt Nam khác, thi sĩ lòng cũng đầy mơ ước hòa bình nhưng thực tế chỉ đem lại niềm vô vọng:

Hòa bình Hòa bình đường xa lăng lắc
Lá tre vàng queo quắt ngó dung nhan
Loài cây mọn thở nghe buồn hiu hắt
Xót thương kia vong bản vỗ chân cười.
(Trích: Hòa Bình Hòa Bình Đường Xa Lăng Lắc)

Thôi thì chỉ còn niềm ước mong cho quê hương, đất nước:

Hãy đem rải mặt trời
Việt Nam một ngày mới!
(Hãy Đem Rải Mặt Trời)

Có thể nói rằng bước vào thế giới thi ca của Phương Tấn như lạc vào một khu vườn mênh mông đầy kỳ hoa dị thảo mà bông hoa nào cũng chói lòa sặc sỡ. Thật vậy, có thể tìm thấy mọi thứ tình cảm yêu thương, nỗi buồn, nỗi đau, nỗi xót xa bi phẫn, ưu tư về thân phận làm người, mọi khía cạnh của thực tế cuộc đời trên từng trang thơ với ngôn từ mượt mà được chọn lọc kỹ càng, rất lạ lẫm và đặc sắc của anh.

Phương Tấn dù đặt bút ở đề tài nào, nguồn cảm xúc của anh luôn tràn đầy và dạt dào. Dòng thơ tuôn chảy dễ dàng như suối nguồn không cạn. Khởi đi từ khi đặt bước chân vào con đường thi ca cho đến nay, người lữ khách ấy vẫn miệt mài cày xới trên con đường sáng tạo, chắt chiu từng ngôn từ diệu kỳ như từ chốn thiêng liêng nào rót xuống để rồi anh ngân nga tiếng lòng trong suốt mấy mươi năm vẫn chưa nguôi. Chất hiện thực không chỉ phô bày tình cảnh riêng của anh mà còn là khái quát bóng dáng của cả một thế hệ được nhào nặn trong cuộc xoay vần của thế sự. Hơn sáu mươi năm cầm bút, anh chưa hề dừng lại để nhìn ngắm mình, trái lại anh vẫn tiếp tục cuộc lữ hành triền miên vào thế giới thi ca với tất cả cái đẹp lung linh như ánh sáng của thần tiên được đem xuống đời và dâng hiến cho tha nhân.

Nhạc sĩ **Nguyễn Phú Yên**
(Tháng 12-2023)

LUÂN HOÁN

Một Chút Tình Ăn Theo Lục Bát Phương Tấn

Thơ văn là vóc dáng của một số ít người, thơ văn là hồn vía của một số nhiều người. Tìm hiểu về thơ văn phải đi vào sáng tác của người cầm bút. Tôi không làm điều đương nhiên này ở đây, trong trường hợp Phương Tấn. Chính xác hơn, tôi sẽ chỉ nhắc đến thơ anh một cách hời hợt; không đúng là một bài giới thiệu tác phẩm. Tôi muốn phổ biến "thân thế sự nghiệp" anh. Qua đó, bạn đọc có thể tùy nghi hiểu về sinh hoạt một đời của một người làm thơ. Công việc của tôi thật gọn nhẹ bởi chỉ cần đọc tiểu sử của Phương Tấn được ghi trong cuốn *"Tác Giả Việt Nam"* (*) để so sánh với riêng tôi:

Anh ít hơn tôi 5 năm trong cuộc sống, ít hơn một số cơ hội in sách nhưng nhiều hơn tôi về sinh hoạt trong báo chí và diện tích phổ biến thi ca có văn bản cụ thể sớm hơn. Nhớ thời thập niên sáu mươi, tại Đà Nẵng, những ai yêu thích đọc sách, báo hình như đều biết đến bút danh của anh. Nhìn chung, anh là một người năng động, tích cực sinh hoạt trong lãnh vực văn học nghệ thuật miền Nam Việt Nam.

Anh viết văn, làm thơ qua các chủ đề: Gợi mở khuôn mặt chiến tranh Quốc Cộng, triển lãm thân phận nhược tiểu của dân tộc, trình bày những suy tư nội tâm trước thời thế. Và cuối cùng thực hiện nhiệm vụ thiêng liêng của một người làm thơ: viết về tình yêu trai gái, lứa đôi, bè bạn.

Thơ Phương Tấn đa dạng, bạn đọc sẽ bắt gặp ngay khi lắng lòng đọc thi phẩm này của anh. Mỗi sáng tác, nhà thơ đã ghi lại năm tháng làm ra nó. Những ghi chú này chính là dấu chân của tác giả đã bước qua từng chặng tâm sự, hồn vía của chính mình, kéo theo những người đồng hành cùng thời, có chung một tâm trạng.

Khi nghĩ về tình quen thân cũ, Phương Tấn muốn tôi góp một chút hơi làm duyên cùng thi phẩm của anh. Rất vui nhưng cũng rất ngại, thật không thể từ chối dù biết mình sẽ phụ lòng tin tưởng của bạn.

Đọc thơ Phương Tấn cũng như bất cứ tác giả nào, tôi đều rất thích, rất hết lòng. Nhưng để sắp xếp thành bài bản như một bài giới thiệu nghiêm chỉnh, thật rất khó đối với tôi. Rất may, Phương Tấn chỉ cho đọc lại một chùm lục bát của anh; không yêu cầu gì ngoài ít dòng gọi là còn có bên cạnh nhau.

Đọc thơ, tôi có thói quen chú trọng đến kỹ thuật viết. Tôi nói điều này dư thừa, nhưng vẫn muốn xác nhận: Phương Tấn là một tay thơ già dặn và đều tay trong thể lục bát. Đọc sáu tám anh viết, xuôi chảy êm đềm, không gợn lên vần vè ai cũng làm được. Cái hồn ca dao giữ ấm áp câu thơ giúp người đọc không chán. Đọc để cùng biết nhớ nhung, bâng khuâng cùng người viết về một vấn đề, một tâm sự. Tôi vô cùng lạc quan khi đọc thơ lục bát. Từ những tác giả thành danh xa xưa đến những người mới viết theo lứa tuổi đời, họ đều rất tài hoa trong thể loại thơ dân tộc này.

Tôi gần như thích thú khi đọc Bùi Giáng, Huy Cận, Viên Linh, Cung Trầm Tưởng, Nguyên Sa, Nguyễn Hữu Nhật, Hoàng Lộc, Lê Hân, Phan Ni Tấn, Ngã Du Tử, Nguyễn Nhân, Thiếu Khanh, Ngô Tịnh Yên, Đồng Thị Chúc, Hạ Quốc Huy, Du Tử Lê, Hiền Mây, Chiều Xưa, Cao Thoại Châu, Sỹ Liêm, Quan Dương, Thái Tú Hạp, Nguyễn Đăng Trình... Phương Tấn không thể sót trong danh sách mà tôi không thể liệt kê đầy đủ này. Có thể tham lam mà nói chắc rằng tôi mê lục bát, tôi quí mọi người viết lục bát.

Trở lại với Phương Tấn. Một tâm hồn bình dị, một cảm nhận trung bình như tôi, không thể không thích những bài tình học trò của anh. Cụ thể như sau:

Im nghe bàn ghế thầm thì
Nghe trong sách vở li ti là tình

Phấn cười bảng cũng lung linh
Mực vui chữ cũng chia tình cho em.
(Tỏ Tình)

Một vườn chim hót trong thơ
Líu lo líu lít thơm tờ thư xanh

Một tà nắng khép bên cành
Khép trong vạt chữ xanh xanh là tình.
(Thư Xanh)

Em xa, xa lắc xa lơ
Tôi buồn lớp cũng ngẩn ngơ với trường

Tiếng ve sầu rụng bên đường
Hạ chưa hết hạ chuồn chuồn kêu thu.
(Bỏ Trường)

Rào rào chim chóc bay ra
Với lòng em ngậm đầy hoa trong trường

Mực reo theo sách bên đường
Ồ nghe như thể phố phường sang xuân.
(Tan Trường)

Không nhiều, mỗi bài gói gọn bốn câu. Rõ ràng khung cảnh, giàu có hình ảnh, lung linh chân tình... tất cả man man bát ngát sự yêu thương. Hình ảnh đẹp, cụ thể thiết tha như có thể sờ nắm được. Tình của Phương Tấn thuở cắp sách là tình vui, tình hạnh phúc của sự gắn bó tinh khiết và chân tình. Lục bát cứ như hơi thơ này sẽ không bao giờ mai một được.

Những câu đẹp khác trong tình yêu của Phương Tấn:

Em cười chúm chím trong hoa
Lòng chen trong lá tình sa trong cành

Em, bông hồng của riêng anh
Của xuân lãng đãng trên nhành thơ ngây.
(Bông Hồng)

Chim về lãng đãng dưới khe
Quần hồng phơ phất chỉ se bên giường

Thương mình thương quá là thương
Có nghe tình động trong gương rập rềnh.
(Trong Gương)

Dĩ nhiên lục bát của Phương Tấn không dừng chân ở chặng tình học trò. Anh thả lòng theo nhiều chủ đề cho bè bạn cho quê hương, chiến cuộc. Những nét này bạn sẽ nhìn tận mặt khi chịu khó đọc toàn tập thơ thơm ngát thơ này. Phần tôi, xin dừng lại đây, uống vài hớp nước tỏa khói để ngấm tận lòng dòng lục bát của Phương Tấn. Còn rất nhiều điều đáng nói khi đọc lục bát Phương Tấn. Tôi tin các bạn đọc sẽ tiếp sức tôi cảm nhận tiếp. Cuộc thưởng ngoạn thi ca càng đông vui càng sáng ra những nét đẹp vốn có sẵn trong thơ. Chân tình cảm ơn.

Thế gian chụm giữa cơn đau
Vỡ ra thành lệ rụng vào mộ sâu

Khuya đi trăng dọi mối sầu
Cõi xa vằng vặc một màu quạnh hiu.
(Cõi Xa Vằng Vặc Một Màu Quạnh Hiu)

Nhà thơ **Luân Hoán**
(Canada 4-2017)

---

*(*) **Tác Giả Việt Nam – Vietnamese Authors** do Lê Bảo Hoàng sưu tập, Songvan Magazine xuất bản năm 2005, NXB Nhân Ảnh tái bản lần thứ nhất năm 2006, tái bản lần thứ hai năm 2017. Xin xem phần O & P trang 588/Phương Tấn.*

PHAN NI TẤN

BÓNG MẸ BÀNG BẠC NHƯ THƠ

Bài thơ tám chữ *Thưa Mẹ* gồm 30 câu mở đầu tập thơ *Thưa Mẹ* của nhà thơ Phương Tấn là một tứ thơ lạ và hay. Lạ ở cách dùng từ, hay ở cách diễn đạt, nhất là những động từ chạm thành tiếng kêu lạ tai, vang đi rất xa:

Con lột mũ cởi giày và tháo mép
Những chua ngoa xin mắc lại cho đời
Nay trở ngựa rầu rầu qua lưng mẹ
Thân cũng tàn con gõ lấy mà chơi.

Xin đừng hỏi e một lời cũng mỏi
Tương tàn kia bòn mót hết xương da
Con ngồi gỡ trăng phơi trong mắt lạnh
Lấy nắng chiều hong một chút sầu khuya.

Cho được thở hơi bay trong kẽ lá
Chút lòng vui đậu xuống mép sương chiều
Chút gió nổi lay hồn trong bãi đá
Hồn nghêu ngao cùng bầy lệ chắt chiu.

Cho được nói lời bay trong kẽ nón
Lời reo vui lách tách vỗ quanh vành
Chân cát bụi xin quỳ trong mắt mẹ
Thân đã vàng hay nắng đã vàng hanh.

Con sẽ thở hơi con trong vú mẹ
Tí bi ai khẽ động mé chân đời
Chim lẻ bạn chơi mỗi mình quạnh quẽ
Chạm tiếng kêu, ngại Chúa cũng chơi vơi.

Thôi đà mỏi con vui lòng trở ngựa
Tương tàn kia bòn mót hết xương da
Chiến tranh kia vẫn nằm ve vuốt lửa
Vuốt lưng người đất xé vuốt lưng cha.

Thôi đà mỏi con vui lòng trở ngựa
Thân tong teo dắt dạ chắt chiu về
Thêm chút gạo chút lửa cười trong bếp
Chút bao dung lốp bốp vỗ trong con.

Mẹ so đũa gắp lòng reo trong mắt
Gắp một đời rót xuống chén cơm con.
(Thưa Mẹ)

Có thể nói tập thơ *Thưa Mẹ* là một sự kết hợp đặc biệt giữa khả năng thiên phú về thi ca của Phương Tấn viết về Mẹ và lòng thương yêu vô bờ của người Mẹ đã một đời tận tụy vì con. Phương Tấn thể hiện một thái độ, một cung cách nối liền người thơ với đời sống con người, là tiếng nói của nghệ thuật nhân bản, là vẻ đẹp của tình người.

Trong lịch sử nền thi ca Việt Nam, hình tượng Mẹ đã hiển hiện trùng trùng. Phương Tấn ý thức rõ điều này nên tác giả không dừng lại ở những hình tượng quen thuộc đó, cũng như không giẫm chân lên lối mòn của những người đi trước. Chính vì vậy cảm hứng trong thơ Phương Tấn viết về Mẹ, về con người và đời sống đã bừng lên nhiều sắc điệu, phong phú hơn, nồng nàn hơn, da diết hơn.

Từ đó, trải qua suốt những trang thơ trong tập *Thưa Mẹ*, người đọc càng nhận thấy, từ lâu rồi, nhà thơ Phương Tấn vẫn miệt mài vẽ ra những chân dung thơ mới lạ về người, về bóng Mẹ để Mẹ được bàng bạc suốt một cõi thơ. Ở đó, thơ gợi lên phẩm chất cao quí, nặng tình yêu thương, biểu hiện sự tương ứng về chữ hiếu, về sự tương quan của tình mẫu tử. Còn gì vời vợi hơn, cao cả hơn, hy sinh đến thê thảm hơn trong cơn ngã giá tình người:

Gặp bạn thời bạc phước
Khuyên mẹ bán bớt con
Mẹ ôm con khóc mướt:
"Bán Mẹ không bán con."
(Trích: Cuốn Trôi Giấc Mơ Tiên)

Trong thi ca Việt Nam nghĩa Mẹ thương con như biển hồ lai láng biết trả ơn làm sao cho vẹn cho tròn. Trên đời này, cái gì có thể so sánh được lòng Mẹ. Biển Thái Bình chỉ là một cách nói, vẫn có sự giới hạn của biển vỗ bờ. Chân dung Mẹ bao la hơn, bát ngát hơn nên lòng Mẹ trải về vô hạn. Khi tác giả tâm tình riêng với người em vừa lập gia đình, cũng là môt chiến sĩ đã hy sinh một phần thân thể ngoài mặt trận, vẫn không thể thiếu hình bóng thân yêu của Mẹ lồng trong bóng mình:

Em biết đó, anh thân tàn ma dại
Một sớm kia em ngỡ xác trăng khô
Đất sẽ hé cùng thịt da sẽ trải
Cho lòng anh khẽ đậu ở hư vô.

Em cũng biết Mẹ mỗi ngày một yếu
Cha thì đi từ thuở nọ chưa về
Bốn thằng con sống chung cùng manh chiếu
Cùng chút xương người Mẹ róc cho con...
(Trích: Thư Cho Em Trai
Ở Quân Y Viện Nguyễn Huệ, Nha Trang)

Thi ca, như chúng ta đều biết, kết tinh từ ba yếu tố ngôn từ, hình ảnh và âm thanh. Ba yếu tố quan trọng đó là vườn hoa gieo trồng, nuôi dưỡng theo năm tháng mà thành thế giới của thi ca.

Riêng thế giới thơ trong tập *Thưa Mẹ* của Phương Tấn đã gợi cho người đọc một sự xúc động khi ngẫm nghĩ những gì nhà thơ muốn tìm về kỷ niệm qua hình ảnh người Mẹ.

Thơ Phương Tấn thường nặng về kỷ niệm. Có một chút hơi hướm ấm lạnh hắt ra và phả xuống từ những kỷ niệm khiến người đọc dễ nhận thấy những gì mộc mạc mà thấm thía, hơn là những mỹ từ bóng bẩy, chải chuốt như một số nhà thơ khác thích dùng.

Tập thơ *Thưa Mẹ*, ngoài các thể thơ 4 chữ, 5 chữ, 7 chữ, thơ tự do, còn có những bài lục bát, tác giả viết tại Sài Gòn năm 1997, khóc ngày Mẹ mất nên bài thơ nào cũng thốt lên tiếng kêu thê thiết, móm mém, bùi ngùi.

Bài *"Ầu Ơ, Con Ẵm Bóng Theo Tạ Đời"* là một thí dụ:

Mẹ cười, bưng bát cơm thiu
Ầu ơ, móm mém hắt hiu phận nghèo
Mặc lòng, trời đất cheo leo
Ầu ơ, con ẵm bóng theo tạ đời.

Bài *"Con Cười B*ên Mộ *Vui* Cùng N*ỗi Đau"* cũng hắt hiu, ảm đạm không kém:

Mót tàn hơi, níu thời gian
Đất trời chết điếng trần gian mịt mùng
Mông lung, cát bụi mông lung
Con cười bên mộ vui cùng nỗi đau.

Thơ Phương Tấn có nhiều tiếng động, nhưng những tiếng động trong phần thơ về Mẹ lại vắng tiếng cười, ngoài nỗi buồn. Thật ra cũng có tiếng vui, tiếng cười đấy, nhưng người ta chỉ có thể nghe được tiếng cười khô khốc như gỗ ván, như vết đạn thức dậy trong thơ:

Gõ chiếc thân lép kẹp
Như gõ vào áo quan
...
Nào cười như xé ruột
Xin cười cho Mẹ vui
...
Con cười như gỗ ván
Giữa đất trời trống huơ
Con cười như vết đạn
Chết sững giữa cơn mơ.
(Trích: Con Buồn Mẹ Có Vui)

Hoặc:

Đêm một mình bó gối
Ngồi cú xụ Phật ơi
Đêm mỗi mình bó gối
Lắc chuỗi cười trong tay...
(Trích: Giữa Chiếc Quan Tài Trống)

Và:

Tôi làm sao kể xiết
Những chuyện thật đau lòng
Như tiếng kêu của Mẹ
Nở giữa vòm thinh không
Như tiếng kêu của Mẹ
Cho đứa con vào đời
(Trích: Reo Vui Giữa Huyệt Đời)

Cái vui nghe đã buồn huống hồ cái buồn càng nặng như cái chết:

Ta giẫm qua mặt mình
Giẫm qua cơn lệ lớn
Ta giẫm lên mặt người
Chân vắt giữa cành răng
Cổ dài như ngực mỏng.
...
Mặc, hãy mặc để mặc
Cung cúc giữa xó đời
Sá chi một tiếng thét
Mộ đời mộ đời ơi!

Đêm sâu rừng sâu hơn
Rừng sâu ta sâu hơn
Thèm được nói như người.
(Trích; Vào Những Ngày Có Kinh Nguyệt).

Sao lại "có kinh nguyệt" ở đây? Kinh nguyệt của thơ hay của người? Hãy nghe nỗi niềm của nhà thơ khi thưa với Mẹ:

"Mẹ ơi, như Mẹ đã biết thời tiểu học, lũ "Tây lai" cứ tưởng mình là "Tây thật" hùa theo lũ con Tây chặn đường nhét từng bụm cát vào miệng học trò người Việt chúng con. Bỏng cả cổ và sặc sụa cả máu mỗi khi tan tường. Chính đó, là tác nhân gây bệnh biến giọng và làm mủ trong cổ họng của con suốt nhiều năm sau này.

Khi chữa trị ở bệnh viện Bình Dân, Sàigòn, con nhìn thấy bệnh nhân bị mất mũi, rụng mũi mỗi ngày, con nghĩ đến phận mình và cái chết gần kề. Và, gần kề nhất là những ngày mủ và đàm úa ra từ miệng và mũi nhiều quá. Những ngày đó con gọi là "Vào Những Ngày Có Kinh Nguyệt" như tên gọi một bài thơ mà con đã làm cùng những bài thơ:

Chớ Điên Chớ Bảo Điên, Đắng Và Cay, Reo Vui Giữa Huyệt Đời, Vâng Một Đời Khổ Lụy...

Ngoài tiếng động, thơ Phương Tấn còn có cả cái không tiếng động. Ta hãy đọc để lắng nghe tiếng "vô thanh" trong bài *"Mẹ Ngủ Ngoan Con Thương"*:

Ôi, con thèm đi học
Như khi còn thai nhi
Thầm thì trong bụng Mẹ:
"Mẹ ngủ ngoan con thương".
(Mẹ Ngủ Ngoan con Thương)

Hoặc bài: *"Giữa Chiếc Quan Tài Trống"*:

Này một con chim sẻ
Thiếp trong lòng mắt em
Này một đôi chim sẻ
Chết trong lòng ngực anh.
(Trích: Giữa Chiếc Quan Tài Trống)

Thơ Phương Tấn lại có cái hay ở câu hỏi bất ngờ đầy thú vị. Thí dụ hai câu trong bài thơ *"Reo Vui Gữa Huyệt Đời":*

Này cô đơn quá đỗi.
Tuổi trẻ làm sao ăn.
(Trích: Reo Vui Giữa Huyệt Đời)

Không ăn cơm, ăn quà, ăn bánh, kể cả ăn đòn, ăn đạn hay ăn năn, nhà thơ lại đòi *"ăn tuổi trẻ"* thì quả thật làm sao ăn, chẳng phải là một câu hỏi ngông nghênh, đáo để đến bất ngờ đó sao.

Đọc Phương Tấn, xuyên qua những trang thơ Phương Tấn viết về Mẹ, hầu như không thấy chỗ nào vui. Mà cho dù có nghe thấy loáng thoáng niềm vui ở đâu đó trong thơ, thì cái vui, thay vì "líu xíu" tuôn trào, lại âm thầm ứa ra từ người dì, người chị được người thơ ví như loài chim bạc phước:

Kinh thưa chị đôi lần em chợt hỏi
Đời có cái chi vui quá là vui
Vui đến khóc dù mình chưa kịp khóc
Thêm chút vui lại một chút ngậm ngùi.
...
Kính thưa chị, nhà có bé Lan bé Phụng
Có dì Chuyền vui líu xíu như chim
Mỗi sáng dậy em lại mừng trong bụng
Em mừng em được sống nốt một ngày.
(Trích: Khoai Lang Vỏ Đỏ Lòng Vàng)

Ngoài những dòng thơ thổn thức về Mẹ. về cuộc đời làm người bạc phận, Phương Tấn còn xót xa về quê hương đất nước của mình:

Xuân ở quê nội con
Chúc nhau mà lại khóc
Phòng mai mình chết đi
Không còn người để khóc
Phòng mai người chết đi
Còn có mình đã khóc.
...
Xuân ở quê nội con
Xuân sao buồn chi lạ
Buồn như thể chiến tranh
Buồn như năm buồn bã...
(Trích: Mẹ ơi, Con Không Về Kịp Tết)

Bài "*Nắng Hạn*" cũng có chút nỗi niềm quê:

Ai ngóng bên kia sông
Ai ngóng bên này sông
Một con thuyền mắc cạn
Một nỗi đau bềnh bồng...
(Trích: Nắng Hạn)

Đi tìm quê hương trong thơ Phương Tấn đâu cần tìm đâu xa. Ở đâu có mộc mạc, giản dị, ở đâu có hiền lương, chất phác, kể cả ở đâu có đắng cay, tủi nhục, có máu và nước mắt, ở đó có quê hương đau thương:

Thôi chịu dại như một loài tầm gửi
Xin ở đây ăn bưởi trổ sau vườn
Ngủ trên cây xướt mía lùi trong bếp
Buồn cưỡi trâu mà tìm được quê hương.

A, cưỡi trâu mà tìm được quê hương!
(Trích: Khoai Lang Vỏ Đỏ Lòng Vàng)

Nhưng cái tình chí hiếu của người thơ với bậc sinh thành vẫn không thiếu bóng Mẹ khi chiến tranh tràn vào trong thơ:

Trâu nhớ cày, đồng trống mênh mang
Ruộng vườn xưa một dãi bom càn
Mẹ nhớ Cha như khoai nhớ sắn
Bao nhiêu năm một dạ sầu mang.
(Trích: Con Trâu Cười Ướt Nắng Đứng Trông Xuân)

Nhìn chung, tập thơ *Thưa Mẹ* của Phương Tấn được tác giả chia làm hai phần: Mẹ ở phần vào tập; phần còn lại viết về thân phận con người trong chiến tranh:

Còng lưng thay trâu cày qua luống đất
Qua những luống đời ròng rã chiến chinh
Ngưng bắn nghe đâu riêng cho thành thị
Chỉ có thị thành không có đao binh.
...
Giựt đất cắm cờ cắm cờ giựt đất
Cờ của hận thù đất của Việt Nam
Bom đạn cho ai vì ai lường lật
Đâu phải người ngoài giết nhau cho cam...
(Trích; Thương Cây Nhớ Cội)

Chiến tranh trong thơ Phương Tấn có nhiều cảnh điêu linh, tang tóc đến thảm hại của con người và đất nước. Suốt ba mươi năm chiến tranh, cơn sinh tử đã đẩy dân tình vào lầm than, đất nước vào khốn khó, cho nên quê hương là đất sống của niềm hạnh phúc vô biên mà cũng là nỗi đau vô lượng của kiếp người. Sự sống và sự chết hòa trộn vào nhau chính là vẻ đẹp oan khiên Phương Tấn đổ ào xuống trang giấy:

Con bấu mặt con tưởng mình xa lạ
Buồn đong đưa buồn đọng xuống hoang mang
Nỗi chết đó đột nhiên thành ân huệ
Quê hương kia ôi màu máu kinh hoàng.

Con dại
con ngu
cam mình bất hạnh
Xin quay về chong đôi mắt xanh xao
Đừng ngó tổ tiên
ngó cùng dân tộc
Ngó xuống hồn thân bỗng úa mênh mang.
(Trích: Thư Gửi Cha Bên Kia Sông Bến Hải)

Thơ Phương Tấn viết ra là để giải bày tâm sự, với người đã đành, mà còn để đối thoại với những con thú bé nhỏ bằng tư tưởng nghệ thuật riêng mình:

Thơ ta giã, ướp cùng sương khói
Ướp xương da và máu ở hai miền
Nhắp một ngụm nghe lòng đỡ đói
Nhắp cho qua thời buổi đảo điên.

Ta bẻ kiếm khi quanh thành lửa cháy
Khi cần lao mất cả ruộng vườn
Bom đạn đã nhiều hơn thóc lúa
Hận thù nhiều hơn cả tình thương.

Này anh Kiến chị Dơi và chú Muỗi
Thịt ta thơm xin cắn chút làm duyên
Cắn như đạn như bom như lửa dữ
Như xác anh em như máu hai miền...
(Trích: Chuyện Trò Cùng Anh Kiến Chị Dơi Và Chú Muỗi)

Tạy ốm quá làm sao con che hết
Biển xô nhanh trên cùng suốt dân mình
Con rẽ bóng sống chung cùng rệp muỗi
Nỗi thật đen xòe đôi cánh đao binh.

Ơi giải phóng,
phóng bùa vong bản
Tiêu máu nhân dân
đỏ phố đỏ cờ
Chân vô thức bủa quanh đầu cách mạng
Con gõ hồn thân bỗng úa mênh mang.

Trong hiu hắt dòng chim rừng quẫy cánh
Dắt dìu nhau trôi dạt bến bờ xa
Lửa cuồn cuộn chìm sâu vào sử sách
Cội chia nguồn và bóng cũng chia ta...
(Trích: Thư Gửi Cha Bên Kia Sông Bến Hải)

Đời vốn nhiêu khê nên đời trôi nổi theo sinh động. Thơ Phương Tấn vì thế mà sinh động. Cũng chính vì thế, sáng tác của Phương Tấn trong tập thơ *Thưa Mẹ* là tiếng nói ngậm ngùi, là tiếng kêu trầm thống, là nơi ấp ủ tình thương và nỗi buồn, cũng là nơi lưu giữ đời đời sức mạnh của nhân tính và vẻ đẹp của bóng Mẹ bàng bạc trong thơ nên hình tượng Mẹ trở nên bất tử.

Nhà thơ, nhạc sĩ **Phan Ni Tấn**
(Canada 18-10-2018)

TIỂU NGUYỆT

THƠ PHƯƠNG TẤN
CHẠM ĐẾN TRÁI TIM NGƯỜI ĐỌC

Tuy chưa có duyên gặp anh Phương Tấn, nhưng tôi cũng có thể hiểu anh được phần nào qua những bài thơ anh đã chia sẻ, bày tỏ. Nhà thơ Phương tấn đã chia sẻ rằng: *"Thơ không là hình tướng. Thơ chính là tâm hồn, là máu huyết, là cảm xúc, là ngôn ngữ rất thật của chính tôi. Tôi không là nhạc sĩ, tiết tấu và nhịp điệu có trong thơ vì đó là thơ. Tôi không là văn sĩ, mảnh đời và tâm trạng có trong thơ vì đó là thơ. Tôi không là họa sĩ, màu sắc là sắc màu của nội tâm và cuộc sống vì đó là thơ. Tôi không là nhà viết sử, thơ oằn mình đớn đau cùng quê hương điêu linh vì đó là thơ. Đừng hỏi tôi thơ là gì vì đó là thơ. Tôi cảm xúc, thoát hồn và ngôn ngữ thơ tràn ra giấy... vì đó là thơ, THƠ PHƯƠNG TẤN"* (Tuyển Tập I Thơ Phương Tấn).

Thật đúng vậy! Thơ Phương Tấn như dòng suối yêu thương tràn đầy cảm xúc, lai láng, mông mênh, không bến bờ, giới hạn. Thơ không là nhạc, mà réo rắc, tiết tấu, nhịp điệu hòa trong thơ. Thơ không là họa mà sắc màu chấm phá cho ta thấy được cuộc sống muôn màu lẫn trong thơ. Thơ Phương Tấn là vậy. Là bầu trời trong xanh cao vợi. Là nỗi buồn sâu kín trước cuộc dâu bể vô thường. Là nỗi niềm trăn trở của phận người tha phương, khi đứng trước những bất công, khốn khó. Nhà thơ phải tự ru mình, vỗ về mình, vì anh xem cuộc đời này là một giấc mộng dài vô cùng, vô tận.

Ru Phương, Phương ngủ đi thôi
Còn đêm còn mộng mai rồi rã riêng.
(Khuya vỗ về nhau)

Nhà thơ tự vỗ về mình để nguôi ngoai nỗi buồn, nhưng nỗi buồn thương càng dâng cao, chất ngất, chung quanh mình là nỗi quạnh hiu, cô độc, lẻ loi, trước ánh trăng khuya vằng vặc sáng soi giữa bầu trời đêm u tịch. Thế gian đã chạm vào nỗi đau và nhà thơ đã bật ra tiếng nấc, vỡ vụn, nhạt nhòa, ứa lệ.

Thế gian chạm giữa cơn đau
Vỡ ra thành lệ rụng vào mộ sâu
Khuya đi trăng dọi mối sầu
Cõi xa vằng vặc một màu quạnh hiu".
(Cõi Xa Vằng Vặc Một Màu Quạnh Hiu - 1997).

Nhà thơ Phương Tấn muốn lấy gầu sòng để tát cạn nỗi sầu, thật lạ. Làm sao có thể tát cạn khi mà nỗi sầu luôn bao trùm, phủ xuống? Dù vậy, nhà thơ vẫn cứ hy vọng, khi thời gian vẫn cứ trôi, bóng câu vụt qua cửa sổ, trên đầu tóc đã bạc, màu thời gian đã úa vàng, tát cả thiên thu vẫn không vơi được nỗi sầu đau.

Sầu tình, dẫu lấy gàu sòng
Tát thiên thu, vẫn không mong cạn sầu
Bóng câu khoe trúc bạc đầu
Khoe mai tàn cánh khoe màu thời gian.
(Sầu Tình)

Đọc thơ Phương Tấn, trong tôi cảm xúc dâng đầy. Thơ anh nhẹ nhàng, gần gũi, dễ hiểu, không cầu kỳ, chữ nghĩa; nó chạm vào tâm hồn tôi một nỗi niềm bâng khuâng khó tả.

Giữ trăng. Trăng hắt nguyệt tà
Giữ sông. Sông hắt núi sa u tình
Chào xuân, chim chóc lặng thinh
Có con én lạc giật mình. Mộng ư?"
(Mộng Ư?)

Nhà thơ xem cuộc đời là giấc mộng. Đã là mộng thì không thực. Anh có thể giữ trăng, dù trăng ở trên cao, xa tít. Anh có thể giữ sông, dù sông vẫn một đời lặng lẽ mang nặng phù sa bồi đắp. Có thể nói, Phương Tấn đã dùng "mộng" để lấp cái thực, một cái thực quá phũ phàng, không tưởng; để rồi nhà thơ giật mình thốt lên - mộng ư?

Và cuối cùng nhà thơ đã ngộ ra cuộc đời là vô thường, có không, không có, huyễn hoặc, chênh chao. Nhà thơ đã hiểu ra mọi lẽ đến đi của cuộc đời, để rồi mở lòng đón nhận đóa hoa "bồ đề" với tấm lòng rộng mở, đã qua khỏi sông mê, tịnh không, như nhiên với lẽ sắc không vô trụ.

Núi cao. Cao tít, tít xa
Tịnh không. Đá nở nụ hoa bồ đề
Lành thay! Bụi phủ sông mê
Ô hay thuyền ngộ. Bốn bề là không.
(Lật Trang Kinh Tụng Chữ Tình)

Và:

Cội mai chết tự đêm qua
Đất trời rụng bóng làm nhòa thế gian
Biển im, núi sững, sầu mang
Trăng già vắt xác bên hàng trầm luân.
(Trăng Già Vắt Xác Bên Hàng Trầm Luân)

Một vài cảm nhận về thơ Phương Tấn là cảm xúc chân thực khi đọc thơ anh. Chạm đến trái tim người đọc là một thành công, anh Phương Tấn quý mến!

Nhà văn **Tiểu Nguyệt**
(Nha Trang tháng 8-2023)

TRẦN HOÀI THƯ

ĐỌC LỤC BÁT PHƯƠNG TẤN NGHĨ ĐẾN CÁNH BƯỚM

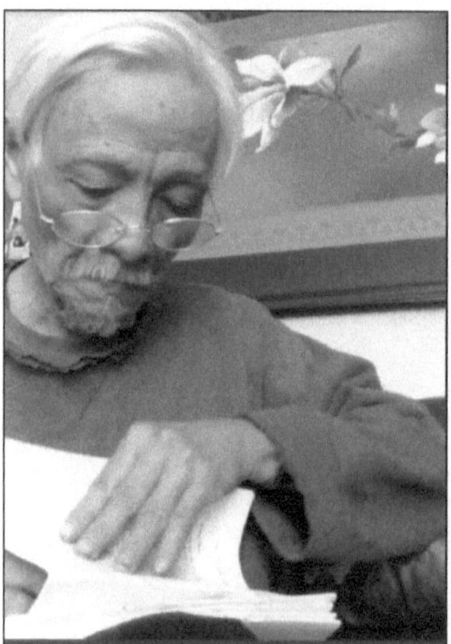

Suốt tập thơ *"Lục Bát Phương Tấn"*, có một điều cần phải nêu lên là hầu hết những sáng tác anh "rất yêu". Anh còn cho biết thêm: *"Mỗi bài là một dấu ấn trong đời chỉ có nhớ thêm chứ không hề quên hoặc bớt."*

Điều nêu lên đây là giá trị do nhà thơ thẩm định chứ không phải nhà phê bình hay nhận định thẩm định. Mà một nhà thơ có tầm cỡ, làm thơ rất lâu, từng chủ trương những tạp chí văn học, từng góp mặt trên những tạp chí thời danh bấy giờ... thì chẳng lẽ không khiến cho chúng ta tin cậy ư? Tôi biết là anh đã chọn rất kỹ, cân nhắc rất kỹ, để anh có thể xem chúng "rất yêu."

Bởi vậy, tôi cảm thấy thừa khi làm nhiệm vụ "bình thơ". Ngược lại phải cảm ơn anh. Nhờ vậy mới biết được con bướm để làm thăng hoa cái cuộc sống quá sức khắc nghiệt này.

Vâng. Anh chép lại và in lại *"Lục Bát Phương Tấn"* khi tuổi đã vào thất thập. Còn tôi, đọc nó khi tuổi cũng quá nhiều và khổ nạn cũng quá nhiều. Con "bướm" của anh không phải là con bướm mà Trang Tử nằm mơ, mà ngược lại nó "thơm ngát thơ". Nó là của anh và của tôi, của một thời để yêu và để sống:

Dư âm vàng rụng bên thềm
Dính trên vai bướm chợt thèm tiếng xưa.
(Tiếng Xưa)

Nhà văn, nhà thơ **Trần Ho***ài Thư*
(NJ 5-2017)

NGUYỄN NHÃ TIÊN

TÂM TÌNH MỘT NẺO QUÊ CHUNG

Mượn câu thơ của thi sĩ Huy Cận làm đề từ, để tôi nói về thi phẩm *"Lục Bát Phương Tấn"* do NXB Nhân Ảnh ấn hành. Phương Tấn sinh năm 1946, là lớp nhà thơ đồng thời với các nhà thơ Nguyễn Nho Sa Mạc, Nguyễn Nho Nhượn, Đynh Trầm Ca... vào những thập niên 60 - 70 của thế kỷ trước. Quê Đà Nẵng, nhưng bước chân anh lang thang trên đất Mỹ và các vùng châu Âu từ những năm 1970 cho đến bây giờ. *"Lục Bát Phương Tấn"* được xem như một tập hợp gần trọn một đời thơ anh ở thể loại này. Xin góp cùng thi sĩ một tiếng vỗ tay reo vui, mừng đứa con "lục bát" của anh chào đời trên đất quê người!

Nếu có những con đường dẫn đưa con người ta hành hương tìm lại quê xứ ngày xưa hiện thực mười mươi đất đá dưới chân, thì cũng có những con đường siêu hình, dẫn lối đưa đường cho tâm thức ta hội ngộ lại những nơi chốn đầm đìa dấu chân của một thời hoa niên thơ dại.

Hóa ra những con sông - bến đò - sân đình - bãi chợ xanh rêu mấy lớp thời gian kia, giờ đây hóa thành những lối vô tận. Cứ vạch hết lớp mù sương ký ức này lại gặp lớp lớp sương mù ký ức khác, một con đường siêu hình như vậy, thì quả là đi mãi không hết một quê xưa.

Dư âm vàng rụng bên thềm
Dính trên vai bướm chợt thèm tiếng xưa (1)

Vâng, *"Lục Bát Phương Tấn"* đã hòa nhập vào tâm hồn tôi như thế đấy, không theo một lớp lang nào. Trong "*Lục Bát Phương Tấn*", thơ bốn câu đa phần. Nhiều bài lục bát hơi hướm vui nhưng lại đọc buồn, là bởi giống như cảnh xưa, ngõ xưa tôi gặp, nghe xao xuyến từng thanh âm.

Bóng gần rồi lại bóng xa
Trăng như chếch choáng như ngà ngà say

Cuội cười trời đất lăn quay
Khoan hò hoan hỡi tình say tình nồng (2)

Có một điều cũ kỹ tưởng ai cũng biết, rằng thơ lục bát vốn từ lâu đã thấm đẫm trong tâm hồn người Việt. Thấm đẫm từ buổi lời hát ru của mẹ đong đưa bên vành nôi, cho đến những khúc ca dao hò khoan trao gởi tâm tình. Mà tất cả kho tàng quí báu đó đều bắt nguồn từ thơ lục bát, hoặc biến thể lục bát. Dông dài điều cũ kỹ này là ý tôi muốn diễn dịch "*Lục Bát Phương Tấn*" cứ như vằng vặc ánh trăng khuya, xanh tươi vườn cau trầu, vang dội thanh âm tiếng gàu thả vào giếng khuya thăm thẳm... Cho dù bước chân thi sĩ có đêm Paris, ngày London, khuya Texas hay bất cứ nơi nào trên trái đất, thì máu huyết thơ anh, lục bát của anh chừng như đã khảm khắc vào vô thức hằng cửu một quê nhà.

Săm se xuân động bên trời
Chào con én lạc có lời hỏi thăm

Quê nào là quê trong năm
Ăn bong bóng trổ như tằm ăn dâu (3)

Thơ như thế, dường như thi sĩ Phương Tấn phớt lờ những chuyện hiện đại cách tân lục bát. Chẳng những vậy, có vẻ như anh còn gắng gỏi đắp nên cái ốc đảo lục bát của mình thành một cõi, một miền nồng nàn hơi thở ca dao, như một cách thế làm nổi bật cái chất đồng quê đã dần phai và có nguy cơ bị xóa đi trong đời sống hiện đại.

Tình "kêu tích tịch tình tang"
Tình tang tích tịch đôi đàng tương tư (4)

Cố nhiên, ngôn từ nào cũng ẩn giấu trong lòng nó những tự nghĩa. Nhưng tôi có cảm giác trong thơ lục bát Phương Tấn, những thanh âm "tích tịch tình tang", hoặc là tiếng hò "khoan hỡi hồ khoan," hoặc còn nhiều hơn thế nữa, là những tiếng vọng hồi đáp lại một thực tại luôn thao thức ưu tư về cái quê quán tôi xưa siêu hình ở phía chân trời. Chỉ có cái thị lực thi sĩ mới nhìn ra, ngộ ra sự bất khả lãnh hội vô cùng, để niềm cô đơn thăm thẳm thường hằng lên tiếng gọi, như muốn kết nối tình yêu - cái bến bờ hữu hạn tự trái tim mình vào những khát khao hướng tới vô tận.

Sầu tình dẫu lấy gàu sòng
Tát thiên thu vẫn không mong cạn sầu (5)

Và, cái điều "không mong cạn sầu" ấy của nhà thơ, sao tôi thấy hồ như điệp điệp với cái sự "ngập ngừng," sự dang dở của thi sĩ Hồ Dzếnh năm xưa: *Thơ viết đừng xong thuyền trôi chớ đỗ / Cho ngàn sau lơ lửng với ngàn xưa.*

Vâng, vậy thì Phương Tấn cứ tiếp tục cái tiếng kêu tuyệt vọng của mình, niềm cô đơn của một kẻ "tát thiên thu vẫn không mong cạn sầu" có lẽ cũng là niềm hoan lạc của khổ đau và hạnh phúc, bởi lẽ định mệnh đã lựa chọn anh làm thi sĩ!

Nhà thơ **Nguyễn Nhã Tiên**
(Đà Nẵng 2023)

(*) 1, 2, 3, 4, 5 trích "Lục Bát Phương Tấn"

NGUYỄN LỆ UYÊN

THƠ PHƯƠNG TẤN LÀ ĐỒNG VỌNG NHỮNG ĐAU THƯƠNG CỦA DÂN TỘC

"Vớt Bình Minh Trong Đêm" là một tập hợp 64 bài thơ từ đầu thập niên 60s trở về sau là những lời ca bi thống trong bối cảnh nhiễu nhương của đất nước. Ở đó, tuổi trẻ VN đã bước vào vũng lầy lịch sử đau thương, tan tác, đổ vỡ trong cuộc nội chiến càn rỡ, xấu xí nhất.

Và, dẫu chỉ là một giai đoạn ngắn ngủi 20 năm, khởi từ vết cắt lìa Nam Bắc; dòng Hiền Lương là chứng nhân là vết cắt đẫm máu, đầm đìa vết nhơ dân tộc chảy dài oan nghiệt rồi nối tiếp cuộc đuổi chạy kinh hoàng có một không hai trên những đợt sóng cuồng bạo, trở thành thủy mộ quan lấp xác hàng trăm ngàn con người chui trốn khỏi địa ngục trần gian để mong tìm đến bến bờ tự do.

Với những đoạn lìa khốc liệt như vậy, hẳn nhiên không người cầm bút nào có thể làm ngơ như kẻ bàng quang trước vận nước đau thương.

Họ đã lên tiếng.

Họ đã ghi lại bằng chữ nghĩa, hình ảnh, âm thanh, màu sắc...

Họ lên đường và tiếp tục lên đường, hàng hàng lớp lớp. Đặc biệt giai đoạn chiến tranh ác liệt nhất tại miền Nam, từ 1964 trở đi.

Những người viết văn làm thơ thời kỳ này đã tạo ra một hình hài của văn chương miền Nam thật sự tự do, nhân bản, khai phóng.

Những máu, nước mắt, những phẫn nộ lẫn buồn chán... trộn vào nhau, tạo thành khúc ca bi tráng của thời đại.

Lớp nhà văn trẻ hậu Sáng Tạo xuất hiện trên các tạp chí văn nghệ thủ đô Sài Gòn ngày càng đông đảo, đủ mọi thành phần trong xã hội và hầu hết vừa cầm súng vừa viết văn.

Phương Tấn thuộc thế hệ này. Anh xuất hiện khá sớm trên các tạp chí văn nghệ miền Nam đầu thập niên 60s, khi mới 15 tuổi với những câu thơ nhuốm đầy những suy tư, dằn vặt về thân phận làm người.

Đêm bay lên xòe đôi mắt đen ngòm
Ta cởi dạ thả giữa bồn trăng huyết
Thân chẻ vụn giăng làm hoa diễm tuyệt
Kết hồn này bằng âm điệu sầu ma.

Từ bấy đến nay, gia tài thi ca anh để lại tuy không đồ sộ nhưng lại là một phần nhân chứng của thời kỳ nội chiến tàn khốc nhất.

Thơ Phương Tấn là những điệu buồn, ray rức như giữa khuya chợt nghe tiếng chim lẻ loi rớt trong bóng đêm thăm thẳm, như giọng ru con nghẹn ngào của bà mẹ quê gửi niềm thương nhớ người chinh phu.

Và, ở tập này, *"Vớt Bình Minh Trong Đêm"*, Phương Tấn sử dụng hình thức cổ phong cách tân, phá vần, tung điệu nhưng cái ngân nga âm hưởng trong từng câu, từng từ, sâu thăm thẳm là những lời oán thán về số phận bi thương của dân tộc trong thảm cảnh nồi da xáo thịt!

Chúng ôm bom khiêu vũ
Trên quá khứ cha ông
Mong giết đi lịch sử
Xóa nhòa tổ tông ta

Đã từ lâu, giai điệu Bà Mẹ Gio Linh của Phạm Duy vẫn mãi ám ảnh tôi mỗi khi Thái Thanh đẩy ca từ vào âm vực cao nhất, rộng nhất. Nó cứ nghẹn ngào, u uất đến tưởng chừng rất phi lý nhưng hoàn toàn có thật. Thơ Phương Tấn cũng rơi vào trường hợp này.

Hãy vui như tình đắng
Răng chạm giữa đường răng
Ngỡ hai hàng nến trắng.

Đọc thơ Phương Tấn là dẫn cả đôi chân, tâm trí bước vào những hang hốc tăm tối, những bãi cỏ gai... Rồi khi khép lại nghe như bị cào xước tận đáy lòng; đôi khi như cái chạm nhẹ thịt da phơi trần lên mặt đá sỏi. Một chút rỉ máu, một chút nhói đau như cái vuốt tay cuối cùng trong cuộc tình lỡ.

Với Phương Tấn, người thõng chân vào cõi thơ anh chính là kẻ bại trận trước những phơi bày năm chữ dàn kín cả tập đẩy nhịp thở dồn dập khôn cùng của cánh chim từ cành cao đột nhiên rơi tõm xuống thảm cỏ ướt đẫm mưa đêm.

Sự tỉnh thức trong thơ anh chính là những hình hài co quắp, một đụn tro tàn hôm qua bỗng lóe sáng buổi bình minh, nhưng lại là bình minh của đêm nguyệt tận, của hai mươi năm dài phi thực phi mộng phi lú mê, đủ để nỗi buồn cùng những thất vọng vón lại thành căn bệnh trầm kha cho tuổi trẻ Việt Nam, khóc với nhau trên những giọt lệ tràn, đắng cay, tủi nhục.

Ta khóc người khóc ta
Người khóc ta khóc người
Ta khóc người khóc ta
Cơn mưa chiều úa rã.

Đó cũng là thế giới đầy huyễn hoặc của chàng trai trẻ khi mới mười lăm đã bước vào cuộc rượt đuổi phong trần chữ nghĩa và thế sự trượt dài.

Và vì thế, *"Vớt Bình Minh Trong Đêm"* là tiếng kêu thầm, đồng vọng những thanh âm nghẹn ngào nỗi đau của dân tộc, quê hương cùng những bà mẹ quê còng lưng với đôi quang gánh trĩu nặng máu xương trên đôi vai gầy. Và cũng chính vì thế, những bài thơ năm chữ của anh không màu mè, bóng bẩy cũng chẳng ẩn dụ cao xa. Nó thật gần trong tầm với, trước mắt như những dề gai xương rồng nhọn hoắc cào găm vào thịt da đến tóe máu.

"Vớt Bình Minh Trong Đêm" chính là những âm hưởng, vang vọng một trời tang thương và một đời đau thương.

Nhà văn **Nguyễn Lệ Uyên**
(Sàigòn tháng 5-2020)

VƯƠNG HỒNG ANH

Phương Tấn, Một Thi Tài Hiếm Hoi Của Thi Ca Việt Nam Trong 6 Thập Niên

Phần 1:
Những câu chuyện về Phương Tấn qua những góp ý cá nhân trên Facebook

Trong một bài giới thiệu của nhà văn, nhà nghiên cứu văn học Quyên Di trên Facebook vào mùa hè năm 2021, tôi đã có đôi điều về nhà thơ Phương Tấn, một người mà tôi chưa có dịp gặp nhưng đã được đọc thơ của thi sĩ này từ những năm giữa thập niên 60 của thế kỷ 20. Sau đó tôi có kể lại vài câu chuyện liên quan đến nhà thơ Phương Tấn trên Facebook của nhà thơ này. Để giữ được sự trung thực về cái nhìn của tôi đối với nhà thơ Phương Tấn, tôi xin giữ nguyên phần nhận xét ở phần *tạm gọi là* "*Những câu chuyện về thơ Phương Tấn*" qua một số góp ý của cá nhân trên Facebook và xin được ghi lại nguyên văn những gì tôi đã viết trên Facebook (*). Và vào những ngày cuối tháng 10/2021, tôi đã được vinh dự đọc bản thảo của tập thơ *"Chết Sững Giữa Cơn Mơ"*, tôi đã dành thời gian để đọc tập thơ này và xin ghi nhận đôi điều qua đoạn góp ý sau đây:

Phần hai:
Năm chữ Tình, Năm hình Ảnh trong tập thơ "Chết Sững Giữa Cơn Mơ" của Phương Tấn

Trong phạm vi bài góp ý này, tôi muốn được chia sẻ đôi điều về tập thơ mà tác giả dự định xuất bản vào năm 2024. Đây là một tập thơ quy hợp 98 bài thơ được tác giả trải lòng qua một khoảng thời gian dài hữu hạn từ 1962 cho đến thời gian gần đây. Với cái nhìn khách quan của một người đọc và của một người có một thời gian dài hoạt động trong lĩnh vực bảo chí, truyền thông, tôi có thể nói rằng đây là một tập thơ tích hợp những cái hay, cái đẹp về 5 "Chữ Tình" chân thật của tác giả. Đó là tinh thương Mẹ, mà theo tôi, đó là tinh yêu thứ Nhất, rồi đến tình yêu quê hương, tinh yêu đôi lứa, tình bằng hữu, và tình Người. Do phạm vi bài viết, tôi không có ý viết một bài phân tích văn chương mà chỉ lược ghi những gì tôi cảm nhận.

Cũng qua tập thơ này, chúng tôi đã được gặp lại 5 "Hình Ảnh" của thế hệ chúng tôi, đó là một Việt Nam vào những năm thập niên 60 của thế kỷ 20; một Việt Nam của những năm đầu thập niên 70 mà tuổi trẻ của chúng tôi đã dành cho sự tồn vong của đất nước; một Việt Nam sau năm 1975 khi mà rất nhiều anh em trong chúng tôi đã trải qua những năm dài trong các trại "Lao động"; một quê hương Việt Nam luôn Đẹp trong lòng của dân tộc Việt, trong chiến tranh cũng như trong hòa bình; và một hình ảnh đặc biệt đó là có những con người Việt Nam không đầu hàng trước số phận và kiên trì trong cuộc hành trình vạn lý để sinh tồn. Và lời kết cho đoạn ghi chép này là "Năm Chữ Tình và Năm Hình Ảnh" mà chúng tôi ghi ra, tất cả đã được tích hợp qua tập thơ "*Chết Sững Giữa Cơn Mơ*".

Phần 3:
Phương Tấn, một thi tài hiếm hoi của thi ca Việt Nam trong 6 thập niên

Tôi hoạt động trong ngành truyền thông từ những năm đầu của thập niên 60 thế kỷ 20 qua nhiều công việc khác nhau. Tôi cũng có thời gian phụ trách trang Văn Hóa Nghệ Thuật cho một số nhật báo, tuần báo tại Sài Gòn trước năm 1975 và tại hải ngoại từ năm 1995-2012. Tôi đã được đọc nhiều thi phẩm của nhiều nhà thơ tên tuổi. Tôi không có ý làm một so sánh vì mọi so sánh trong văn chương đều là khập khiễng. Riêng với nhà thơ Phương Tấn thì những bài thơ của thi sĩ này đã để lại trong tôi những cảm xúc ngậm ngùi có, cảm thương có, bồi hồi có, những cảm xúc khó viết thành lời.

Thơ Phương Tấn đã là những ca khúc về tình người. trong đó có những bài thơ mà tôi xin tạm gọi là Thơ năm chữ. Cảm nhận của cá nhân tôi là thơ của Phương Tấn giàu âm hưởng của nhạc. Mỗi bài thơ như một ca khúc mà dù chưa được phổ nhạc thì tự bài thơ đã có những tiết tấu của ca khúc. Mỗi câu thơ là một câu hát, là một tiểu khúc ca nhạc. Có thể nói rằng mỗi bài thơ của Phương Tấn là một ca khúc tạo ra những âm hưởng truyền cảm cho các nhạc sĩ chuyển thành nhạc phẩm cảm tác từ thơ của nhà thơ tài hoa này.

Một điều tôi muốn ghi lại ở đây là tôi nhận ra ở Phương Tấn một nhà thơ "tráng sĩ" như trong những truyện xưa của văn học Trung Hoa. Tôi được biết anh đã có một thời gian dài tu luyện võ thuật, và cái hào khi của võ thuật đã bàng bạc trong một số bài thơ được tuyển chọn trong tập thơ *"Chết Sững Giữa Cơn Mơ"*.

Và ghi nhận cuối cùng của cá nhân tôi rằng anh là một thi tài hiếm hoi trong thi ca Việt Nam từ thập niên 1960 đến bây giờ.

Nhà báo **Vương Hồng Anh**
Kha Nguyên Chi
(California tháng 10-2021)

(*) "Những câu chuyện về thơ Phương Tấn" in trong tác phẩm "Phương Tấn – Bạn văn, Báo chí &Dư Luận"

DUNG THỊ VÂN

GIAN NAN "KHỔ LỤY" CÙNG PHƯƠNG TẤN

Sự thật thì không thể nào tô điểm hay chải chuốt bất cứ điều gì, đây là một đoạn hồi ký ngắn mà tôi muốn viết: tôi đã có tập thơ *"Khổ Lụy"* của Phương Tấn từ bao giờ, và tại sao tôi còn giữ được cho đến hôm nay sau 44 năm mới biết được tác giả mà cũng chỉ thông qua Internet. Trong đoạn hồi ký này, những từ sử dụng thời 30 tháng tư năm 1975 như thế nào, nay tôi lặp lại nguyên văn.

1.

Đầu mùa hạ năm 1971 tôi vừa học xong lớp mười, giáo sư hướng dẫn lớp tôi lúc đó là thầy Phạm Được cho lớp tôi làm một cuốn *"Đặc san mùa hạ"* và thầy đã nhờ bạn của thầy là thi sĩ Nguyễn Tường Văn tuyển chọn bài vở cho cuốn đặc san này. Ngày cắm trại hè chung toàn trường Trung học Đức Trọng tỉnh Tuyên Đức, thầy mời thi sĩ Nguyễn Tường Văn từ Đà Lạt xuống tham dự trại và giới thiệu cho cả lớp làm quen. Thi sĩ Nguyễn Tường Văn tuyên bố có 3 giải thưởng gồm 2 giải văn và một giải thơ. Những giải thưởng ấy do thi sĩ Nguyễn Tường Văn tự đặt ra nhằm khuyến khích lớp tôi về chuyện viết lách chứ không phải là giải văn chương gì to lớn. Nhưng thuở ấy, ngay khi nghe thi sĩ Nguyễn Tường Văn tuyên bố, tôi đã thấy nó ghê gớm lắm. Hai giải văn lớp tôi là ai, tên gì... tôi không còn nhớ. Riêng giải thơ thuộc về tôi. Món quà tôi nhận được gồm: một tập thơ *"Khổ Lụy"* của Phương Tấn, một bài thơ *"Dù tiếng thoảng qua"* của thi sĩ Nguyễn Tường Văn với lời đề tặng: "Để tặng Dung Vân người có nhiều triển vọng về thơ", một tờ "tiểu sử văn học" của thi sĩ Nguyễn Tường Văn thêm một "name card" của ông. Tôi đã cất giữ món quà này cho tới bây giờ và cho đó là một điều "vinh dự" đối với riêng tôi. Hai từ "thi sĩ" với tôi thời bấy giờ vô cùng thần tượng. Tôi thích đọc thơ và rất thích làm thơ cho nên trong lòng tôi lúc nào cũng ước mơ mình sẽ trở thành thi sĩ.

Ngoài cuốn *"Đặc san mùa hạ"* của riêng lớp tôi, thời đó nhà trường còn làm thêm một cuốn *"Giai phẩm xuân"*. Cả hai cuốn này tôi đã đăng tổng cộng mười tám bài thơ. Riêng năm lớp chín (15 tuổi) tôi đã có một bài thơ và hai đoản văn được đăng ở báo Tiền Phong (Tiền Phong là báo tuần hay báo tháng tôi thực sự không còn nhớ). Báo Tiền Phong có một chuyên mục "Tiền Phong Trẻ" ở trang chính giữa tờ báo với cái tên "Gia đình tý hon" do chị Thục Huyền phụ trách. Tôi được đăng bài thơ đầu tiên với tựa đề *"Bé yêu"* ở trang này. Sau đó tôi xin gia nhập "Gia đình tý hon" với bút hiệu Lan Chi, số thứ tự là TP.445. Sau ngày 30 tháng tư năm 1975, chị tôi tới nhà một người bạn chơi, tình cờ đọc thấy bài thơ *"Bé Yêu"* trên báo Tiền Phong nên đã xin tờ báo đem về cho tôi. Tôi cất giữ bài thơ đó như một kỷ vật cho tới bây giờ.

2.

Tháng 3 năm 1975 mọi người thi nhau đổ xô về Sài Gòn với cái từ gọi là "di tản". Tình hình Việt Nam lúc bấy giờ thật phức tạp. Chiến tranh tràn lan. Thời sự mỗi ngày một nóng bỏng và người dân miền Nam sống trong tâm trạng hoang mang tột cùng. Ngày 27 tháng 3 năm 1975 gia đình tôi "di tản" về Sài Gòn, riêng tôi và bố tôi vì công việc nên sáng ngày 02 tháng 4 năm 1975 mới về Sài Gòn, và ngay chiều hôm đó tôi được tin tỉnh Tuyên Đức (nay là tỉnh Lâm Đồng) đã được "giải phóng". Song song với việc "di tản", lúc này người dân miền Nam lại ồ ạt rủ nhau "vượt biên" ra nước ngoài làm cho bao người thân yêu, bao gia đình lại chịu thêm khổ đau, ly tán...

Năm ấy, tôi đã hai mươi tuổi. Hành trang của tôi chẳng có thứ gì quý giá ngoài cái đồng hồ đeo tay và một tủ sách nhỏ. Phân vân mãi không biết làm sao đem đi được mấy quyển sách, trong đó có tập thơ *"Khổ Lụy"* của Phương Tấn về Sài Gòn khi mà mọi chuyện tôi cứ nghe "đồn ma đồn mỵ" nên rất ư là lo lắng. Suy nghĩ mãi, cuối cùng tôi quyết định nhờ bố tôi đang làm ở phi trường Liên Khương gửi sách theo đường bay trong lúc tôi vẫn còn ở Đức Trọng.

Cảnh tượng ở phi trường Liên Khương hôm bố tôi và tôi về Sài Gòn vô cùng hỗn độn. Người dân tập trung ở sân bay đông nghẹt, trong khi chỉ có một chuyến bay hai động cơ duy nhất của quân đội Mỹ dành chở nhân viên của phi trường Liên Khương về phi cảng Tân Sơn Nhất, Sài Gòn. Với chiếc cầu thang nhỏ nối ngay cửa máy bay cách mặt đất khoảng hai mét. Hễ cứ ai là nhân viên của phi trường Liên Khương thì đưa tay lên cho ông chỉ huy phó phi trường là người Việt nhận mặt, nếu đúng thì ông đưa tay nắm kéo lên cùng với sự trợ giúp của một người Mỹ. Khi tôi được kéo lên chiếc cầu thang nhỏ và vào được khoang máy bay, người tôi vẫn cứ ngẩn ngẩn ngơ ngơ không hồn không vía. Nhìn lại cổ tay thì chiếc đồng hồ đã mất, nhìn xuống chân thì chỉ còn có một chiếc guốc cao...

Những hình ảnh đó đã ám ảnh tôi đến mãi hôm nay và có lẽ theo tôi suốt đời.

3.

Tập thơ *"Khổ Lụy"* của Phương Tấn đã theo tôi từ năm 16 tuổi, mãi đến năm tôi 20 vẫn theo tôi với biết bao *"gian nan khổ lụy"*. Trong khi những cuốn báo Tiền Phong có bài của tôi lẽ ra tôi phải mang theo, hoặc cắt bài mang theo cho gọn nhẹ thì tôi lại không nhớ và không hề nghĩ đến. Những cuốn sách mà tôi đã nhờ bố tôi gởi từ phi trường Liên Khương đã về tới Sài Gòn cho chị tôi. Tôi nhớ những ngày đầu tiên sau 30 tháng tư năm 1975 là những ngày vô cùng phức tạp với người dân miền Nam. Tôi đã sống trong lo lắng và căng thẳng. Tôi đã đốt hết năm cuốn nhật ký, mỗi cuốn dày 500 trang khổ giấy A5. Tôi cứ nghĩ lỡ mình chết đi, người ta sẽ đọc được nhật ký của mình nên quyết định đốt sạch. Bây giờ đã hơn bốn mươi mấy năm rồi mà chị tôi vẫn còn tiếc và nhắc lại mỗi lần nghĩ đến.

Lúc ở Đức Trọng tôi có 3 người em trai kết nghĩa, đó là Sơn, Quốc và Phong. Cả ba em đều ở Sài Gòn và cháu của giáo sư Lê Tuấn Lương ở Đà Lạt là thầy dạy tôi. Chúng tôi đã gặp nhau và kết nghĩa chị em khi chúng tôi cùng đến thăm thầy cô Lê Tuấn Lương ở Đà Lạt. Sau ngày tôi "di tản" về Sài Gòn các em có đến thăm tôi. Cuối tháng 5 năm 1975 trước khi trở về sống ở Đức Trọng, tôi có gửi Sơn giữ hộ một số sách trừ tập thơ *"Khổ Lụy"* của Phương Tấn. Mãi hơn 10 năm sau, tôi có nhận được một lá thư chị của Sơn gởi thăm và báo cho tôi biết là Sơn đã mất. Cuộc đời thật vô thường. Khi trở lại Sài Gòn sinh sống, tôi đã đi tìm địa chỉ nhà Sơn với hy vọng gia đình Sơn còn giữ số sách đã gửi, nhưng tất cả đã không còn... Nếu tập thơ *"Khổ lụy"* của Phương Tấn đã gửi cho Sơn thì nay không có *"gian nan khổ lụy"* và cũng chẳng có đoạn hồi ký này.

Sau biến cố 1975 tôi đi làm và dời chỗ ở liên tục, thường là ở các công trường vùng kinh tế mới "rừng sâu núi thẳm". Và cũng vì công việc và cuộc sống, suốt nhiều năm dài tôi làm thơ không nhiều như thời trước tuổi 20. Mãi đến năm 2006, tôi mới sáng tác đều và có điều kiện xuất bản tập thơ đầu tay cũng như gởi bài đăng ở các báo. Tính đến năm 2015, tôi thực sự cầm bút được 10 năm và đã xuất bản được 5 tập thơ. Tôi tin rằng mọi thứ cho dù vô tri vô giác vẫn có "số phận" của nó. Những gì thuộc về mình thì dù đó là "người hay đồ vật" đều có "trăm ngàn lý do" để được ở bên mình, giữ bên mình. Đó là lý do tập thơ *"Khổ Lụy"* của Phương Tấn luôn bên cạnh tôi dù tôi chẳng hề biết tác giả là ai, ở đâu mà chỉ biết đó là một tập thơ hay, cảm thấy quý thì cất giữ. Có một điều lạ và rất thật là theo thời gian các sách vở của tôi cất giữ gần như bị mối mọt ăn loang lổ, nhiều trang, nhiều đoạn không còn thấy chữ. Vậy mà tập thơ *"Khổ Lụy"* của Phương Tấn vẫn lành lặn, chữ nghĩa còn nguyên. Phải chăng đó là một định mệnh vô hình.

4.

Mặc dù sở hữu tập thơ *"Khổ Lụy"* của Phương Tấn từ năm 1971, tính đến năm 2015 đã được 44 năm. Nhưng tôi chưa bao giờ đọc được tên tác giả trên bất kỳ thông tin nào từ báo chí đến trang web hay một cuốn sách nào. (Có thể tôi đọc quá ít nên chưa thấy chăng). Những năm ở Đức Trọng, thỉnh thoảng tôi vẫn mở tập thơ *"Khổ Lụy"* của Phương Tấn ra đọc, mặc dù thuở ấy tôi không hiểu hết những câu từ trong thơ anh, nhưng lạ thay, tôi vẫn cảm nhận được thơ anh rất hay, rất buồn mang đầy tính thế sự và nặng sâu tình người. Do vậy, cái tên *"Khổ Lụy"* và cả cái tên Phương Tấn như đã hằn sâu vào trí nhớ tôi. Tập thơ chỉ có 26 bài nhưng Phương Tấn đã viết không thiếu một đề tài nào. Phương Tấn viết về quê hương đất nước, về thân phận con người trong hoàn cảnh trước 1975. Những bài thơ xót thương về cha mẹ, về anh chị em. Rồi tình yêu và những người con gái đã được Phương Tấn bật hẳn thành tên vào những bài thơ anh viết. Tác giả viết về đề tài nào cũng hay, xúc động và cháy bỏng như con tim của một người thơ căng đầy máu nóng. Những dòng thơ mang tính triết lý hiện thực. Cho tới thời điểm này, cho dù những bài thơ anh sáng tác đã qua 50 năm mà đọc lại thơ Phương Tấn, tôi vẫn thấy thơ anh có sức hút thật lạ với những ẩn dụ thâm thúy, ngôn từ mới lạ nhưng rất đời, một nét riêng độc đáo không lẫn lạc vào ai.

5.

Cho đến một ngày trong tháng 5 năm 2015, tôi bất ngờ thấy tên Phương Tấn xuất hiện ở Facebook và càng ngạc nhiên hơn khi thấy hình bìa tập thơ *"Khổ Lụy"* của anh mà theo anh đã thất lạc từ sau 1975. Tôi đã liên lạc với anh qua facebook, giúp anh đánh lại những bài thơ trong tập thơ *"Khổ Lụy"*, hứa sẽ trao lại *"Khổ Lụy"* cho anh và hôm nay kể cho anh nghe về *"gian nan Khổ Lụy"*.

Tôi nghĩ Phương Tấn đã quá may mắn vì người lưu giữ tập thơ của anh còn sống. Tôi là "kẻ sống sót sau trận đau chí tử năm tôi ba mươi mấy tuổi". Tôi nhớ đã đọc một đoạn văn từ lâu lắm mà tôi rất tâm đắc nhưng lại vô tình quên tên tác giả: *"Đời quả là những chuyện thật tình cờ như chiêm bao, chiêm bao không một lần tỉnh giấc"*. Vâng, đúng là *"Khổ Lụy"* đã đi vào giấc mơ thực. Và Phương Tấn tâm sự qua email với tôi rằng anh đã khóc khi được thấy và đọc lại những bài thơ của chính mình.

Và cũng thật tình cờ trước đây 8 năm, trong lúc chuyện trò với nhà thơ Trần Ngọc Trác, tôi hỏi anh có biết nhà thơ Nguyễn Tường Văn không. Anh trả lời là biết và cho tôi số điện thoại của nhà thơ Nguyễn Tường Văn. Ngay sau đó tôi đã liên lạc và được nói chuyện với nhà thơ Nguyễn Tường Văn qua điện thoại sau hơn 32 năm đằng đẵng. Tuy nhiên, đến nay tôi vẫn chưa hề được gặp mặt nhà thơ Nguyễn Tường Văn ngoài cô Mẫu Xuân vợ của ông - chúng tôi vẫn thường gặp nhau và rất thân tình.

6.

Qua một chặng đường dài 44 năm do biến cố và do hoàn cảnh, tôi dần dần loại bỏ gần hết những cuốn sách mang theo trừ tập thơ *"Khổ Lụy"* của Phương Tấn. Đến đây, thì tôi đã tin rằng mọi thứ trên đời đều có số phận, không duy chỉ có con người. Qua đoạn hồi ký này, hy vọng Phương Tấn sẽ không còn thắc mắc. Bởi chính tôi cũng không thể nào lý giải được tại sao tập thơ *"Khổ Lụy"* của Phương Tấn sau bao năm thăng trầm, dâu bể vẫn không hề mất đi. Và cũng qua đoạn hồi ký này, tôi hy vọng những bài thơ trong tập thơ *"Khổ Lụy"* của Phương Tấn sẽ sống mãi trong cõi thi ca.

Nhà thơ **Dung Thị Vân**
(Sàigòn 19-8-2015)

NGUYỄN VY KHANH

PHƯƠNG TẤN

Tên thật Nguyễn Tấn Phương, sinh năm 1946 tại Đà Nẵng. Thơ văn đăng trên các tạp chí và tuần báo Mai, Văn, Văn Học, Gió Mới, Bách Khoa, Thời Nay, Ngàn Khơi, Khởi Hành, Phổ Thông, Văn Nghệ Tiền Phong, Tiểu Thuyết Tuần San, Vận Động, Sóng, Thế Đứng, Lý Tưởng,... các nhật báo Dân Ta, Quật Khởi, Cấp Tiến, Ngôn Luận, Công Luận, Dân Chủ,..., ông còn viết ký sự nhiều kỳ "Trai Việt Gái Mỹ" và giữ chuyên mục "Lá Thư Mỹ Quốc" trên Phổ Thông và làm chủ bút các tạp chí Sau Lưng Các Người (1963), Cùng Khổ (1968) và Ngôn Ngữ (1973) dưới nhiều bút hiệu Phương Tấn, Hồ Tịch Tịch, Phương Phương, Chị Ngọc Ngà, Người Thành Phố, Thích Như Nghi, ... Trước 1975, ông là Giảng viên Anh ngữ trường Kỹ thuật thuộc Bộ Tư Lệnh Không Quân. Đã xuất bản hai tập thơ *Thơ Tình Của Một Thi Sĩ Việt Nam Trên Đất Mỹ* (Hoa Kỳ, Người Trẻ Việt Nam, 1-1970; tái bản Sài-Gòn 3-1970), *Khổ Lụy* (1971), hai tập bút ký *Trai Việt Gái Mỹ* (1972), *Hòa-Bình, Ta Mơ Thấy Em* (1974), và góp mặt chung trong ba tuyển tập Rừng (14 nhà thơ, Những

Người Của Rừng, 1963), Vỡ (7 nhà thơ, Những Người Của Rừng, 1965) và Nhân Chứng (1967). Phương Tấn chủ yếu là một nhà thơ và trội bật qua ba chủ đề tình yêu, thân phận và chiến tranh.

Tình yêu:

Nhà thơ trải rộng theo thời gian và không gian địa lý, với những nàng diễm tình lưu danh hoặc ẩn danh. Nhà thơ nòi tình, năm 15 tuổi đã có người yêu tên Phương và trong bài thơ tình có thể là đầu tay *Cười Nghiêng Ngửa Bóng*, người tình 'quấy rầy' trí tưởng và giấc ngủ nhiều lần nếu không phải là thường trực:

Sao Phương không về cho anh yên ngủ
Trở giấc thương hoài buồn hoài khôn nguôi
Mây trắng bay bay mây trắng ngậm ngùi
Cười lên cho cao cười nghiêng ngửa bóng.

Cười lên cho cao cười sao đủ ấm
Sao Phương không về cho anh ngủ yên
Hồn thôi xanh xao hồn ôm mộng hiền
Anh lùa trăng sao lùa chim ca hát.

Lùa áo Phương bay lùa môi ngào ngạt
Rồi ngắt đêm sâu cài lên mắt Phương
Cho mắt Phương sầu, sầu xui nhớ anh.

Chúng mình ngoan em đất trời xao xuyến
Chúng mình ngoan em rì rào trò chuyện
Tròn tiếp lời ru, lời ru thiên đàng
Chúng mình yêu nhau, yêu nhau mênh mang.

Sao Phương không về cho anh yên ngủ
Mộng mị chập chờn se sắt châu thân
Sao Phương không về còn chi ngại ngần
Tình ngẩn ngơ trôi dập dờn con sóng.

Cười lên cho cao cười nghiêng ngửa bóng
Cười lên cho cao cười sao đủ ấm
Sao Phương không về cho anh ngủ yên....”
(Đà Nẵng 1966; Cười Nghiêng Ngửa Bóng)

“... ngắt đêm sâu cài lên mắt Phương”... đã là những dòng thơ tình đặc sắc! Rồi nhà thơ phải xa Phương, làm cho nhung nhớ ngập tràn kỷ niệm: Phương là tất cả, do đó sẽ còn trở lại trong *Ngồi Giữa Ruộng, Ngắm Trăng, Uống Trà, Nhớ Phương* và có thể ẩn tàng nơi những vần thơ khác:

Trăng khẽ đậu lao xao đầu mép lúa
Thu trổ vàng xao xuyến một trời quê
Bìm bịp kêu:
- ‘gánh lúa dắt trâu về’
Cây trở gió và đất trời trở giấc.

Lòng xin trải lót đôi bàn chân mật
Tiếng Phương cười rót ngọt cả thơ ngây
Ôi chao thương,
thương lạ ở nơi nầy
Guốc ai khuất mà hồn ai còn gõ.

(...) Ngại người xấu e có người sẽ méc
Với Chúa là mình đã bỏ bê nhau
Chúa sẽ rầy la,
mình chắc không vui
Mây biếng chơi và trời e nhạt nắng (...)
(Sàigòn 1962)

Chàng trai xứ Quảng đã phải lòng người con gái tên Phương, nên vài năm sau trở về chốn cũ: *Ở Huế Nhớ Phương*, mà lòng vẫn ‘*buổi mai buổi chiều nhớ chi nhớ lạ*’, nhớ mắt đen buồn, môi mũm mĩm, và từng nét da, thân hình, tóc xuống hai vai, mà ‘đòi’ vuốt thân nàng, bồng nàng, ...

Ơi mắt hiền đen mắt buồn dưới phố
Không mắt nào buồn,
buồn hơn mắt Phương
Phố thả lầu cao phố trắng dị thường
Gió hót véo von cười nghiêng ngửa áo.

Gót lẫn trong sương sầu bay ảo não
Trời cũng trầm trầm thơm ngát da Phương
Cánh trắng choai choai phơ phất trong trời
Ơi Phương ơi Phương anh về nhóm lửa.

Xin dấy cho cao hồn reo từng bữa
Để lấy thơ hồng thắp sáng thân Phương
Sương sẽ vàng phai chảy xuống êm đềm
Mắt sẽ hiền vui nằm ve vuốt nắng.

Thơ thắp cho cao soi tay lụa trắng
Phương đứng bên trời chải tóc trong mai
Nắng thả lầu cao nhỏ xuống hai vai
Chim cũng chuyền vui reo đầy vạt áo.

Anh vuốt thân Phương ăn từng hạt bão
Anh ăn sầu em cho hết cô đơn
Yêu Phương của anh bằng nước mắt này
Chăn con chiên anh chăn từng sợi tóc.

Những lúc Phương biếng ăn
biếng ngủ
biếng chơi
hay Phương hờn khóc
Anh đấm ngực mình đổ tội cho anh
E Phương gầy thêm mắt có còn xanh
Mắt có còn xanh nằm ve vuốt nắng.

Ơi Huế buổi mai buổi chiều nhớ chi nhớ lạ
Ngại quê mình trời trở lấy ai hôn
Ai bồng Phương anh ngại má phai hồng
Ai khẽ đậu cho mây trời xuống nhạc.

Ớt chi không cay muối chi không mặn
Má lúm đồng tiền bảo chi không thương
Mùa thu quê mình thường mưa không Phương
Sao lệ anh rơi dù chưa kịp khóc.

Sao mây bay bay cho anh tưởng tóc
Sao trời xanh xanh cho nhớ dáng Phương
A, người ngày xưa bảo có thiên đường
Anh e thiên đường nằm trong mắt ngọc
Ngọc những buồn buồn vì Phương hay khóc
Công chúa khóc nhè là Phương của anh!

Phương nghe đó trời thu lên lành lạnh
Lòng cũng vàng theo lá ở trên cây
Vui cũng bay theo gió ở trong ngày
Một chút lệ thêm chút buồn vừa chín.

Nhớ chi lạ biết môi còn mũm mĩm
Cắn ô mai răng là lúa ở trên trời
Tay cầm lược là lụa ở trên mây
Mắt là ngọc ở trong thu vừa trổ.

Buồn chi lạ, buồn không ai buồn hộ
Hồn vi vu bay khuất ở trong trăng
Ngậm chút gió chừng có hơi Phương thở
Phương là sương hay sóng vỗ trong anh...
(Huế 1964, Khổ Lụy)

Bài thơ thuộc lãnh vực tình đậm đà, với người con gái tên Phương lồng trong khung cảnh thân thương của quê nhà một thời rất trẻ – những con đường em đi, những tiếng hót ca của chim trời như tung hô tình của hai người, của nắng, của bình minh, hoàng hôn, của đời sống trẻ đang đắm chìm trong men say của tình. Một chuyện tình được kể lại – nghĩa là đã sống trong con tim yêu, trong tâm thức sống, nay được nhớ lại, sống lại một cách trọn vẹn và theo diễn biến của trí tưởng, của tình cảm, của từng con chữ, và từng nhịp điệu của thi ca và của con tim. Nhịp thơ, cách dùng chữ khá tài tình, tự nhiên (có ai gò ép được tình ai!). Nhà thơ đã 'giỏi' 'tình ái hóa' sự vật, cảnh trí: "*lòng cũng vàng theo lá ở trên cây / vui cũng bay theo gió ở trong ngày / một chút lệ thêm chút buồn vừa chín*", "*ngậm chút gió chừng có hơi Phương thở / Phương là sương hay sóng vỗ trong anh*"... vàng lá trên cây, cánh gió vui, gió hơi thở, (nàng là) sương hay sóng vỗ. Con chữ đa tình! Thời Phương Tấn yêu đã có những hành cử (hoặc thi tưởng, kỹ thuật!) rất... hiện sinh, hiện thực. "*Anh vuốt thân Phương ăn từng hạt bão / anh ăn sầu em cho hết cô đơn*". Con chữ của tình yêu ở đây bước thêm một bước cụ thể, trần trụi trong cái thi-ảnh, ẩn dụ, liên tưởng,... - tùy ở cảm nhận người đọc / nhận bài thơ! Và hình như trong tình-yêu, nếu chưa day dứt, đau khổ, lỡ làng,... thì chưa ... trọn vẹn ("*Buồn chi lạ, buồn không ai buồn hộ / hồn vi vu bay khuất ở trong trăng / ngậm chút gió chừng có hơi Phương thở / Phương là sương hay sóng vỗ trong anh...*")

Phương còn trở lại trong Và Đời Đời:

Ru Phương, Phương ngủ đi thôi
Còn đêm còn mộng mai rồi rã riêng.
(1965, Khuya Vỗ Về Nhau)

Và nhà thơ cũng có những thoáng nhớ nhung tình tứ không tên:

Gai hồng chích lệ khô
Mưa hoài không bến đổ
Gai hồng vuốt ngực xanh
Hồn lạnh những không ngờ.

Anh sầu trong mắt lá
Em cười trong cánh gai
Anh sầu trong mắt đá
Em cười trong cánh phai (...)
(Sàigòn – Đà Nẵng, 1965; Hãy Vui Như Tình Đắng)

Thân phận:

Thơ Phương Tấn được dành phần lớn cho con người vùng đất khô cằn miền Trung, về thân phận người Việt, kiếp nhược tiểu, cũng như về tình gia đình, cha mẹ trong những hoàn cảnh éo le của đấu tranh ý thức hệ, v.v. Trong tập *Khổ Lụy*, nhà thơ đặc biệt có ba bài *Thưa Mẹ, Cha Và Con* và *Thư Cho Cha Bên Kia Sông Bến Hải* gởi cho song thân trong những tình huống khác nhau của thời chiến tranh vừa qua, thời "*tương tàn kia bòn mót hết xương da*", cả ba sang tác cùng năm ông 19 tuổi. Trong *Thưa Mẹ*, người mẹ dấu yêu về trong giấc mơ con:

Con lột mũ cởi giày và tháo mép
Những chua ngoa xin mắc lại cho đời
Nay trở ngựa rầu rầu qua lưng mẹ
Thân cũng tàn con gõ lấy mà chơi.

Xin đừng hỏi e một lời cũng mỏi
Tương tàn kia bòn mót hết xương da
Con ngồi gỡ trăng phơi trong mắt lạnh
Lấy nắng chiều hong một chút sầu khuya.

Cho được thở hơi bay trong kẽ lá
Chút lòng vui đậu xuống mép sương chiều
Chút gió nổi lay hồn trong bãi đá
Hồn nghêu ngao cùng bầy lệ chắt chiu.

Cho được nói lời bay trong kẽ nón
Lời reo vui lách tách vỗ quanh vành
Chân cát bụi xin quỳ trong mắt mẹ
Thân đã vàng hay nắng đã vàng hanh.

Con sẽ thở hơi con trong vú mẹ
Tí bi ai khẽ động mé chân đời
Chim lẻ bạn chơi mỗi mình quạnh quẽ
Chạm tiếng kêu ngại Chúa cũng chơi vơi.

Thôi đà mỏi con vui lòng trở ngựa
Tương tàn kia bòn mót hết xương da
Chiến tranh kia vẫn nằm ve vuốt lửa
Vuốt lưng người đất xé vuốt lưng cha.

Thôi đà mỏi con vui lòng trở ngựa
Thân tong teo dắt dạ chắt chiu về
Thêm chút gạo chút lửa cười trong bếp
Chút bao dung lóp bóp vỗ trong con.

Mẹ so đũa gắp lòng reo trong mắt
Gắp một đời rót xuống chén cơm con...
(Thưa Mẹ, 1965)

Ý tình thắm thiết, chân thật, từ tựa đề *Thưa Mẹ* đến những vần thơ đầy tình mẫu tử của người con bước vào đời thời chinh chiến, thời ngăn cách địa lý và chia phôi tình cảm: *"chân cát bụi xin quỳ trong mắt mẹ / thân đã vàng hay nắng đã vàng hanh"* hay *"chiến tranh kia vẫn nằm ve vuốt lửa / vuốt lưng người đất xé vuốt lưng cha"* để nhắc nhở người cha xa xôi cách trở!

Bài *Khoai Lang Vỏ Đỏ Lòng Vàng* vẽ lên chân dung tình cảnh đời sống của người trẻ mới ra đời:

Kính thưa chị cơm bữa no bữa đói
Nhà lêu bêu thuê tháng được tháng không
Xuôi với ngược cũng làm thân tôi mọi
Ngược rồi xuôi vẫn lấy cát lấp sông.

Tuổi thì nhỏ sao lòng nghe đà mỏi
Mắt còn trong sao dạ đã bơ phờ
Chúa thì cao em làm sao mà vói
Khổ còn qua, qua mãi ai ngờ.

(...) Thôi chịu dại như một loài tầm gửi
Xin ở đây ăn bưởi trổ sau vườn
Ngủ trên cây xước mía lùi trong bếp
Buồn cỡi trâu mà tìm được quê-hương!
(Biên Hòa, 1972).

Chiến-tranh:

Có mặt trong thơ ông, nhất là trong tập Khổ Lụy được NXB Người Trẻ Việt Nam giới thiệu: "... *Hầu hết những bài trong tập này được viết trước năm 20 tuổi. Tập thơ được in ra như để thu vén một khoảng đời xót xa của quê hương, của cơn bệnh cùng sự đìu hiu tuyệt cùng của Phương Tấn, một khoảng đời thê thảm đến lạnh người...*" .

Phần thi-ca về chiến-tranh chiếm nhiều bài như Chỗ Cuối, Thế Sự, Cha Và Con, Túy Ngọa Sa Trường Quân Mạc Tiếu, Không Cọng Cỏ Che Thân, Thư Cho Em Trai Ở Quân Y Viện Nguyễn Huệ Nha Trang, Quê Chung, Đạp Bóng Đêm Hướng Về Phía Chân Trời, Chúng Ta Đến Theo Mặt Trời Vừa Nở, Đêm Ngại Ngủ, Chuyện Trò Cùng Anh Kiến, Chị Dơi và Chú Muỗi, v.v. qua đó nhà thơ vang lên những tiếng kêu thương, những tâm tình nổi loạn, phản đối và cả bất lực của con dân Việt-Nam.

Trong bài Cha Và Con, Phương Tấn gợi vết thương của nhiều gia-đình Việt-Nam thời chiến-tranh: cha con không cùng chiến tuyến, cảnh nồi da xáo thịt bi đát. Nghịch cảnh của Phương Tấn không là độc nhất, trong văn-học miền Nam thời này còn có Nguyễn Bắc Sơn, Nguyễn Xuân Hoàng (Cha Và Anh, *Vấn-Đề* 56, 3-1972), v.v.

Nguyên văn thi-bản, với những chỗ chúng tôi muốn nhấn mạnh:

Chiều nằm xuống như da vàng của mẹ
Sông núi buồn queo quắt ngó dung nhan
Vạt máu vãi trên đồi cao bóng lẻ
Máu quân thù hay máu của quê chung.

Máu vẫn đỏ những con đường đất đỏ
Mẹ còng lưng gánh lúa dắt trâu về
Cha cúi xuống suốt khoảng đời khốn khó
Những chiều hôm vấn thuốc ngủ ven đê.

Con sẽ xới cho người đôi chút máu
Chút xương da người lính ở trong này
Trông có đỏ như sông hồng ngoài ấy
Có ngọt ngào như màu máu quê chung.

Đêm đà nổi vẫy lưng trời với bóng
Ý phân tranh vỗ cánh hót quanh mình
Mắt chưa vuốt vắt ngang đời có mỏi
Hồn chưa nguôi hồn đọng giữa tàn phai.

Ơi lường lật nằm sau tầm giới tuyến
Con giết cha không khác một kẻ thù
Người nằm đó vắt qua lòng dây kẽm
Mượt hơi bom lửa rót mát như thu.

Cánh dơi chiều vỗ một đời tủi cực
Chúa buồn thiu, thần thánh cũng quay đi
Mây cũng mỏi theo đất trời day dứt
Đợi bóng câu xa lắc buổi tương phùng.

Chiều nằm xuống như da vàng của mẹ
Lá không vui che dạ thở trong cành
Và người chết vắt qua lòng dây kẽm
Xác quân thù hay xác của anh em"
(Việt Nam 1965; Cha Và Con)

Và trong *Không Cọng Cỏ Che Thân* năm 1964, ông cũng đã cho biết "*Chúng nó bán quê-hương / chúng nó bán mình rồi / làm người dân khi chết / không cọng cỏ che thân / Cha tôi theo kháng chiến / chưa một lần biết mặt / sự thật đen bốn phía / bằng gươm giáo trên lưng ...*". Phương Tấn trưởng thành trong khói lửa chiến-tranh, ông cũng đã tham dự cuộc chiến, cũng như bạn bè, thân nhân của ông, và buồn thay, đã có những mất mát, chia xa, trong vài bài như *Chỗ Cuối, Giữa Chiếc Quan Tài Trống, Một Vì Sao, Cõi Vĩnh Hằng, Đi Giữa Vườn U Minh, v.v.*

Trước 1975, đã có vài nhà văn Việt-Nam sang Hoa-Kỳ tu nghiệp đã có những tác-phẩm ghi dấu như Doãn Quốc Sỹ, Du Tử Lê và Phương Tấn – đã xuất-bản *Thơ Tình của Một Thi Sĩ Việt-Nam Trên Đất Mỹ* khi tu nghiệp ở Texas và Ohio, và ông đã ghi lại trong thơ, như bài *Và Bước Một Bước Lạ* đăng trên tạp chí Thế Đứng (số 2, Xuân Canh Tuất 1969) sáng-tác tại Los Angeles, California 1-11-1969:

Và bước một bước lạ
Mầy thấy được gì hơn
Ta bước một bước lạ
Chân thở những lệ đời
Ngực vui như tàu lá.

Và bước một bước lạ
Chiến tranh nào không qua
Dẫu từ chiều đã cạn.

Ta đứng vỉa hè nào
Phố lên như đêm vỡ
Ta ngồi vỉa hè nào
Khuya vui như phố kính
Ta bước vỉa hè nào
Mai trong như mắt họ.

Và bước một bước lạ
Ngày Mỹ đêm Việt Nam
Xứ thơm hơn dạ nhớ
Đường thơm xanh ổ gà
Nhà xanh thơm mái đạn
Cùng mộng vớt trong hoa
Cành hoa nào vừa úa.

Và bước một bước lạ
Ta điên vỉa hè nào
Đêm Việt Nam ngày Mỹ
Chiến tranh nào không qua.

Và bước một bước lạ
Ta điên nào ta điên.

Năm sau, ở Lexington bang Kentucky, Phương Tấn nói với người bạn tên Hải như bài *Tuổi Trẻ Tội Chi Lạ*, 1970:

Hải, mầy đang nhảy xỏm
Đang hít đất đang bò
Đang tháo súng ráp súng
Nơi quân trường Quang Trung
Hay đang vuốt nước mắt
Trong một cuộc hành quân
Súng quay hoài vào ngực.

Hải, mầy câm hay sao
Tao hỏi mầy không nói.

Hay mầy đà đào ngũ
Vào ra như trò chơi
Hên xui như canh bạc
Lêu bêu như nước mình.

Hải, mầy câm hay sao
Tao hỏi mầy không nói.

Hay mầy đang vào chùa
Như tao vào xưa kia
Hay mầy đang ra chùa
Như tao ra xưa kia
Tìm hoài không ra Phật.

Hải, mầy câm hay sao
Tao hỏi mầy không nói
Tao hỏi mầy không nói.

Và nhớ nhất là người má kính mến nơi quê nhà vùng xôi đậu bạn thù bất phân trong bài thơ *Mẹ ơi, Con Không Về Kịp Tết:*

Thưa má, má của con
Con không về kịp Tết
Buồn như chưa được buồn
Buồn như năm vừa hết
Buồn như lòng vừa chết.

Ở Mỹ không hạt dưa
Không lì xì không mứt
Không lấp ló sau nhà
Chờ được mừng tuổi Má.

Xuân ở quê nội con
Có bà con cô bác
Cầm tay ngỡ kẻ thù
Có anh em ruột thịt
Mà giết nhau như chơi.

Xuân ở quê nội con
Rượu mà như nước mắt
Khóc say nhau một lần
Mai chắc gì thấy mặt
Mai chắc gì anh em.

Xuân ở quê nội con
Chúc nhau mà lại khóc
Phòng mai mình chết đi
Không còn người để khóc
Phòng mai người chết đi
Còn có mình đã khóc.

Xuân ở quê nội con
Xuân sao buồn chi lạ
Buồn như thể chiến tranh
Buồn như năm buồn bã.

Xuân ở quê nội con
Xuân sao buồn chi lạ.
(Wilmington - Ohio, 1969)

Trong cả ba bài vừa dẫn, có những câu thơ và ý tưởng được Phương Tấn lập đi lập lại, nếu đọc lên sẽ cảm được tấm lòng người xa quê hương vẫn nhớ về và những dấu hỏi cho cuộc chiến đang sôi động không lối thoát ở quê nhà.

Phương Tấn yêu thơ văn, yêu mến các nhà văn, đã có những bài thơ cảm tác gởi Hàn Mạc Tử, Nguyễn Nho Sa Mạc, hay thơ tặng gởi Nguyễn Thị Thụy Vũ tác giả Mèo Đêm lúc đó vừa xuất hiện trên văn đàn miền Nam:

Ta giong thơ chạy quanh người
Lửa khua hồn mỏng ta cười đầy tay
Người theo ta xuống phương này
Ta theo người xuống chăn bầy nhân gian...
(Mèo Đêm, Khổ Lụy, 1963)

Bài thứ hai viết khi Nguyễn Nho Sa Mạc mất, một ngôi sao lạ vừa xuất hiện đã vụt tắt, gợi nỗi buồn chung của thi ca miền Nam:

Dấy từ bão cát trôi lên
Cỗ xe người trắng lênh đênh theo về

Ngàn con nước kéo lê thê
Một vùng biển lạ trăm bề hoang mang

Xôn xao lụa gió điêu tàn
Thôi yên sầu thổi nhạc vàng xuống thân...
(Theo Sau; Hội An, 1964)

Con đường thi-ca của Phương Tấn bước vào thi ca lúc rất trẻ tuy khiêm tốn về lượng thơ xuất bản, nhưng thơ ông khá đặc thù nếu so với những nhà thơ cùng thời và cùng quê Quảng Nam, Đà Nẵng như ông. Nhiều tình cảm, tình quê, có lãng mạn nhưng cũng có những cách tân ngôn ngữ thơ. Ở Phương Tấn, thơ ý tình bay xa, đến tận những chân trời lạ, xa, và mở rộng, nhưng con chữ hiền hòa như con người Việt Nam truyền thống. Bài *Túy Ngọa Sa Trường Quân Mạc Tiếu* sau đây là một trong những bài thơ hay, hay vì đã cố gắng tóm gọn cảm nghĩ của con người Việt-Nam trước bao đổ vỡ, chia xa mà chiến tranh đã gây ra và tiếp tục hủy hoại đất nước, con người:

Từ tâm thu lại di truyền
Chân con giải phóng bóng thuyền vong lưu
Hồn xô tay phất oan cừu
Tiền thân tự đó thu mình quạnh hiu.

Ý lao lung, ý tiêu điu
Ý trong lưng ngựa dập dìu thổi lên
Mạng buồn một kiếm lênh đênh
Một gươm vóc nọ trôi lên chiến trường.

Đạn chim chip, vỗ hoàng lương
Thây lăn lóc, vỗ thiên đường hò reo...

Nhà phê bình văn học **Nguyễn Vy Khanh**

(Văn-Học Miền Nam 1954-1975: Nhận-định, biên-khảo và thư-tịch quyển hạ - Tác giả trang 1381-1389 – NXB Nhân Ảnh xuất bản 2019)

HOÀNG XUÂN SƠN

PHƯƠNG TẤN - MÃI HOÀI VỚI THƠ

Tôi muốn gọi nhà thơ Phương Tấn là một thi sĩ tiên phong, một "lão làng" trên trường thi phú, hơn là chữ "tiền bối" nghe có vẻ kiếm hiệp mặc dù anh là một thi nhân văn võ song toàn đúng nghĩa. Hơn thế nữa ***Phương Tấn là một thần đồng thi ca***: anh gia nhập làng thơ lúc mới 14 tuổi đầu, hiện diện trên tờ báo Tuổi Xanh, Gió Mới, Phổ Thông v.v và sau đó từ 1960 có thơ đăng tải trên nhiều diễn đàn truyền thông báo chí lúc bấy giờ.

Anh sáng tác thơ qua nhiều thể loại khác nhau từ ngũ ngôn, thất ngôn v.v cho chí những loạt thơ mà tôi tạm gọi là tiểu thi, chỉ hai câu hoặc 4 câu (không phải là Haiku kiểu Nhật bản) bàng bạc khắp nơi trong quá trình viết lách, từ thuở đầu đời cho đến ngày hôm nay. Nhưng theo tôi, chỗ sở đắc của Phương Tấn chính những bài lục bát, một dòng thơ chủ yếu làm nên phong cách Phương Tấn.

Thử đọc:

NGƯỜI CON GÁI GIỮA BIỂN

Và theo hồn khói bay vào
Vút cao lượn sóng xạc xào hồng hoang.

Ôm con nước đỏ mênh mang
Với thân là lượn với đàng chênh vênh.

Xô lên, mình vỗ bồng bềnh
Xuống theo mình xuống lênh đênh lửa rừng.

Thân con gái cháy bừng bừng
Trông tôi rời rã người mừng lắm sao!

Ngây ngô người vẫy tay chào
Đó hồn sầu muộn máu trào ra khe.
(1961)

VÁN KHUA LÁCH CÁCH HỒN KHE KHẼ VỀ

Khuya xa xác đổ về trời
Phố cao sầu cũng nghe dời vóc hoa.

Tay lùa con nước xót xa
Chân lùa bóng vỡ phôi pha thiên tài.

Từ anh bỏ lại tuổi mai
Cát vàng thả gió chia hai bạn bè.

Bừng bừng xô dạt lòng khe
Ván khua lách cách hồn khe khẽ về.
(Hội An - 1964, gửi Nguyễn Nho Sa Mạc)

THÔI YÊN SẦU THỔI NHẠC VÀNG XUỐNG THÂN

Dấy từ bão cát trôi lên
Cỗ xe người trắng lênh đênh theo về.

Ngàn con nước kéo lê thê
Một vùng biển lạ trăm bề hoang mang.

Xôn xao lụa gió điêu tàn
Thôi yên sầu thổi nhạc vàng xuống thân.
(Hội An - 1964, gửi Nguyễn Nho Sa Mạc)
...

Thập niên 60, viết những bài sáu tám như thế thật là mới từ ngôn ngữ tới hình tượng thơ. Không điển cố, không diễm tình ước lệ. Là những dòng thơ thoát, và trào dâng ra khỏi khuôn sáo. Cho đến bây giờ, gần 50 năm sau cũng khó có ai viết được vậy!

Nhìn lại quá trình cộng tác của Phương Tấn với các diễn đàn văn nghệ từ trước đến nay không khỏi giật mình: ngợp ngời và phong phú, chứng tỏ lực viết của anh, cùng phẩm chất thơ ca đã chiếm hữu được lòng tin cậy của các cơ sở truyền thông: Các báo đã cộng tác:

Tuổi Xanh, Tuổi Ngọc, Tuổi Hoa, Tinh Hoa, Áo Trắng, Mây Hồng, Phượng Hồng, Thằng Bờm, Phổ Thông, Mai, Thời Nay, Bách Khoa, Văn, Văn Học, Dân Ta, Ngàn Khơi, Khởi Hành, Hồn Văn, Tiểu Thuyết Tuần San, Quật Khởi, Cấp Tiến, Văn Nghệ Tiền Phong, Phụ Nữ Diễn Đàn, Độc Lập, Đuốc Nhà Nam, Thế Hệ Trẻ, Ngôn Luận, Dân Chủ, Hòa Bình, Thế Đứng, Bạn, Bạn Trẻ, Công Luận, Thực Tế, Gió Mới, Kiến Thức Ngày Nay, Thể Thao, Thể Thao Ngày Nay, Thanh Niên Thể Thao, Văn Nghệ & Đời Sống, Điện Ảnh & Kịch Trường, Văn Tuyển, Văn Chương, Vận Động,

Quán Văn, Cửu Long, Đối Thoại (Đại học Văn Khoa), Lý Tưởng (Không Quân), Mối Dây (Hướng Đạo), Thương yêu (Du Ca), Diệu Quang (Phật Giáo), Lập Trường, Sức Mạnh, Sóng, Sài Gòn Mới, Thư Quán Bản Thảo, Thế Giới Văn Học, Văn Hữu, Người Việt, Việt Báo, Việt Mỹ, Ngôn Ngữ, Ra Khơi, Cửu Long, Chiến Sĩ Cộng Hòa... Và các trang mạng: Newvietart, Núi Ấn Sông Trà, Vuông chiếu, Saimonthidan, Thang-phai.blogspot, Sángtạo.org, Tuongtri, Banvannghe, Art2all.net, Dutule.com, Saigonocean, Vanchuongviet, Việt Luận Úc Châu, Văn Thơ Lạc Việt, Học xá...

Một lúc nào đó, thi sĩ đã viết: *"Thơ chính là tâm hồn, là máu huyết, là cảm xúc, là ngôn ngữ rất thật của chính mình..."*. Vâng, quả thế: mọi hình tượng nhân văn thơ-nhạc-họa-võ thuật, rèn luyện bản thân, diễn biến của tình yêu, quê hương và thân phận đều nằm trong huyết mạch thi ca Phương Tấn. Anh vào đời văn nghệ rất sớm. Cho đến giờ phút này vẫn lung linh sáng tạo. Phương Tấn trụ vững cùng thơ. Ở mãi với thơ.

Nhà thơ **Hoàng Xuân Sơn**
(13 tháng Sáu năm 2022
Laval, Québec - Canada)

NGUYÊN MINH

VỀ PHƯƠNG TẤN
& NHỮNG THẰNG GIÀ NHỚ MẸ

Không hiểu sao cái tên Phương Tấn cứ lảng vảng trong trí nhớ của tôi. Lần đầu tiên tôi biết tên Phương Tấn tác giả một bài thơ anh gởi cho tạp chí Ý Thức trước 1970. Tôi chưa gặp mặt, và bài thơ lúc ấy tôi không nhớ tên cũng như không nhớ nội dung nhưng sao vẫn làm tôi ray rức.

Lạ thật. Mãi đến sau này mấy mươi năm sau tại phòng tranh Tự Do đang triển lãm tranh Thân Trọng Minh, một người đàn ông dáng cao ráo đến trước mặt tôi mà xưng tên: "Tôi là Phương Tấn, anh có phải là Nguyên Minh". Biết tên nhau, đọc thơ văn nhau qua báo chí mấy mươi năm giờ mới giáp mặt. Sau đó những buổi họp mặt tại nhà tôi, những người viết cũ năm xưa nay vẫn còn cầm bút tụ họp nhắc lại thử làm chuyện văn chương: Phương Tấn, Mường Mán, Trần Duy Phiên, Lê Văn Trung, Phạm Văn Nhàn, Lữ Kiều. Bẵng đi một thời gian giữa tôi và Phương Tấn lại bặt tin nhau. Bỗng một hôm qua điện thoại Phương Tấn hẹn gặp tôi ở một quán cà phê.

Phương Tấn lần này mập ra và trịnh trọng khoác áo nhà võ trước sự ngạc nhiên của tôi. Anh thích thú nói về võ thuật và tâm nguyện đưa võ Việt ra thế giới. Tôi nghe như vịt nghe sấm. Tôi tự hỏi người đang nói có phải là nhà thơ Phương Tấn. Sao lại có hai con người cùng một lúc, vừa thả hồn theo mây gió qua những vầng thơ lại có thể mang phong thái của con nhà võ. Chỉ phải chọn một trong hai mà thôi. Với tôi người ngồi trước mặt hoàn toàn xa lạ không phải là nhà thơ Phương Tấn nữa.

Tưởng đâu tôi mất rồi một nhà thơ tài hoa. Rồi vài năm gần đây tôi nhận được mấy tập thơ Phương Tấn xuất bản ở Hoa Kỳ. Tôi như mường tượng gặp lại tri âm. Tôi mới biết anh đã rời Việt Nam qua đinh cư ở Mỹ. Giả từ võ thuật. Trở lại văn chương. Thả hồn vào thơ ca. Mừng cho Phương Tấn. Mừng cho tôi.

Nên có một buổi sáng vừa uống cạn ly cà phê tôi nghe một cú điện thoại của Phương Tấn báo tin anh mới về thăm quê hương Việt Nam. Hai chúng tôi gặp nhau tại "Tòa soạn Quán Văn". Anh tặng tôi mấy tập thơ vừa xuất bản tại Mỹ. Tôi thích thơ Phương Tấn từ mấy mươi năm trước nhất là những bài thơ về nỗi đau của một thời chiến tranh mà thế hệ chúng tôi sinh ra và lớn lên đã gánh chịu. Những bài thơ tình của thời mới lớn đã làm rung động nhiều cô gái tóc thề ngang vai. Đặc biệt những bài thơ về Mẹ đã làm chúng tôi dù tuổi đã già như chuối chín cây phải xúc động đến rơi nước mắt. Những bài thơ dành cho "Những thằng già nhớ Mẹ" như tôi. Tôi cứ tưởng chỉ có tôi ở Sài Gòn. Kiệt Tấn ở Paris đều khóc nức nở như trẻ con khi ai đó cất tiếng ca.. Lòng Mẹ bao la như biển thái bình dạt dào... mà quên đi tuổi tác hiện tại, trở về dĩ vãng năm xưa thằng bé mới lên mười vẫn còn ấp ủ trong lòng mẹ.

Tôi ngạc nhiên và đồng cảm về tình Mẫu tử trong thơ ca và ngoài đời của Phương Tấn. Ngồi bên cửa sổ nhà tôi nhìn ra bãi đáp cỏ mọc xanh rờn của phi trường Tân Sơn Nhất, Phương Tấn nhắc đến tình yêu bao la người Mẹ đã từng làm nên một nhà thơ Phương Tấn. Giọng nói của anh bỗng chốc khàn xuống như mắc nghẹn rồi bật khóc thành tiếng. Còn tôi. Tôi nhớ Mẹ. Cả hai chúng tôi đều khóc như hai đứa trẻ mồ côi. Vậy là cả ba chúng tôi: Nguyên Minh, Kiệt Tấn, Phương Tấn thành NHỮNG THẰNG GIÀ NHỚ MẸ.

Khi giọt nước mắt cuối cùng rơi xuống tôi mới nhận ra hai câu thơ trong một bài thơ dài mà năm xưa Phương Tấn đã gởi cho tạp chí Ý Thức của tôi ngày xưa đã ám ảnh tôi:

Mẹ so đũa gắp lòng reo trong mắt
Gắp một đời rót xuống chén cơm con.

Cám ơn Phương Tấn đã đánh thức trí nhớ tôi.

Nhà văn **Nguyên Minh**
(Sàigòn 12-5-2024)

TẦN HOÀI DẠ VŨ

THƠ PHƯƠNG TẤN, TÌNH YÊU NHƯ MỘT SỰ GIẢI THOÁT

Trong cuộc đời này, nếu có những tình yêu kỳ lạ thì chắc chắn cũng đã có những tình bạn kỳ lạ.

Tình bạn của nhà thơ Phương Tấn và tôi là một tình bạn không giống ai.

Tết Nguyên đán năm Nhâm Dần, 1962, trên tạp chí Phổ Thông, một trong những tạp chí nổi tiếng và có nhiều độc giả lúc bấy giờ ở Miền Nam Việt Nam, có đăng một bài thơ của Phương Tấn. Lúc ấy,tôi đang học lớp Đệ tứ (Lớp 9) ở Trường Trung học Trần Quý Cáp, Hội An. Vào thời điểm này, tôi cũng đã làm thơ, nhưng chỉ mới có thơ đăng trên những tờ tuần báo như Văn nghệ Tiền phong; chứ chưa dám gửi thơ đến những tạp chí nổi tiếng như Phổ Thông. Vì vậy, thấy thơ Phương Tấn được đăng trên Phổ Thông, tôi không thể không nể phục. Sau đó hơn một năm, khi đang học Lớp Đệ Tam C (Lớp 10 – Ban Văn chương-Sinh ngữ ở Trường

Quốc Học, Huế), tôi mới có thơ đăng trên Tạp chí Bách Khoa, một tạp chí nổi tiếng, số 151, ra ngày 15.4.1963.

Rồi từ đó, cả Phương Tấn và tôi, có thơ xuất hiện khá đều đặn trên các báo và tạp chí ở Sài Gòn.

Phương Tấn sống ở Đà Nẵng, tôi theo học ở Trường Trung học Quốc Học, rồi vào Đại học Văn khoa và Đại học Sư phạm Huế. Về không gian sống, chúng tôi không ở quá xa nhau. Vậy mà cuộc đời đưa đẩy thế nào mà chúng tôi chưa có một lần gặp nhau. Ngay trong những năm tháng chiến tranh thì điều ấy có thể hiểu được, nhưng từ sau khi đất nước ngưng tiếng súng, Phương Tấn và tôi cũng chưa bao giờ có dịp gặp nhau, dù có không ít năm cả hai đều chuyển vào sống tại Sài Gòn.

Rồi Phương Tấn đi định cư tại Hoa Kỳ. Lại càng xa cách, dù chúng tôi, về mặt văn chương, và cả về mặt tuổi tác, vẫn là bạn cùng lứa, cùng thì.

Tuy không gặp con người bằng xương bằng thịt Phương Tấn, nhưng tôi vẫn đọc và rất yêu quý thơ Phương Tấn.

Cho đến nửa tháng trước đây, rất bất ngờ, tôi nhận được sách tặng, *THƠ PHƯƠNG TẤN*, Tuyển tập 1 (Nxb Nhân Ảnh, 2023).

Tôi vội vàng nhắn tin cho Phương Tấn, cảm ơn và bày tỏ chân thành là, tập thơ in quá đẹp.

Và tình bạn lạ lùng của chúng tôi, tuy không gặp nhau, nhưng lại là "cái duyên" tri ngộ tương lân tương kính để hôm nay, tôi rất vui khi được viết về thơ Phương Tấn.

Thơ là nhịp cầu giúp con người bước quá cuộc đời thực, bước qua số phận và bước vào thế giới nội tâm để khám phá ra cái thế giới bên trong, tưởng quen mà hóa ra còn rất lạ của chính trái tim mình; nhờ đó, có thể khám phá ra thế giới chung quanh và khám phá ra tình yêu, theo cái nghĩa rộng nhất có thể có.

Sự khám phá ấy nhiều khi, rất nhiều khi, chính là con đường dẫn đưa ta trở về lại với tuổi trẻ. Và thơ Phương Tấn cho chúng ta được bước đi trên con đường ấy.

Xuyên suốt những bài thơ của Thơ PHƯƠNG TẤN, trong Tuyển tập 1, ta dễ dàng nhận ra cái tâm thế xao xuyến trước số phận con người của tác giả. Trong văn học nhân loại - của cả nhân loại chứ chẳng riêng của dân tộc nào - cái tâm thế ấy gần như là nỗi ám ảnh triền miên: nỗi ám ảnh về thân phận con người :

Và còn hơn cả một nỗi xao xuyến khôn nguôi, cuộc đời thực vốn nhiều buồn hơn vui chỉ càng khiến con người thêm mong muốn khẳng định:

Trông qua lau lách chập chờn
Ngó về nhân ảnh xanh rờn khói sương.
(Người Đàn Ông Đi Vào)

Khẳng định với cõi "nhân ảnh" nhưng có thể nói, đấy là Phương Tấn đã khẳng định với chính mình, khẳng định về tâm thế con người, trong hoang mang mơ hồ, mà như đang trên những bước chân đi tìm chính mình:

Trời đất xụi lơ lạnh ngắt hoa rừng
Bóng dọi xuống đời thương ta quá đỗi!
(Bóng Dọi Xuống Đời Thương Ta Quá Đỗi!)

Có thể hiểu đây là một cách thế nhìn đời, một quan niệm sống của tác giả được không? Có thể hay không có thể, cũng còn tùy góc nhìn và quan niệm sống của mỗi người. Nhưng điều quan trọng là nhà thơ, kẻ mộng du giữa đời, đã nói điều ấy, đã bày tỏ điều ấy với cái tâm chân thành, dẫu có thể kiếp này chưa bộc lộ hết cái tâm kia, mà chỉ mới "hé cho xem" mà thôi:

Tim mình, mình hé cho xem
Kẻo anh gõ lạc bỏ quên chiếc hồn.
(Trên Đường)

Phải rồi, có ai dám bảo kiếp này ta đã dâng trọn trái tim cho đời mà không còn có gì ân hận, cũng không còn có gì để ước mơ? Chẳng ai được như thế cả, dẫu khi đã đốn ngộ lẽ đời:

Thương mình thương quá là thương
Có nghe tình động trong gương rập rềnh.
(Trong Gương)

Cho nên, ta cứ hãy sống thực với lòng ta, với đời ta. Vì giọt máu của nhân loại này có bao giờ chảy ra khỏi nỗi trầm luân của thân phận con người (?). Vậy thì hà cớ chi ta lại mong đi ra ngoài lẽ đời hiện thực với bao điều xấu-tốt, sạch-dơ?

Phương Tấn đã chọn một thái độ, một cách thế sống chan hòa trong cõi thật, và từ đó, tìm ra sự vượt thoát cả trí và tâm:

Đò đi bến đứng ngẩn ngơ
Bậu đi hồn rớt chỏng chơ bên đời.
(Chỏng Chơ)

Trí và tâm ấy luôn như có cùng một dự phóng:

Thôi rồi
tận cõi
xa xăm

Thương hồn
nhớ phách
biệt tăm
vô thường!
(Ngày Hẹn Nhau Ngày Vĩnh Biệt)

Lành thay! Bụi phủ sông mê
Ô hay thuyền ngộ. Bốn bề là không.
(Lật Trang Kinh.Tụng Chữ Tình)

Quan niệm sống ấy, có thể không phải của riêng ai, vì với mỗi người cầm bút, đó chính là cách thế giúp nhà thơ hòa được cái tôi nhỏ bé vào với thiên nhiên:

Cỏ cây quẫy nắng lung linh
Thương chi thương lạ ơi tình, tình ơi!

...Nát lòng. Xẻ bóng. Lẻ đôi
Bóng kêu u uẩn, một tôi giữa đời!
(Chuyện Đời Xưa, Cô Tiên Và Chàng Thi Sĩ)

Phải rồi, bài học đơn giản nhất của người xưa là hãy đem cái "tiểu ngã" hòa vào với cái "đại ngã". Ta có bao giờ đi ra khỏi thân phận nhỏ bé của con người, vậy thì sao không bắt chước giọt sương long lanh trên lá cỏ kia, khi nó vẫn chưa bao giờ thôi nhớ về nơi chốn đã sinh thành, ra đi? Câu thơ trầm tư của Phương Tấn: "Đừng trông mong. Đừng đợi mong, Lội sông vớt bóng vướng dòng phù vân" (Phủi Tâm Rớt Hạt Bụi Trần) khiến tôi không thể không liên tưởng đến nỗi mình, vào một đêm trăng biệt mù trên sông Hương năm xưa, đắm chìm vào cô tịch mới nhận ra cái vô lượng của lẽ thường hằng: "Trái tim ta khát vạn ngày / Trên tay giọt nước lại đầy dòng Hương" (THDV).

Điều đáng quý là thái độ sống ấy, sự chọn lựa cách thế làm người ấy của nhà thơ "gặp gỡ trần gian với giác quan khác, tâm hồn khác" (chữ dùng của Nguyễn Ước), như Phương Tấn, không hề được nói ra với một sự lên giọng, đại ngôn, mà ở đây chỉ là một sự bày tỏ nhẹ nhàng, tự nhiên, có chút gì đó uẩn ức, bẽ bàng; và có cả những suy tư nặng chất triết lý trước cuộc đời chưa bao giờ dễ dãi:

Lạ đời thời buổi đảo điên
Mùa xuân trốn biệt tận miền chân như.
(Oan Khiên)

Chúng ta sẽ về theo nắng mới
Theo nhân dân sáng rợp tình quê
Chúng ta sẽ về theo mưa đợi
Xóm làng vui, thương quá quê ơi!
(Con Trâu Cười, Ướt Nắng Đứng Trông Xuân)

Nhờ thế, cái đẹp của một cách thế sống cũng là cái đẹp của tâm hồn, cái đẹp của chính câu thơ và của sự thao thức:

Ta nghẩn cổ hát giữa trời lồng lộng
Chút hồn kia kêu ríu rít như chim
Lòng phơ phất thổi trong cùng sự sống
Thổi trong cùng đôi mắt kiếm tìm nhau.
(Chúng Ta Đến Theo Mặt Trời Vừa Nở)

Nếu chịu khó suy ngẫm, ta dễ nhận ra đó cũng chính là cách biểu hiện cuộc sống tâm hồn của hầu hết chúng ta, mang đậm nét văn hóa dân tộc. Bởi trong nền văn hóa thường tồn (permanence - thường tồn, chứ không phải trường tồn - éternel) của dân tộc ta luôn chất chứa vừa đạo lý vừa tình yêu cuộc sống, niềm tin vào sự tồn tại của những giá trị nhân văn và cả nỗi đam mê các thú vui bình thường của những con người luôn biết dung hợp giữa lạc thú cuộc đời và lý tưởng hướng thiện. Từ người nông dân chân đất cho đến những kẻ sĩ, những nhà thơ dân tộc, gần như tất cả đều đã giữ được cho mình cái cách thế sống ấy.

Ở một phía cảm nhận khác của tâm hồn, Phương Tấn còn luôn tạo được cho mình một sự thức tỉnh:

Dễ ai múc nắng mà phơi
Cái con nước ấy bời bời canh thâu.
(Múc Nắng)

Nhưng dẫu luôn ý thức về lẽ vô thường của kiếp nhân sinh, nhà thơ vẫn không phải không có lúc cũng băn khoăn với chính bản thân và với nẻo vô thường kia:

Chào xuân, chim chóc lặng thinh
Có con én lạc giật mình. Mộng ư?
(Mộng Ư?)

Nỗi băn khoăn có tính triết học ấy, thực ra, không phải ai cũng có được, mà phải là người đã kinh qua mọi lẽ thịnh-suy, được-mất, có-không giữa cuộc đời đa đoan lắm nỗi này; rồi lại phải luôn biết tự vấn và biết rút ra cho mình bài học về thế thái nhân tình, bài học về kiếp người, thì mới có thể có được một thứ ý thức siêu hình này:

Khuya đi trăng dọi mối sầu
Cõi xa vằng vặc một màu quạnh hiu.
(Cõi Xa Vằng Vặc Một Màu Quạnh Hiu)

Và không thể giấu được sự rung động nghệ thuật, tôi yêu thích vô cùng cái màu sắc không màu ấy. Đây quả là một thứ thẩm mỹ siêu hình (esthétique metaphysique).

Đó hoàn toàn không phải là thái độ an phận, dàn hòa trong tư tưởng, mà thực sự là một sự "đốn ngộ" trước nỗi đời. Và để ngộ được điều ấy, tưởng chừng như Phương Tấn đã phải trải qua những nỗi đời dằn thúc không nguôi, phải học được những bài học tưởng như giản dị mà lại vô cùng sâu sắc từ cuộc sống bình thường:

Và phải nói thêm điều này, cái cảm nhận về lẽ đời có có không không ấy luôn là nỗi ám ảnh của những con người không ngừng muốn để cuộc đời mình được hướng dẫn bởi ý thức. Và nó cũng giúp nhà thơ luôn biết gắn cuộc sống với sự hiện hữu của muôn vật bình thường; ta chỉ có thể sống ở lúc này, ngay đây, trong phút giây này, giữa muôn vật, muôn loài; ta sống tự tại vì ta biết tìm cái vô biên trong cái hữu hạn và ta biết lặn xuống tận đáy vô hình trong cái hữu hình.

Khi đã ý thức được rằng cuộc sống là để sống, một cách hồn nhiên, chứ không phải chỉ là để suy niệm, thì tự nhiên lòng sẽ vui, hồn sẽ thanh thoát nhẹ nhàng, "vui cùng nỗi đau" (Con Cười Bên Mộ Vui Cùng Nỗi Đau) bởi chính nụ cười mà "con cười bên mộ" ấy mới là cuộc sống, mới là cái nghĩa sống chân thật.

Tôi đã nói, ta có thêm một góc nhìn để chúng ta có thể hiểu được chiều sâu của thơ Phương Tấn, nhưng cũng chính từ góc nhìn ấy mà ta lại có dịp để hiểu cả chính tâm hồn ta, tự nhìn lại chính ta trong cái lẽ biến dịch không ngừng của thời gian. Và ta có thể nói rằng, cuộc sống của mỗi người (và của tất cả chúng ta), là thời gian vừa mất đi nhưng cũng là thời gian vẫn còn lại. Theo tôi, ý niệm thời gian trong tâm hồn của con người chính là ý niệm về một thứ thời-gian-nối-kết (temps liés). Chính sự trộn lẫn giữa quá khứ và hiện tại ấy đã làm nên tình yêu trong chúng ta. Và đâu phải là tình cờ khi có người cho rằng, tình yêu chỉ có thể giữ được sức mạnh và vẻ đẹp quyến rũ của nó nếu óc thông minh và trí tưởng tượng có được một sự tự do sáng tạo nào đó thêm vào cho tình yêu.

Nhưng có điều, có lẽ cũng không hề lạ, là ở hồn thơ Phương Tấn gần như chẳng có cái gì yên ổn, quân bình cả, vừa hân hoan trong tình yêu thiết tha, say đắm đó, đã lại buồn rầu lơ đãng; vừa đang nghiền ngẫm về lẽ tử sinh của phận người đó, lại đã muốn làm làn mây trắng rong chơi; vừa tỏ ra hân hoan ham sống, lại đã chìm đắm trong nỗi sầu cố xứ phương xa. Cho nên, ta có thể nói rằng, thơ của nhà thơ Phương Tấn là một thực thể bất toàn (suy cho cùng, thì chính vì cuộc đời này vốn dĩ đã bất toàn!), một thứ tâm thức dở dang, một mong đợi không tới và một hoài niệm không có lối về.

Nói khác đi, đây là một thứ tâm thế cô đơn: tình yêu không bao giờ thỏa mộng, cuộc phối ngẫu thiết tha không đến, vì lẽ đời bất khả, cho nên nỗi đam mê nồng nàn chẳng bao giờ tìm thấy bến đỗ:

Khuya xa xác đổ về trời
Phố cao sầu cũng nghe dời vóc hoa.
(Ván Khua Lách Cách Hồn Khe Khẽ về)

Trong một sự thức tỉnh bất chợt, ta có cảm tưởng như nhà thơ Phương Tấn đang theo đuổi cuộc tìm kiếm chân tướng của tự thân (sappropre indentite'). Có chăng ở đây cái nhìn phản tỉnh về sự phi lý của kiếp nhân sinh thiếu mất bóng hình của sự cứu rỗi cuối cùng? Thật khó có câu trả lời chính xác!

Ở "Thơ Phương Tấn, Tuyển tập 1", (tập thi tuyển đã khẳng định thi tài đa dạng của Phương Tấn) có cảm tưởng như nhà thơ đã cố tình chuyển ý tưởng thành ảnh tượng, tạo nên những thế tương đồng gợi ý (analogies suggestives). Và đó chính là sự mời gọi người đọc cùng tìm cách giải mã vấn đề, cùng chọn lựa, như Phương Tấn đã chọn lựa: chọn lựa tình yêu như một cách giải thoát cho những ức chế tự do, dẫu rằng đó có thể là một thứ ức chế vô thức.

Nhà thơ, nhà nghiên cứu văn hóa dân gian **Tần Hoài Dạ Vũ.**
(Mũi Né, Tiết Cốc Vũ,năm Giáp Thìn
29-4-2024)

TỪ DUNG

"LUNG LINH TÌNH ĐẦU"
MỘT BỨC TRANH THỦY MẶC

Theo tôi, thơ Phương Tấn dường như đã có sẵn nhạc trong thơ, nên một số bài thơ phổ nhạc chỉ là thêm thắt cho thơ của anh.

Cả một thời thơ ấu đầy hoa và bướm, lung linh hiện ra trong ý thơ của Phương Tấn. Tôi sống lại những thẹn thùng, e ấp của thời thanh xuân và tình yêu đầu đời. Những lãng mạn bâng khuâng của "mộng ban đầu"... như một nụ hoa vừa chớm nở.

Không thời gian nào đẹp bằng thời gian cắp sách tới trường – tâm hồn vô tư, trong sáng, chưa vẩn bụi đời. Khi tóc ta còn xanh, khi mắt ta còn trong, chưa bị soi mòn, nhuộm xám bởi những đau buồn của năm tháng, khi ta còn:

Tim mình, mình hé cho xem
Kẻo anh gõ lạc bỏ quên chiếc hồn.

Khi tình yêu chưa dám ngỏ lời yêu, chỉ dám đưa tình qua khóe mắt. Khi yêu mà còn run sợ lắm, sợ "đối tượng" coi thường, vứt bỏ tình yêu của mình:

Thập thò bậu vịn rào thưa
Và còn đổ vạ dạ chưa bén tình.

Khi yêu mà chỉ có can đảm đối diện với con sóng dạt dào trong tim của tuổi trẻ, sự bồng bột đam mê thảng thốt cất lời:

Thương mình thương quá là thương
Có nghe tình động trong gương rập rềnh.

Khi yêu mà tình yêu nở hoa, niềm vui liền vỡ òa:

Bậu cười tí tửng tí ta
Bớ ai cắc cớ ghẹo xa ghẹo gần.

Rồi tình lại dằn vặt khi người yêu làm ta khổ:

Bậu đâu tình hỡi bậu đâu
Cau ngồi thút thít thương trầu héo queo.

Rồi khi tình xa, người vắng thì trăm đau ngàn đớn:

Đò đi bến đứng ngẩn ngơ
Bậu đi hồn rớt chỏng chơ bên đời.

Thơ Phương Tấn bao trùm cả thời gian và không gian. Tình yêu là một yếu tố màu nhiệm làm mình trẻ lại, trẻ mãi mặc dù tóc đã ngả màu.

Chúng ta ai lúc còn đi học mà không trốn học đi chơi. Tôi cũng không ngoại lệ, học Trưng Vương đệ nhị mà trốn học sang Sở Thú, nhưng chỉ khắc vào vỏ cây với bạn gái vì chưa có bạn trai, nhưng cũng hiểu:

Mình hết trông lên nhìn xuống chuyến xe đò
Chở anh về chơi trong những ngày trốn học.

Sao mà vẻ đẹp "siêu thực" được như thơ anh tả. Ảo ảnh lung linh trộn lẫn với thực tại đem đến cảm giác mộng mà thực, hư mà thực rất liêu trai:

Tôi hôn một nụ hoa
Hóa ra nụ hôn đầu
Tôi ngắt một cành hoa
Hóa ra trái tim em.

Bài thơ *"Hãy Vui Như Tình Đắng"* do nhạc sĩ Đynh Trầm Ca phổ thành ca khúc, nhạc sĩ Trần Quang Lộc trình bày, thơ quyện với nốt nhạc, nghe lãng đãng như những giọt mưa rơi trong cơn mơ:

Anh sầu trong mắt lá
Em cười trong cánh gai
Anh sầu trong mắt đá
Em cười trong cánh phai.

Và "mưa" trong thơ Phương Tấn rất quạnh hiu, buồn bã:

Từng giọt từng giọt buồn
Nhỏ xuống lòng nhân gian
Lăn trong đời hiu quạnh
Nhỏ xuống lòng nhân gian
Cơn mưa chiều úa rã.

Rồi cuối cùng, tận kết của cuộc đời, là lời nhỏ to cùng bia mộ:

Xớ rớ giữa xó đời
Nhỏ to cùng mộ bia
Lòng khua cho động ván
Chắc chi người được vui.

Vì sao kia đã rơi rụng, chấm hết một kiếp người truân chuyên, bạc bẽo:

Một vì sao rụng
Rụng một vì sao
Còn một nỗi đau
Bên đời hiu quạnh.

Và ta ngồi đối ẩm một mình:

A, mình ta đối ẩm
Tình ơi ngộ quá đi
Sầu khua và lệ đẫm
Não nề cõi biệt ly.

"Lung Linh Tình Đầu" – thơ Phương Tấn bàng bạc những đau thương chất ngất, quyện lẫn những lãng mạn tình tự ngây thơ, pha chế nhiều màu sắc đậm nhạt như một bức tranh thủy mặc, biến thái nhiều hình thể như những cụm mây trắng trên nền trời xanh biếc, cảm xúc lúc thì nhẹ nhàng như cánh bướm đậu trên hoa, giọt mưa rơi xuống lá, lúc thì sôi nổi, cuồng nhiệt như biển xô sóng vỡ.

Nhà văn, ca sĩ **Từ Dung**
(Tháng 5-2020)

(*) Từ Dung (Từ Công Phụng),
con gái út của nhà văn Hoàng Đạo (Tự Lực Văn Đoàn).

LÊ VĂN TRUNG

Huế Của Phương, Một Phương Tình Viễn Mộng

Để nói về một con người - một con người mà đấng quyền năng đã tạo dựng nên - một cách đầy đủ và trọn vẹn, trung thực và chân thành, thật không dễ! Lại càng không dễ khi con người đó lại mang một sứ mệnh mà không phải bất cứ ai trên cõi đời này được chọn lựa và trao gởi.

Người đó là thi sĩ, là nghệ sĩ. Cho dù họ mang một sứ mệnh thiêng liêng là khám phá và tuyên xưng cái đẹp, nuôi dưỡng và phát huy nhân văn nhân bản, sáng tạo và rao truyền nghệ thuật. Họ có thể là người không hoàn hảo về thể chất nhưng lại toàn bích về tinh thần.

Xin thưa! Đó chính là những thi sĩ - những con người vượt không gian và thời gian. Không gian của họ là một tổ quốc chung không biên giới, thời gian của họ là quá khứ trong hiện tại và hiện tại trong tương lai.

Để nói về họ đầy đủ thật không dễ gì. Cho nên, trong bài viết ngắn này, tôi xin chỉ nói về một mảng màu như trong một bức tranh đa sắc màu: *Một Phương Trời Viễn Mộng Tình Yêu Trong Thơ Phương Tấn*. Chúng ta nhắc lại đôi nét đời thực về thi sĩ Phương Tấn.

Chàng trai trẻ thi sĩ Phương Tấn Nguyễn Tấn Phương nguyên quán thành phố cảng tuyệt đẹp Đà Nẵng. Anh có niềm đam mê văn chương rất mãnh liệt và tài năng phát tiết rất sớm. Cộng vào đó là tình yêu quê hương dân tộc trong anh cũng vô cùng mãnh liệt.

Vào khoảng thập niên 60, chàng trai trẻ Phương Tấn đã có những việc làm đáng trân trọng và ngưỡng mộ. Về mặt xã hội, anh đã thành lập một nhóm thiện nguyện gồm anh chị em cùng trang lứa. Anh em của anh đã tự đi bán sách báo để lấy tiền mua gạo, thực phẩm, áo quần... cứu trợ đồng bào nghèo, hay sau này anh cho xuất bản, tái bản tập bút ký *"Hòa Bình Ta Mơ Thấy Em"* của anh để lấy tiền cấp học bổng toàn niên Trung học cho học sinh nghèo hiếu học, cứu giúp đồng bào cùng khổ trong các trại tị nạn và thực hiện nhiều công tác xã hội. Tuổi trẻ bấy giờ thật lý tưởng.

Anh bước vào khu vườn văn chương rất sớm, cái thời còn là một học sinh trung học tại một ngôi trường danh tiếng ở Đà Nẵng. Trường Phan Chu Trinh. Sự nghiệp văn chương, báo chí của anh khá đồ sộ và có một chiều dài bằng cả cuộc đời anh. Tôi ấn tượng nhất về anh là đã quy tụ được một số anh em văn nghệ rất trẻ in ấn và xuất bản một số tạp chí có giá trị như Sau Lưng Các Người, Cùng Khổ, Ngôn Ngữ cùng các thi tuyển Rừng, Vỡ... Đặc biệt là những bài thơ trong tập thơ *"Di Bút Của Một Người Con Gái"* ký bút hiệu *Thái Thị Yến Phương* trong thân phận một cô gái làm điếm đã gây tiếng vang lớn trong làng báo làng văn lúc anh chỉ vừa 14, 15 tuổi. Anh là con chim đầu đàn trong nhóm anh em văn nghệ Đà Nẵng lúc bấy giờ. Anh đã tham gia viết cho hầu hết các báo ở miền Nam trước 1975, từ nhật báo, tuần san đến nguyệt san...

*** Thơ Phương Tấn xoay quanh hai chủ đề Tình Yêu và Quê Hương.**

Thơ là tiếng gọi vọng từ thiên cổ, băng qua thảo nguyên đồi núi đồng bằng đời người, băng qua chập chùng dâu biển tang thương, xiển dương niềm hạnh phúc và cả nỗi khổ đau, để hóa giải thành một dòng nhân sinh dù qua muôn vàn bất trắc vẫn tụ về trong biển chân thiện mỹ. Và tình yêu trong thơ là một mặc định cho chân lý vĩnh hằng đó.Với anh, Phương là một bài thơ. Phương là nỗi khát khao cháy bỏng của thơ. Phương là một khung trời viễn mộng. Phương là nỗi buồn và niềm vui đẹp như đóa hoa vừa nở vừa đón chờ tàn phai.

Không mắt nào buồn.
buồn hơn mắt Phương

Phương là hương là nhụy là sắc màu trên một bức tranh có cả bình minh và hoàng hôn.

Gót lẫn trong sương sầu bay áo não
Trời cũng trầm trầm thơm ngát da Phương

Phương là da là thịt đất trời. Phương là sương là tuyết, là nỗi nóng chảy lửa chiều, là băng giá lạnh căm của ước mơ mộng ảo mà nghe: *"Hồn reo từng bữa"* và *"Để lấy Thơ hồng thắp sáng thân Phương"*.

Phương là lụa trắng, là ngọc ngà, là chim ca, là lá reo, là *"nắng xuống vai gầy"*. Tình yêu trong thơ Phương Tấn là sóng vỗ miên man dội vào muôn trăng biển cát. Cát là Phương, bờ bãi là Phương. Tình yêu trong thơ Phương Tấn biến tấu muôn ngàn giai điệu. Khi trầm lắng, khi dữ dội, lúc u buồn, lúc tươi vui. Đủ biết tâm hồn của thi nhân mênh mông lãng mạn đến vô cùng.

Yêu Phương của anh bằng nước mắt này
Chăn con chiên anh chăn từng sợi tóc

Như mục tử chăn đám chiên lành. Với anh, Huế của Phương là một Phương tình viễn mộng. Phương của anh là một nhành liễu. Phương của anh là đóa sen hồng. Phương của anh là một nàng tôn nữ. Phương của anh là mấy cửa nội thành, là *"Áo em trắng quá nhìn không ra* (HMT)". Phương của anh là Đông Ba Gia Hội, là bến Ngự Phủ Cam, là Đồng Khánh Thương Bạc...

Ôi Huế buổi mai buổi chiều nhớ chi nhớ lạ
Má lúm đồng tiền bảo chi không thương

Nỗi buồn tình yêu trong thơ Phương Tấn đẹp đến se lòng. Cảm xúc của anh bén nhạy quá:

Sao lệ anh rơi dù chưa kịp khóc
Sao mây bay bay cho anh tưởng tóc

Nỗi buồn trong thơ tình Phương Tấn là một nỗi buồn đẹp, đẹp ví như đóa hoa nở giữa mùa thu:

Phương nghe đó trời thu lên lành lạnh
Lòng cũng vàng theo lá ở trong cây
Vui cũng bay theo gió ở trong ngày
Một chút lệ, thêm chút buồn vừa chin.

"Chút buồn vừa chín" là một tín hiệu của mối tình đạt đến ngưỡng cửa tuyệt đối: Đó là hạnh phúc của một nỗi buồn.

"Buồn chị lạ, buồn không ai buồn hộ"

Là lời kêu cầu khát khao tuyệt đích trong tình yêu. Xin cảm ơn anh, thi sĩ Phương Tấn. Cảm ơn bài thơ *"Ở Huế Nhớ Phương"*.

Nhà thơ, nhà văn **Lê Văn Trung**
(Quê nhà 25-6-2022)

HƯ VÔ

THƠ PHƯƠNG TẤN
LÀ MỘT KHU VƯỜN
TRONG CÕI THIÊN THAI

Thơ Phương Tấn xuất hiện những năm 60 thế kỷ trước. Tác giả được ẩn danh qua nhiều bút hiệu cùng nhiều thể loại văn, thơ... khác nhau trên các sách báo trong và ngoài nước.

Thơ Phương Tấn là một khu vườn trong cõi thiên thai đầy cỏ thơm và hoa bướm.

Bướm hồng, hồng ngát sớm mai
Bay qua bỏ lại thiên thai giữa đường.

Đọc thơ Phương Tấn hay là thưởng ngoạn bức tranh thủy mặc. Phong cảnh bao la giữa thế gian và trời đất...

Cội mai chết tự đêm qua
Đất trời rụng bóng làm nhòa thế gian

Biển im núi sững, sầu mang
Trăng già vắt xác bên hàng trầm luân.

Trăn trở về thân phận đau thương kiếp người, anh viết:

Và theo hồn khói bay vào
Vút cao lượn sóng xạc xào hồng hoang.

Tình yêu lớn nhất là tình yêu dành cho Mẹ:

Mẹ so đũa gắp lòng reo trong mắt
Gắp một đời rót xuống chén cơm con.

Và khi mẹ mất trái tim anh bàng bạc một nỗi niềm..

Thế gian chụm giữa cơn đau
Vỡ ra thành lệ rụng vào mộ sâu

Khuya đi trăng dọi mối sầu
Cõi xa vằng vặc một màu quạnh hiu.

Như tiếng kêu thương của con chim mất tổ. Con thú mất rừng. Con người mất quê hương. Tâm hồn lạc loài trước tha nhân vô cảm. Quê hương chìm trong máu lửa, gia đình ly tán, tuổi thơ tan hoang giữa bom đạn vũ khí tối tân, sản phẩm của những bộ óc văn minh siêu cường.

Đó là tiếng kêu thương báo động cảnh tỉnh sự suy vong, mất nhân tính của loài người.

...
Cười mà rơi nước mắt
Con vật có hai chân
Khóc mà ngỡ như cười
Con vật có hai chân.

Trời không còn phương đậu
Đất không còn quê hương.

Tiếng đạn bom quen thuộc đến độ tưởng như lời ru "chim chíp" vỗ về. Có ai reo hò chiến thắng trên vạn thây người.

Đạn chim chip, vỗ hoàng lương
Thây lăn lóc, vỗ thiên đường hò reo.

Tuy vậy anh vẫn ước mơ lồng lộng về một ngày quê hương thanh bình: "*Con Trâu Cười Ướt Nắng Đứng Trông Xuân*". Và niềm hy vọng tràn đầy nhiệt huyết trong đáy lòng qua bài thơ: "*Chúng Ta Đến Theo Mặt Trời Vừa Nở*":

Ta nghển cổ hát giữa trời lồng lộng
Chút hồn kia ríu rít như chim
Lòng phơ phất thổi trong cùng sự sống
Thổi trong cùng đôi mắt kiếm tìm nhau.

Khi tâm hồn thi nhân đã quá buồn bã trước những ai oán trong đời thì những sợi tơ lòng thanh thoát cõi thiền trải ra.

Chúng sinh nằm gác vai đời
Tiếng chuông rụng xuống đất trời sầu bi
Ô kìa ánh chớp từ bi
Gửi trong vô lượng xanh rì nguyên sơ.
....

Với tình yêu. Rất nhiều bài thơ của anh đã được chấp cánh du dương qua tài năng của các nhạc sĩ.

......
Tôi cứ như cỏ khô
Em cứ như ngọn lửa
Cháy theo làn gió ngược
Thổi từ thuở yêu em

Em là con chim trời
Vút bay vào cõi phúc
Tôi con chim côi cút
Bay ngẩn ngơ bên đời.

Thật là tuyệt vời trái tim yêu thương dâng hiến vô lượng vô biên đã trở thành giai điệu rung cảm muôn vạn trái tim con người.

Còn rất, rất nhiều những cụm thơ lục bát tứ tuyệt long lanh diễm ảo trong thơ anh, tình tứ, cô đọng, sâu lắng và đậm tính nhân văn trải đều trên hơn 70 mặt báo, tạp chí trong và ngoài nước.

Một hành trình xuyên suốt từ thuở thiếu thời đến đến tuổi cổ lai hy. Khuấy động biết bao cảm nhận của độc giả, biết bao bài bình của giới nhận định văn học. Mỗi câu mỗi từ trong thơ anh trở thành một luận đề cho khách văn chương.

Những gì còn lại không phải ở trong tay mà cái đã đi vào lòng người. Tôi đã trích dẫn một ít câu thơ với lòng mến mộ và trân quí một tâm hồn từng đau xót với nỗi đau của quê hương đầy thương cảm và thấm đẫm tình người.

Nhà thơ **Hư Vô**
(Lập thu tháng 8-2023)

TRẦN DZẠ LỮ

PHƯƠNG TẤN
NGƯỜI KHÉO TẬN DỤNG THỜI GIAN
CHO THI CA

Biết nhau từ thập niên 60 trên các tập san văn chương nhưng mãi đến thập niên 90 tôi mới thật sự gặp anh. Đó là một người mê đắm văn học và biết tận dụng thời gian và không gian có ích cho mình và cho người. Anh tên thật Nguyễn Tấn Phương và tôi biết đã có rất nhiều người viết về anh trong mọi sinh hoạt văn học nghệ thuật. Vì vậy, tôi viết thêm về anh có cần thiết chăng? Nói là nói vậy, chứ đã là bạn bè trên 50 năm tôi lại im sao được? Có những năm tháng ghi dấu không thể nào quên vì nhà tôi và nhà anh chỉ cách nhau một con đường Lê Văn Sỹ. Tôi bên này Trần Hữu Trang và anh bên kia Huỳnh Văn Bánh. Do thuận tiện nên tôi và anh Phương Tấn thường gặp nhau cà phê và "tám chuyện văn chương". Anh là một người rất khiêm tốn và chí tình khi giao tiếp với bằng hữu. Lúc này anh lại còn là chủ biên một lúc 2 tạp chí Võ Thuật. Đúng là văn võ song toàn.

Vì có quá nhiều bài viết về thơ Phương Tấn nên tôi chỉ (chủ quan) nhấn mạnh mấy điểm sau về thi sĩ:

1.

Ai cũng có Mẹ và luôn kính nhớ về Mẹ là chuyện thường hằng. Nhưng với Phương Tấn kính yêu Mẹ lại khác người vì ngoài nỗi nhớ, anh còn nắn nót viết vô số bài thơ và những bức thư gửi Mẹ mà tôi được đọc, như suối nguồn tuôn chảy từ trái tim hồi hổi của mình. Được biết, đầu năm 2024 Nhà xuất bản Nhân Ảnh (Hoa Kỳ) sẽ xuất bản *Tuyển tập thơ văn THƯA MẸ* gồm 53 bài thơ và 40 tâm bút viết cho Mẹ của anh. Mỗi tâm bút với tôi là một tâm trạng, một diễn biến, một bi kịch có thật trong đời anh. 40 tâm bút xâu chuỗi, kết dính lại không khác một cuốn phim tái hiện chân thật một đời người, gắn liền một giai đoạn lịch sử bi thảm, một cuộc nội chiến oan nghiệt, một đất nước điêu linh. Tôi nhớ 4 câu thơ trong bài thơ *Oan Khiên* của anh.

Hỏi ngày. Trời đất ngất ngư
Hỏi đêm. Biển động dường như sóng gầm
Hỏi người. Tưởng hỏi cõi âm
Hỏi mình. Cười ngất. Cười bầm ruột gan!

2.

Anh nổi tiếng qua tập *Thơ Tình Của Một Thi Sĩ Việt Nam Trên Đất Mỹ* xuất bản tại Hoa Kỳ năm 1970 - tập thơ đã gây sóng lừng với bạn đọc và anh chị em văn nghệ tại Mỹ và ở quê nhà. Và anh cũng là người Việt đầu tiên tổ chức *"Đêm thơ Phương Tấn"* trong ngày mồng một Tết Việt Nam tại Mỹ năm 1970 và 1971.

3.

Càng nổi tiếng hơn khi anh hóa thân một *Thái Thị Yến Phương* tài hoa và đã là cơn địa chấn trên các báo và tạp chí ở Miền Nam từ năm 1962 đến 1965 trước 75 qua các bài thơ độc đáo, thể hiện tâm trạng một "cô gái điếm" thời tao loạn. Các bài thơ đã được đưa vào thi phẩm *Di Bút Của Một Người Con Gái* mang tên Thái Thị Yến Phương và Nhà xuất bản Nhân Ảnh (Hoa Kỳ) xuất bản năm 2017, tái bản năm 2019. Muốn biết tác giả Phương Tấn tự sự gì qua *Thái Thị Yến Phương* xin mời đọc *Di Bút Của Một Người Con Gái*.

Để thẩm thấu hơn cõi thơ Phương Tấn xin mời quý bạn tìm đọc trên 10 tác phẩm của Phương Tấn đã xuất bản và trên 20 tuyển tập mà Phương Tấn đã góp mặt:

4.

*** Những bài thơ của Phương Tấn mà tôi thích:**

VÁN KHUA LÁCH CÁCH HỒN KHE KHẼ VỀ

Khuya xa xác đổ về trời
Phố cao sầu cũng nghe dời vóc hoa
Tay lùa con nước xót xa
Chân lùa bóng vỡ phôi pha thiên tài.

Từ anh bỏ lại tuổi mai
Cát vàng thả gió chia hai bạn bè
Bừng bừng xô dạt lòng khe
Ván khua lách cách hồn khe khẽ về
(Hội An 1964,
bài thơ thứ nhất gửi Nguyễn Nho Sa Mạc)

THÔI YÊN, SẦU THỔI NHẠC VÀNG XUỐNG THÂN

Dấy từ bão cát trôi lên
Cỗ xe người trắng lênh đênh theo về
Ngàn con nước kéo lê thê
Một vùng biển lạ trăm bề hoang mang.

Xôn xao lụa gió điêu tàn
Thôi yên, sầu thổi nhạc vàng xuống thân
(Hội An, 1964,
bài thơ thứ 2 gửi Nguyễn Nho Sa Mạc)

CHỜ ĐẾN THIÊN THU MỘT BÓNG NGƯỜI

Chiều xuống sâu buông tiếng thở dài
Đêm Sài Gòn chạm bóng thu phai
Có cô gái nọ ngồi hong tóc
Ngỡ gió lùa xoã xuống vai.

Sóng cuộn đời sông, sông bạc phếch
Giang hồ xếp vó tự bao năm
Nhớ em mình nhớ thời yêu mệt
Ngóng mãi bên đường bóng biệt tăm.

Ai lỡ đưa người qua bến sông
Hình như bến lạc sóng mênh mông
Sóng xô thuyền mắc bờ nước lạ
Mình, kẻ lạc loài giữa gió đông.

Và như pho tượng bên triền núi
Chờ đến thiên thu một bóng người
Chờ đến xuân già sông rã nhánh
Ô hay, mình cứ tuổi hai mươi.
(2017)

*** Những bài thơ ký bút hiệu THÁI THỊ YẾN PHƯƠNG:**

LỜI CUỐI

Nằm nghe thân thể hao mòn
Tang thương quánh đặc cô hồn tuổi thơ
Mang thân mười tám dại khờ
Bầm vai, cổ lệch, bơ phờ người ơi

NGỒI BÊN CẦU ĐỢI BÓNG CÂU

So chân ngồi kéo đỉnh trời
Im im côi cút vẽ vời phận con
Ôi chao dạ những bồn chồn
Sầu che sắc diện che hồn héo khô.

Buồn sông bóng nổi cơ đồ
Bão bùng phô đợi người xô dạt vào.

BÁN THÂN CHO NGƯỜI

Bầy con gái ngực phơi trần
Hồn ca biển loạn môi cười yến oanh
Ôm lênh đênh xác song hành
Môi hôn rướm máu chanh vanh bãi cồn.

Ngoài những bài thơ trên, tôi thích, rất thích những bài thơ về Mẹ kính yêu của Phương Tấn.

Nhà thơ **Trần Dzạ Lữ**
(Xuyên Mộc tháng 8-2023)

NGÔ NGUYÊN NGHIỄM

KỶ NIỆM VỀ PHƯƠNG TẤN VÀ TUYỂN TẬP I (1960-2022)

Bên nầy bờ đại dương, loáng thoáng nghe tin Phương Tấn đang hoàn chỉnh bản thảo *Thơ Phương Tấn (Tuyển tập I / 1960 - 2022)*. Chuyện một nhà thơ đã nổi danh trên diễn đàn văn học Việt suốt hơn nửa thế kỳ qua, chọn lọc lại hành trình thi ca của mình, chắc không ngoài mục đích góp phần làm phong phú thêm cho thi ca Việt Nam. Phương Tấn rất tài hoa không những tạo dựng được một phong cách sáng hóa riêng biệt trong thơ. Thời trẻ tuổi, thơ Phương Tấn đã bước vào văn học một cách rất bất ngờ với sự xuất hiện của một bóng dáng của người thơ nữ *Thái Thị Yến Phương*... Phong trào nhân chứng hóa hiện trạng bi thương của *Thái Thị Yến Phương*, theo tôi cũng là một phong trào của thời gian thập niên 1960 xuất hiện trên văn đàn nhiều bóng dáng nữ hóa như vậy. Bước chân đầu tiên bước vào con đường văn nghệ của Phương Tấn, làm thế nào tạo được trong thơ một hình bóng ảo đậm nét số phận, bao quanh cuộc sống hư thực cho một kiếp sống. Hình bóng *Thái Thị Yến Phương* cũng chỉ là phong dáng mà nhà thơ muốn bày tỏ và cảm thông chung bằng một kiếp sống nữ giữa đất nước ly loạn.

Năm 1966, lần đầu tiên tôi hạnh ngộ cùng nhà thơ Phương Tấn. Từ quê nhà tôi trở lại Sài Gòn, đến đường Nguyễn Duy Dương, chợ An Đông với bức thư của Lâm Hảo Dũng gởi Nguyễn Lệ Tuân...

Trong khi chờ đợi nhà thơ Nguyễn Lệ Tuân, người tôi diện kiến là hai chàng trai trẻ đôi mươi, Phương Tấn đang cầm trong tay tờ tạp chí *Sau Lưng Các Người*. Cạnh bên, Phương Tấn giới thiệu là Đoàn Thái Trung, cũng cầm tập truyện Xe Lửa Chạy Đường Vòng in chung với Lưu Vân. Sự gặp gỡ chỉ có vậy, trôi nổi trong sự tình cờ nhất thời, nhưng không ngờ đã kéo dài trong suốt thời gian hơn nửa thế kỷ trôi qua (sic). Mỗi bằng hữu văn nghệ thời thanh xuân trôi qua đằng đẵng, dù có trôi dạt chân trời góc biển cũng như một định kiếp gắn chặc vào nhau qua tư tưởng và nghệ thuật. Bóng dáng văn chương của anh em lớn dần hơn, bằng tất cả tài hoa và định số. Phương Tấn cũng đưa tác phẩm đầy sáng tạo riêng biệt của mình, băng theo bước đi của thời gian. Suốt thập niên 1960, chính sự hóa thân Thái Thị Yến Phương là bước cầu nối cho người yêu văn chương nghệ thuật để hết tâm trí theo sát bước chân của nhà thơ Phương Tấn. Vì vậy, nhiều nhận định văn học đã tán thưởng và dành nhiều ý kiến trân trọng khi nhìn về bước chân của thơ đi và hoạt động cật lực của nhà thơ, nhà nghiên cứu võ học, và người chủ trương nhiều tạp chí văn chương, có phong cách sắc bén bày tỏ phản kháng trước hiện tình đau thương của quê hương...

Nói cũng bằng thừa về tài hoa trước những chân đi của Phương Tấn. Về võ học, anh như một khách lữ lãng tử trên bước đường soi kinh, đưa nghệ thuật võ học không chỉ kết nối trong nước, mà còn vươn vai chạm đỉnh với thế gian. Nhìn đi nhìn lại, trước kho tư liệu chất chồng của quá trình sáng tác và vận động văn học, những tạp chí Sau Lưng Các Người (1963), Cùng Khổ (1968). Ngôn Ngữ (1973)...

Phương Tấn đã bước vào một cuộc hy sinh rất lớn, thể hiện một bày tỏ của người trẻ sĩ phu trước thế đứng tang thương của đất nước...

Khi đọc 6 chương của tập bản thảo Thơ Phương Tấn (Tuyển tập 1/ 1960 - 2022) gồm:

1/ Di Bút Của Một Người Con Gái (1961 - 1964): 4 bài
2/ Lung Linh Tình Đầu (1960 - 2017): 46 bài
3/ Cát Bụi (1964 - 2020): 13 bài
4/ Hãy Vui Như Tình Đắng (1962 - 2022): 32 bài
5/ Thưa Mẹ (1961 - 1997): 15 bài
6/ Chảo Lửa Trụng Cơ Đồ (1963 - 2022): 44 bài

Phương Tấn chắt chiu ghi lại từng kỹ niệm từ nhiều tập bản thảo thi ca. Mỗi tập bản thảo chắc chắn sẽ được nhà thơ chọn cho mỗi chủ đề từng tuyển tập 1, 2, 3... Công trình sẽ còn dài hạn theo thời gian cho những thi tuyển kế tiếp. Công phu ở tuyển thơ cho 6 chương trong tuyển tập 1 (1960 - 2022), giúp tôi chiêm nghiệm được ít nhất một điều là sự thành công và hy sinh vì thi ca vì nghiệp dĩ, của một nhà thơ đầy sáng tạo trong bút lực tinh khôi. Trân trọng.

Nhà thơ, nhà biên khảo văn học **Ngô Nguyên Nghiễm**
(Tháng 7-2022)

TRẦN VẤN LỆ

"THƠ PHƯƠNG TẤN - TUYỂN TẬP 1"
ÊM ÁI TÌNH THƠ

Phương Tấn là một nhà thơ thành danh. Tôi nghe danh anh đã lâu, trước 30 tháng 4 năm 1975 cho đến bây giờ - anh vẫn là một người làm thơ, vẫn có thơ in thành sách.

Được biết, Nhà xuất bản Nhân Ảnh ở California sẽ gom thơ anh làm từ năm 1960 đến nay để in thành nhiều tập. Tôi mừng quá, vậy là tôi sắp có thơ anh để thưởng thức không phải đi tìm trên Facebook, Website hay ở báo Văn Học nào nữa. Tôi tiếc là ngoài đời, tôi chưa có lần gặp anh để một lần bày tỏ lòng ngưỡng mộ, hai là ngồi yên lặng ngắm một tài hoa... Trước mặt tôi hôm nay, trên màn hình của laptop, tôi đọc được nhiều bài thơ của Phương Tấn, dạng bản thảo, trên quá trình lay out tôi nhận được từ NXB Nhân Ảnh với lời dặn: "*Xem và góp vài ý kiến*". Vâng ạ, tôi nghe lời và tôi cũng nghe trong lòng tôi dâng trào niềm phấn khích!

Phương Tấn đã từng in thơ, sách anh lưu chiểu tại Thư viện Đại học Cornell, *Mỹ* từ năm 1970, nhưng chắc không "mỹ thuật" bằng sách anh sắp sửa ra đời tại NXB Nhân Ảnh. Nó (nhiều tập) sẽ dồi dào, sẽ tràn ngập yêu thương, chan hòa tình, ý. Những bài thơ anh làm từ năm 1960 tới bây giờ, năm 2022, hơn nửa Thế Kỷ không ngừng nghỉ, hẳn nhiên phải là sợi chỉ đỏ xuyên suốt... Nghĩ thế, tin thế, tôi vui với tôi một cách lạ lùng! Tôi thật lòng biết ơn NXB Nhân Ảnh và tác giả Phương Tấn cho tôi cái hạnh phúc nồng nàn về Thơ.

Chắc tôi không để lại trong bài tôi đang viết này ý kiến nào đâu. Tôi góp thêm chỉ là thừa. Nhiều người tài danh đã viết về Phương Tấn. Điều tôi trân trọng nhất khi nghĩ về Phương Tấn: ***"Thiên Tài Thơ Từ Lúc Bé Thơ!"*** Anh nổi tiếng từ năm mười bốn tuổi! Anh cộng tác với nhiều báo và cùng thời (nhưng là đàn anh) của *"Tổng Bí Thơ* tuongtri.com" của tôi! Tôi thỉnh thoảng có bài trên tuongtri.com nhưng lòng tôi nể phục Tôn Nữ Thu Dung vô cùng. Tôn Nữ Thu Dung khen Phương Tấn... thì tôi còn dám nói chi?

Chẳng chỉ mình Tôn Nữ Thu Dung khen, tôi thấy có cả Thầy tôi, nhà phê bình Tam Ích (giáo sư Việt Văn dạy tôi các năm 1958, 1959 ở Đà Lạt). Ngoài ra, còn nhiều nhà văn, nhà thơ khác, ai cũng nổi tiếng, gần như gặp nhau ở một giao điểm: Thơ Phương Tấn sâu lắng và thắm thiết quá! Nên chi: Tôi mừng Phương Tấn về những tập Thơ sắp chào đời trên Văn-Thi-Đàn Việt Nam, tôi cầu chúc anh nhận được nhiều cái bắt tay êm ái, nhiệt tình của độc giả yêu quý anh.

Nhà thơ **Trần Vấn Lệ**
(Tháng 6-2022)

TỪ KẾ TƯỜNG

TÔI VÀ PHƯƠNG TẤN

Phương Tấn ở Đà Nẵng, tôi ở Sài Gòn, biết nhau qua những sáng tác đăng trên nhiều tờ báo văn nghệ ở Sài Gòn trước năm 1975, thời mà chúng tôi còn rất trẻ, khoảng 17-18 tuổi. Lúc đó tôi vừa đi học, vừa làm báo viết văn, nhà ở trong con hẻm sâu vùng Thị Nghè. Ngôi nhà lúc đầu tôi thuê ở trọ, sau có tiền tôi mua và sửa lại. Nơi đó các bạn văn nghệ từ miền Trung vào, miền Tây lên, ăn ở thoải mái và trong đó có Phương Tấn anh cũng vào ở trọ; nay chỗ này, mai chỗ kia để... đi học và làm báo.

Phương Tấn là một người có máu văn nghệ và say mê làm báo khiến tôi phải nể phục. Hồi đó làm báo khỏi cần giấy phép, không biết Phương Tấn xoay tiền ở đâu, theo tôi biết ngoài tiền túi của Phương Tấn còn một vài người bạn yêu thơ văn Phương Tấn bỏ ra để làm báo. Và mỗi lần thai nghén, muốn làm một tờ báo mới thì Phương Tấn tới tìm tôi.

Những tờ báo Phương Tấn làm như: *Sau Lưng Các Người, Cùng Khổ, Ngôn Ngữ* đều có tôi tham gia, phụ làm công tác tòa soạn, in ấn, phát hành... Hồi này tôi viết đủ các thể loại khi còn rất trẻ, ký nhiều bút danh, trong đó 2 bút danh chính là Từ Kế Tường và Nguyễn Nhương Nghiệm... Từ Kế Tường thì làm thơ, Nguyễn Nhương Nghiệm thì viết truyện ngắn. Các tờ báo nghe cái tên măng-sét như: *Sau Lưng Các Người, Cùng Khổ, Ngôn Ngữ* là biết chủ trương mang khuynh hướng yêu nước, phản chiến... *"Yêu nước và phản chiến"* như trong thơ văn sâu lắng cùng các hoạt động xã hội tích cực của Phương Tấn ngay khi anh đang mặc đồ lính, mà hồi đó Phương Tấn không sợ bị bắt mới lạ.

Tôi với Phương Tấn có quá nhiều kỷ niệm làm báo. Sau năm 1975 một thời gian tôi và Phương Tấn còn gặp nhau, rồi anh đi định cư ở Mỹ, giờ chỉ còn gặp nhau trên Facebook. Thấy Phương Tấn còn lưu giữ và post lên mấy tờ báo tôi và Phương Tấn cùng làm hồi đó nhắc nhớ lại một thời thanh xuân, máu văn nghệ cùng mình, Những sáng tác đăng trong 3 tờ báo này tôi hoàn toàn không lưu giữ được bản thảo. Mong Phương Tấn cho nhập dữ liệu những sáng tác này và gửi cho tôi thì quá tuyệt. Đặc biệt truyện ngắn *"Chim, rắn và lưỡi dao"* tôi ký Nguyễn Nhương Nghiệm.

Mong Phương Tấn luôn khỏe, hy vọng anh em còn gặp lại nhau ở Sài Gòn.

Nhà thơ, nhà văn, nhà báo **Từ Kế Tường**
(Sàigòn ngày 14-10-2018)

BÙI MỸ DUNG

LẬT TRANG KINH. TỤNG CHỮ TÌNH
VẠN TRANG KINH MỖI CHỮ MÌNH. MÌNH ƠI!

Sau khi đọc lời tự sự của tác giả: *"Một hành giả đã chứng ngộ sau nỗi đau quằn quại trong cõi vô thường"* và đọc hết 3 bài thơ mang cùng một nội dung, một tâm trạng: *"CHUYỆN ĐỜI XƯA, CÔ TIÊN VÀ CHÀNG THI SĨ - NGÓ TÂM, THẤY PHẬT CHẮT CHIU CỘI TÌNH - LẬT TRANG KINH TỤNG CHỮ TÌNH"* - tôi bàng hoàng và chợt hiểu tại sao hầu hết những bài thơ của nhà thơ Phương Tấn thường phảng phất một nỗi buồn sâu thẳm. Nhất là thể loại thơ lục bát.

Bài một:
CHUYỆN ĐỜI XƯA,
CÔ TIÊN VÀ CHÀNG THI SĨ

Bài thơ lục bát gồm 7 khổ thơ. Mới đọc tựa, tôi nghĩ là tác giả viết về một huyền thoại nào đó. Song đây lại chính là mối tình đẹp như mơ từ (cái thuở ban đầu lưu luyến ấy) của chính tác giả. Cái thuở mà Chàng Thi Sĩ chứng kiến Cô Tiên của mình từ lúc:

Ô hay nụ đã ra hoa
Trà mi đã trổ mặn mà thuyền quyên.
(Câu 1 và 2, khổ thơ thứ hai).

Quãng đời đẹp nhất của một người con gái là đây. Dịu dàng, e ấp và mong manh như một đóa hoa. Và với tâm hồn lãng mạn của một "Chàng Thi Sĩ" thì hình dáng người con gái ấy đã hóa thành "Cô Tiên"...

Nghe đâu có một cô tiên
Vịn vai thì sĩ, dịu hiền bước ra.
(Câu 3 và 4 khổ thơ thứ hai)

Cô Tiên vịn vai Chàng Thi Sĩ bước ra. Một hình ảnh thật đẹp và tôi cứ tự hỏi rằng nếu không có Chàng Thi Sĩ thì nàng có thành Cô Tiên không, hoặc ngược lại nếu nàng không xuất hiện liệu chàng có thành thi sĩ.

Và có lẽ đây là một đôi thanh mai trúc mã mà tơ hồng đã ngầm se duyên cho họ từ tiền kiếp nên đã khiến họ gặp nhau và hai trái tim đã rung lên những giai điệu yêu thương.

Và rồi:

Tiếng chim chật cả khoang đò
Líu la líu lít hôm đò sang sông
Có ai đốt rạ vườn hồng
Mà thơm mùi lúa mà hong ngọn tình.
(khổ thơ thứ 4)

Tôi rất thích khổ thơ này vì hình ảnh quá đẹp và hạnh phúc. Ngày nàng lên đò sang sông không những có sự chúc mừng của hai gia đình mà chim chóc cỏ cây cũng đồng hưởng chúc phúc cho họ.

Hình ảnh con đò nhỏ với hai người yêu nhau trên dòng sông êm đềm thơm mùi khói đốt đồng khiến lòng người không khỏi những xuyến xao.

Thế nhưng:

Dưng không. Trời trút cơn giông
Bão đâu ập xuống rối bòng một đôi.
(Câu 1 và 2 khổ thơ thứ sáu)

Con thuyền nhỏ rồi cũng phải đến lúc ra biển lớn và giông tố đã ập đến cướp đi sinh mạng của người vợ trẻ cùng đứa con còn chưa nhìn thấy cuộc đời:

"Dưng không."

Hai từ thôi khiến người đọc hụt hẫng như rơi vào tận cùng của nỗi đau cùng tác giả.

"Dưng không."

Một câu hỏi không có câu trả lời. Tại sao và tại sao ...

Ông bày chi cảnh trớ trêu trên số phận của con người vậy hỡi ông. Phải chăng ông muốn minh chứng rằng trần gian là bể khổ và trần gian sẽ mãi mãi không thể là thiên đường.

Nát lòng xẻ bóng lẻ đôi
Bóng kêu u uẩn, một tôi giữa đời.
(câu 3 và 4 khổ thơ thứ sáu)

Bóng đây còn hình đã đi về một nơi rất xa. Một bóng u uẩn chỉ còn biết ngó trời trông đất mà ngậm ngùi đau thương. Nỗi u uẩn này có lẽ đã đi theo tác giả suốt cuộc đời, đồng thời đã đi vào không biết bao nhiêu bài thơ của ông.

Với một người sống nội tâm, ngoài thơ văn để trải lòng thì có lẽ đêm chính là người bạn tri kỷ của ông.

Khoắt khuya trải dạ ra phơi
Ngọn tình ướt lệ thương thời phu thê
Đêm nhàu bỏ lạc sao khuê
Ngó trời trông đất cõi về nhẹ tênh.
(Khổ thơ thứ 7)

Ở khổ thơ này tôi như nhìn thấy một người đàn ông cô đơn lẫn cô độc đang đứng giữa trời đất bao la mà trải lòng. Trời biết đất biết và Cô Tiên của ông biết ông đau dường nào. Có lẽ sau một cuộc hành trình dài đăng đẳng với nỗi cô đơn tột cùng thì với ông:

Cõi về nhẹ tênh.

Vâng. Sau khi cuộc hành trình ở cõi tạm này kết thúc, nơi Ta về sẽ được gặp lại những người ta yêu dấu. Nơi không còn khổ đau, không còn chia cắt nữa phải không, thưa tác giả!

Bài hai:
NGÓ TÂM, THẤY PHẬT CHẮT CHIU CỘI TÌNH

Tôi đã đọc đi đọc lại bài thơ lục bát gồm 6 khổ thơ này. Thực lòng tôi muốn tìm một điều gì đó vui vui trong bài thơ để mừng cho một nhà thơ mà tôi luôn kính trọng vì hầu hết thơ của ông mà tôi được đọc đều mang những giai điệu buồn.

Nhưng tôi đã không tìm thấy mà chỉ thấy một nỗi nhớ da diết, một nỗi buồn sâu thẳm, một tình yêu vĩnh hằng mà nhà thơ dành cho người mình yêu.

Ở khổ thơ đầu, tác giả đã sử dụng những câu từ rất ư là dân dã để miêu tả một hình ảnh vui tươi của những chú chim đang mùa yêu đương:

Hổm rày chim chóc ì xèo
Ỏng a ỏng ẹo mè nheo đất trời.

Cảnh vật chung quanh thì ai cũng thấy rất vui tươi nhưng lòng của tác giả lại đang sầu nhớ. Nhớ đến người mình yêu:

Chim thưa, chim đẹp nhất đời
Chèn ơi, Mình đẹp ngời ngời hơn chim.

Khi một người gọi chồng hay vợ hoặc người mình yêu bằng "Mình" thì chắc chắn đó là một người mà mình đã dành tất cả tình cảm cho một nửa của "mình". Tôi chợt nhớ hai câu thơ của đại thi hào Nguyễn Du:

Cảnh nào cảnh chẳng gieo sầu
Người buồn cảnh có vui đâu bao giờ.

Ở khổ thơ thứ hai, hai chữ "Mình thương" đầu câu, và hai chữ "Thương Mình" cuối câu đã cho ta thấy rất rõ tình yêu tha thiết và rất đỗi dịu dàng của nhà thơ dành cho người mình yêu. Yêu là thế thương là thế, thế nhưng dù đã "chùm hum" viết cả triệu câu thơ nhưng vẫn không viết nổi một câu "Thương Mình." Tình yêu có một lực hút và sâu lắng kỳ lạ!

Mình thương, thương thiệt à nha
Dạ trao bên bển, ruột rà ngu ngơ
Chùm hum làm triệu câu thơ
Vẫn không làm nổi câu thơ thương Mình.

Tác giả không viết nổi hay chưa kịp viết, thì bây giờ "một nửa của mình" cũng không còn đọc, còn nghe được nữa rồi! "Mình thương", "Thương Mình". Ôi còn lời yêu nào tha thiết, đáng yêu hơn thế chăng!

Ở khổ thơ thứ ba, trong tâm tưởng của tác giả đã khắc sâu hình bóng người mình yêu và chỉ với mấy câu thơ ta đã hình dung ra hình ảnh một người phụ nữ duyên dáng mà tác giả đã dùng nghệ thuật nhân cách hóa - cỏ cây thì nũng nịu nũng na, mây thì ỏn ẻn mượt mà để miêu tả:

Cỏ cây nũng nịu nũng na
Và mây ỏn ẻn mượt mà bóng duyên.

Nỗi nhớ, nỗi thương chất đầy trong vô vọng mà không thể san sẻ cùng ai. Nên bất chợt thấy điều gì tác giả cũng có thể liên tưởng đến người mình yêu:

Thấy nhãn lồng, nhớ chim quyên
Lia thia nhớ chậu, nhân duyên... nhớ mình.

Ở khổ thơ thứ tư, tạo hóa ơi sao bày chi cảnh trớ trêu để đôi lứa phải chia lìa, trái ngang đến vậy:

Nhớ mình, nhớ lá trầu cay
Cay cay lại nhớ cau kia... nhớ trầu.

Hai câu cuối của khổ thơ này làm tôi nghẹn ngào khi liên tưởng tới nước mắt người của đàn ông gởi những giọt nhớ, giọt thương vào bóng đêm đến người mình yêu:

Nhớ trầu, cau có khóc đâu
Mà sao ướt cả canh thâu với tình.

Ở khổ thơ thứ năm, câu thơ thứ hai đọc thoáng qua cứ tưởng tâm hồn tác giả đã lắng xuống và chấp nhận cái "phận mỏng" phũ phàng mà duyên nghiệp đã dành cho để cùng nắm tay bước lên con "Thuyền chung." Ngờ đâu, "Phận mỏng. Đôi đàng bụi tro." Âm dương chia cắt. Đau quá, xót quá! Sự cô độc khiến cho dù người đàn ông có cứng cõi đến đâu cũng phải rũ xuống trong bi thương đến tột cùng:

Thương ai, vạc đứng buồn xo
Nhớ ai, bìm bịp co ro kêu chiều.

Ở khổ thơ cuối, với tâm trạng bi thương, tưởng rằng lên chùa sẽ tìm được sự bình an, chia sẻ nhưng Phật kia cũng chỉ là những bức tượng buồn thiu, trơ cứng. Tôi là người Công giáo, không am hiểu nhiều về đạo Phật nhưng có nhớ một câu rằng:

"Phật tại Tâm"

Có lẽ tác giả cũng đã nghĩ thế chăng, nên...

Ngó tâm, thấy Phật chắt chiu cội tình

"Cội tình" phát xuất từ tâm nên tác giả đã "Ngó tâm..." để thấy tình yêu được "chắt chiu" và bám rễ trở thành nguồn cội "vãng sinh":

Cội tình mọc cõi vãng sinh

Dẫu biết "Cội tình mọc cõi vãng sinh" nhưng nỗi nhớ nỗi thương trong ông vẫn trĩu nặng nên tâm ông chưa tịnh, phiền não chưa thoát, để:

Khuya khuya giỡn bóng ghẹo hình. Mình ơi!

Bằng câu thơ kết quá đỗi xót xa, thê thiết. Và tôi, đã không đọc nổi hai chữ "Mình ơi!" vì nước mắt đã nhòe theo tiếng kêu của ông!

Bài 3:
LẬT TRANG KINH TỤNG CHỮ TÌNH

Đây là một trong những bài có trong tập thơ *"Lục Bát Phương Tấn"* mà tôi đã khóc nhiều nhất. Chỉ vỏn vẹn 6 khổ thơ gồm 12 cặp lục bát cho cả một câu chuyện tình so ra là quá ít để có thể diễn đạt hết những gì cần bày tỏ.

Từ những câu thơ êm ái nhẹ nhàng đi dần đến những câu thơ đau đớn xót xa đã đưa tôi vào một câu chuyện tình đẹp nhưng lại có một cái kết đau thương khôn cùng:

Tung tăng gió giỡn cùng mây
Chao ôi nắng trải thơm đầy dạ ai!

Í a, bậu quýnh quên cài
Để thương lồ lộ. Mối mai thập thò.

Khổ thơ thứ nhất là khoảng thời gian đẹp nhất của đôi trai gái yêu nhau thuở còn trong trắng thơ ngây. Tình yêu đã làm cô gái "quýnh quáng" không dấu được niềm thương nhớ trong ánh mắt, và thế là trái tim chàng trai đã tan chảy. Rồi họ đã bỏ lại danh lợi hư vinh để đổi lấy những tháng ngày hạnh phúc bên nhau.

Qua đây cũng có quạt mo
Bậu cười xin đổi ba bồ chín trâu

Qua rằng qua chẳng lấy trâu
Bậu ơi lấy bậu tình sâu là tình!

Sang khổ thơ thứ hai với những câu từ đậm chất dân dã dễ thương, tác giả đã vẽ nên một bức tranh tình yêu tuyệt vời. Thế nhưng cuộc đời có ai học hết chữ ngờ. Khi tình yêu của họ đã đơm hoa kết trái. Họ hân hoan mong chờ ngày đứa con bé bỏng chào đời. Thì bỗng đâu trời đất sụp đổ cùng chuyến xe định mệnh tang thương.

Dưng không núi đứng chết trân
Còn sông khóc mướt. Cõi trần ngộ ghê!

Bậu ơi hết bậu ngồi kề
Thơ qua đắng ngắt. Đi. Về. Lạnh tanh.

Ở khổ thơ thứ ba này tác giả đã bất chợt đưa người đọc vào một bước ngoặt khiến người đọc hụt hẫng xót xa. Đọc đến đây thì cảm xúc tôi vỡ òa. Núi đứng chết trân có lẽ cũng không ví được với tâm trạng người đàn ông đã chết lặng khi nhận được hung tin người thương yêu nhất của mình đột ngột lìa xa cuộc đời này. Nước mắt nào cho đủ để khóc thương cho người đã khuất và nước mắt nào còn đủ để khóc cho người ở lại.

Sông khóc mướt còn tôi thì nức nở nghẹn ngào. Tim tôi thắt lại như có bàn tay ai đang bóp lấy và xiết chặt. Tai tôi như vang lên tiếng kêu cứu và đôi mắt tuyệt vọng kinh hoàng của người mẹ trẻ với đứa con sắp chào đời trong bụng như cuồng quay trong đầu tôi.

Chỉ còn vài ngày nữa thôi... Cao xanh ơi có thấu cho nỗi đau thương tột cùng này. Tôi cũng chết điếng và như rơi vào một cõi mông lung vô tận.

Vì đâu nên nông nỗi để một người phụ nữ đã đến ngày nở nhụy khai hoa phải dấn thân trên những chuyến đi dài để kiếm tiền sanh con. Vì đâu mà đồng bào tôi phải gánh chịu bao đắng cay cơ cực. Vì đâu mà những con người tài hoa phải vất vưởng lắt lay giữa bể đời. Những tháng ngày ấy tôi còn là một đứa bé con. Tuy chưa cảm nhận được sự khổ cực nhưng cái đói đã ám ảnh tôi cho tới ngày hôm nay.

Vì mưu sinh, người mẹ sẵn sàng làm tất cả vì con mình, nhưng định mệnh trớ trêu đã lấy đi sinh mạng của cả người mẹ và đứa con còn chưa kịp cất tiếng khóc chào đời.

Im nghe cây cỏ càu nhàu
Chim uyên chắc lưỡi dàu dàu bóng xuân

Cớ chi đậu nhánh trầm luân
Bậu kêu dáo dác tình quân điếng lòng.

Với một tâm hồn mong manh đôn hậu như nhà thơ Phương Tấn. Tôi tự hỏi làm sao ông có thể vượt qua và tồn tại sau biến cố đau thương này. Định mệnh quá nghiệt ngã đã đem đến nỗi mất mát quá lớn này cho ông. 36 năm giữ kín trong lòng, nay nhà thơ đã "đổ lòng ra giấy," chia sẻ nỗi đau cùng chúng ta qua LẬT TRANG KINH. TỤNG CHỮ TÌNH:

Lật trang kinh. Tụng chữ Tình
Vạn trang kinh mỗi chữ Mình. Mình ơi!

Bậu đi bỏ bóng bỏ đời
Bỏ qua hiu quạnh bỏ trời quạnh hiu.

Tôi đọc mà khóc rưng rức như một đứa trẻ. Hình bóng người vợ thân yêu đã lấp đầy vạn trang kinh. Và hình ảnh một người đàn ông cô đơn ngồi với cuốn kinh mà nước mắt nhạt nhòa khiến tôi không kìm nén được cảm xúc của mình. Lời kinh nào có thể xoa dịu cho tâm hồn nứt toác được an yên. Lời kinh nào có thể trả lại những những dấu yêu đã mất, ngoài mỗi chữ "Mình. Mình ơi!"

Núi cao. Cao tít, tít xa
Tịnh không. Đá nở nụ hoa bồ đề

Lành thay! Bụi phủ sông mê
Ô hay thuyền ngộ. Bốn bề là không.

Sách Phật có câu: *"Nước mắt chúng sanh nhiều hơn bốn biển."* Có lẽ trong đó có cả nước mắt của nhà thơ Phương Tấn trong 38 năm qua. Bấy lâu, ông như con thuyền trôi trên sông phủ đầy phiền não, nay con thuyền đã vượt qua cơn mê dài và ngộ ra "bốn bề là không" của thế gian. Tâm hồn ông đã bình an, thanh tịnh. Nụ hoa bồ đề đã nở ngay trong tâm hồn đá lạnh, cô độc của ông.

Tôi đã đọc nhiều, rất nhiều những bài thơ từ ngũ ngôn đến những thể loại thơ khác của nhà thơ Phương Tấn. Tất cả đều mang một nỗi buồn thăm thẳm. Trước đây, qua tập thơ *"DI BÚT CỦA MỘT NGƯỜI CON GÁI"* với bút hiệu *Thái Thị Yến Phương* vỏn vẹn 16 bài thơ làm từ những năm 15, 16 tuổi trong thận phận của một cô "gái điếm" - nhà thơ Phương Tấn đã lấy đi không biết bao nước mắt của người đọc và bút mực của báo chí thời bấy giờ.

Và bây giờ qua tập thơ *LỤC BÁT PHƯƠNG TẤN* của ông với một phong cách, một giọng điệu rất riêng. Những con chữ bình dị nhưng hàm xúc, những hình ảnh thật đẹp nhưng lạ lẫm. Cuốn hút tâm hồn tôi bay về một nơi nào đó thật xa. Nơi mà khổ đau, phiền não tưởng chừng bám víu vào từng chữ, từng câu trong thơ ông. Nhưng thật ra càng đọc, càng ngẫm hóa ra nó đã buông xả, giải thoát khỏi tâm ông. Chỗ cuối trong thơ ông chỉ còn là chỗ cho cảm xúc sẻ chia, yêu thương tỏa sáng, và nồng nàn, sâu thẳm bao dung.

Lành thay! Bụi phủ sông mê
Ô hay thuyền ngộ. Bốn bề là không.

Nhà thơ **Bùi Mỹ Dung**
(Sàigòn tháng 6 năm 2021)

LÊ TRIỀU ĐIỂN

PHƯƠNG TẤN VÀ THƠ

Sau một thời gian dài gia đình Phương Tấn định cư ở Mỹ, vợ chồng tôi lại có dịp hội ngộ với anh nhân dịp ra mắt tập san Quán Văn số giới thiệu về nhà thơ hải ngoại Phương Tấn tại Thành phố HCM.

Hơn bốn mươi năm không gặp nhau, giờ gặp lại anh vẫn như xưa, đĩnh đạc trầm tĩnh, luôn vui vẻ chân tình cùng bè bạn văn nghệ. Chúng tôi cùng một thế hệ tuổi trẻ trong thời chiến, trôi nổi lăn lóc khắp nơi, gặp nhau bằng tình đam mê văn học nghệ thuật.

Phương Tấn là một chàng trai tài năng, một tâm hồn đa cảm, một nhà thơ Việt Nam mạnh mẽ cháy bỏng tình yêu, đã từng tổ chức đọc thơ tình trên đất Mỹ trong thời gian anh du học ở Mỹ. Trở về Đà Nẵng anh tập hợp bạn bè văn nghệ, liên tục gặp gỡ anh em, tổ chức tập san văn nghệ, liên tục ra các ra các tập san SAU LƯNG CÁC NGƯỜI, NGÔN NGỮ, CÙNG KHỔ... quy tụ những cây bút văn học đương thời của Đà Nẵng như Cung Tích Biền, Hà Nguyên

Thạch, Luân Hoán, Chu Tân, Phan Nhự Thức, Phạm Quốc Bảo, Đoàn Minh Hải... chăm lo bài vở, chi phí, in ấn, phát hành, nhà thơ Đoàn Minh Hải, Nguyễn Phan Duy hỗ trợ đóng góp nuôi dưỡng.

Trong không gian u ám của chiến tranh khốc liệt với tình yêu văn học nghệ thuật đời sống tuổi trẻ trong thời nhiễu loạn nhà thơ Phương Tấn đã đổ hết tâm huyết gây dựng một không gian văn nghệ sáng tạo về một vùng đất mà nhà thơ trẻ đã yêu với tình yêu nhiệt huyết nồng nàn với cuộc sống, với những câu thơ về tình yêu tuổi trẻ tác phẩm *THƠ TÌNH CỦA MỘT THI SĨ VIỆT NAM TRÊN ĐẤT MỸ* năm 1970 khi anh đi du học ở Mỹ, *KHỔ LUỴ* năm 1971, *HÒA BÌNH TA MƠ THẤY EM* năm 1972.

Thơ Phương Tấn còn là những nỗi trăn trở muộn phiền của phận người trong cuộc chiến. Nhưng ấn tượng với tôi nhất là những câu thơ về Mẹ và mỗi lần nhắc về Mẹ là anh lại rơm rớm nước mắt, đó là tình yêu to lớn mà anh dành cho Mẹ, cho quê hương đất nước:

À ƠI

Mẹ buồn
quên bẵng
tiếng kêu
Và con
thấp thỏm
trớ trêu
phận đời
Quê mình
ma đậu
à ơi
À ơi
ma đậu
rạc rời
xương phơi

Đặc biệt là bài thơ *THƯA MẸ* làm rung động lòng người:

THƯA MẸ

Con lột mũ cởi giày và tháo mép
Những chua ngoa xin mắc lại cho đời
Nay trở ngựa rầu rầu qua lưng mẹ
Thân cũng tàn con gõ lấy mà chơi.

Xin đừng hỏi e một lời cũng mỏi
Tưởng tàn kia bòn mót hết xương da
Con ngồi gỡ trăng phơi trong mắt lạnh
Lấy nắng chiều hong một chút sầu khuya.

Cho được thở hơi bay trong kẽ lá
Chút lòng vui đậu xuống mép sương chiều
Chút gió nổi lấy hồn trong bãi đá
Hồn nghêu ngao cùng bầy lệ chắt chiu.

Cho được nói lời bay trong kẻ nón
Lời reo vui lách tách vỗ quanh vành
Chân cát bụi xin quỳ trong mắt mẹ
Thân đã vàng hay nắng đã vàng hanh.

Con sẽ thở hơi con trong vú mẹ
Tí bi ai khẽ động mé chân đời
Chim lẽ bạn chơi mỗi mình quạnh quẽ
Chạm tiếng kêu, ngại Chúa cũng chơi vơi.

Thôi đà mỏi, con vui lòng trở ngựa
Tương tàn kia bòn mót hết xương da
Chiến tranh kia vẫn nằm ve vuốt lửa
Vuốt lưng người đất xé vuốt lưng cha.

Thôi đà mỏi,con vui lòng trở ngựa
Thân tong teo dắt dạ chắt chiu về
Thêm chút gạo chút lửa cười trong bếp
Chút bao dung lốp bốp vỗ trong con.

Mẹ so đũa gắp lòng reo trong mắt
Gắp một đời rớt xuống chén cơm con.

Mấy mươi năm xa nhau giờ gặp lại, Phương Tấn vẫn tràn đầy tình cảm và nhiệt huyết, anh tặng cho tôi những tập thơ mới in thật đẹp và sang trọng. Chúng tôi giờ không còn trẻ trung nhưng máu văn nghệ vẫn tràn đầy, những bài thơ của Phương Tấn giờ đã lan tỏa khắp nơi, trong tâm trí của bạn bè và những người yêu thơ. Chúc mừng anh người đã từng đọc *"Thơ tình của một thi sĩ Việt Nam trên đất Mỹ"* cách nay hơn năm mươi năm, Thơ anh vẫn tiếp tục tuôn chảy trên dòng sông văn nghệ, vượt qua sự nghiệt ngã của cuộc sống và thời gian.

Họa sĩ **Lê Triều Điển**
(Sàigòn tháng 4-2024)

TRẦN THOẠI NGUYÊN

PHƯƠNG TẤN ĐÃ LÀ MỘT HIỆN TƯỢNG TRÊN THI ĐÀN CỦA NỀN ĐỆ NHẤT CỘNG HÒA NGAY KHI CÒN NON TRẺ

Năm 1961 tôi vừa học xong bậc tiểu học, dù đã biết tập tễnh làm thơ thậm chí làm thơ Đường luật theo bày vẽ của ông Nội, nhưng chưa biết chi về báo chí ở Thủ đô Sài Gòn mà thi sĩ Phương Tấn đã có những bài thơ hay, lạ đời đến như thế, được báo chí ở Thủ đô ca ngợi đến như thế!

"*... Chính vì bị vây phủ bởi những hình ảnh thù nghịch nhưng mà lại không còn tìm được một tình thương yêu, một nơi ẩn náu cho tâm hồn, nên người trẻ tuổi của chúng ta rơi vào một cơn ác mộng hãi hùng. Trong đó, thế giới biến thành tha ma, phố phường là nghĩa địa. Thật vậy, một khi quanh mình không còn một tình thân nào nữa, thử hỏi khoảng cách biệt giữa sống và chết có ra gì? Phương Tấn đã phác họa cảnh tượng kinh hoàng ấy trong những vần thơ mang nhiều hương sắc điên dại và nổi loạn...*" (Năm 1961, Tạp chí Gió Mới số 6)

"*... Tôi có cảm tưởng nhìn thấy nét mặt tuyệt vọng của người viết những câu thơ trên. Ai oan ai oán thay những tiếng thơ khóc cho thế kỷ điêu linh. Phương Tấn đến với chúng ta qua những tiếng đau thương ghê gớm...*" (Năm 1961, Tuần báo Văn Nghệ Tiền Phong số 129)

"*... Phương Tấn đã có thơ đăng trên Văn Nghệ Tiền Phong và khuynh hướng lúc nào cũng đi tìm những nguồn cảm hứng có ít nhiều kỳ lạ. Tuy nhiên lời thơ của Phương Tấn thường lại rất đơn sơ, dễ dàng. Tất cả những thứ ấy tạo thành nét thơ đặc biệt của tác giả.*" (Năm 1962, Tuần báo Văn Nghệ Tiền Phong số 152)

"*... Chỉ bốn câu thơ đủ phác họa một cảnh lõa lồ giữa người con gái bán xác thịt với khách làng chơi. Tôi đã đọc bốn câu thơ này của Thái Thị Yến Phương say mê như những câu thơ của Nguyễn Du tả cảnh Kiều bán mình." (Năm 1963. Tuần san Tinh Hoa số 11)*

"*... Thiên tài thăm thẳm ở chiều sâu. Tôi nghĩ Thái Thị Yến Phương có thể thuộc vào loại sau này. Không phải ngay ở vài bài thơ. Dĩ nhiên. Nhưng khởi hành ở bài thơ thứ nhất với hơi thơ thoảng mùi gió lạ, Phương có đà để đi xa trên lối vạch ra cho mình. Và tôi tin, mong ở Phương những đợt hứng khởi tiếp theo*". (Năm 1968, Nguyệt san Quyết Thắng số 6)

Phải nói Thơ Phương Tấn đã là một hiện tượng trên thi đàn của nền Đệ Nhất Cộng Hòa ngay khi còn non trẻ!

Hôm gặp anh Phương Tấn ở Quán cà-phê Hoa Vàng cùng anh Phạm Thiên Thư năm 2017, tôi có nhắc lại thời anh Phương Tấn dạy học ở TP Biên Hòa, Đồng Nai thì thi sĩ Nguyễn Tất Nhiên là lứa học trò của anh! Và tôi có nói...

Tiếc quá, không hiểu vì sao sau những năm ấy đời thơ tài hoa Phương Tấn không bay lên những đỉnh ngọn của nền thi ca Việt!?

Những năm đó, dù ở Quảng Nam của tỉnh lẻ miền Trung xa xôi, thơ Phương Tấn đã vang danh nổi tiếng ở Thủ đô Sài Gòn mà những năm tháng liền sau đó lại lặng lẽ, không sôi động trên thi đàn miền Nam.

Tôi rất quý anh Phương Tấn, vẫn thường tâm tình với anh, tôi như lớp đàn em của anh, như tôi với các anh Bùi Giáng, Thanh Tâm Tuyền, Du Tử Lê, Phạm Công Thiện, Phạm Thiên Thư... vậy!

"Có khúc quanh định mệnh nào của đời thơ tài hoa Phương Tấn không anh!?"(*)

Nhà thơ **Trần Thoại Nguyên**
(Sàigòn 2017-2024)

(*) Phương Tấn trả lời nhà thơ Trần Thoại Nguyên:

Trần Thoại Nguyên bạn tôi,

Trần Thoại Nguyên đã hỏi tôi câu này hôm ở Quán cà-phê Hoa Vàng với Phạm Thiên Thư năm 2017, tôi chỉ cười im lặng. Sự im lặng là câu trả lời trọn vẹn nhất của tôi. Nay, Trần Thoại Nguyện nhắc lại. Tôi cũng sẽ im lặng nếu Trần Thoại Nguyên còn cùng tôi trong cõi thế gian này, nhưng Trần Thoại Nguyên đã rời xa cõi tạm, tôi xin bộc bạch, hẳn là nơi ấy bạn sẽ hiểu:

Năm 14 tuổi – những bài thơ đầu tiên của tôi đăng trên tuần báo Tuổi Xanh, năm 15 tuổi trên tạp chí Gió Mới, năm 16 tuổi trên bán nguyệt san Phổ Thông, Thời Nay, Bách Khoa, Mai... Cũng năm 16 tuổi và những năm kế tiếp những bài thơ của Phương Tấn ký dưới bút hiệu Thái Thị Yến Phương trong thân phận một cô gái điếm đã gây bút chiến trên nhiều tờ báo và những người cầm bút.

Năm 22 tuổi tôi vào lính. Năm 23 tuổi tôi du học Mỹ 2 năm. Năm tôi 25 tuổi, Giáo sư Tam Ích trên Tạp chí Đời Mới số 43 Xuân Tân Hợi trong bài Hoa Gấm Và Ngôn Ngữ Dân Tộc đã viết:

"...Nói về nhạc tính lạ, ý và lời tuyệt tác thì tôi cầu nguyện cho các văn - thân - hữu đọc những bài sau này mà tôi đã được đọc trong tạp chí Thời Nay. Đây là ba nhà thơ Nhất Uyên, Phan Trần và Phương Tấn, thơ thì tuyệt! Nhạc tính: độc đáo! Nhịp thơ: hiếm! Từ, tứ, ý thơ. Riêng tôi, lần thứ nhất tôi mừng được thưởng thức thơ. Tôi lẩn thẩn nghĩ: cần gì phải làm trăm nghìn câu thơ, cần gì phải in tới nhiều tập thơ! Một bài thơ! Một sắc diện màu sắc và âm thanh! Tôi cầu nguyện cho có người bắt chước được từ thơ, tứ thơ, ý thơ, mạch thơ ấy."

Và cũng năm 25 tuổi (1971-1075) trước một cuộc nội chiến tương tàn, một quê hương dày đặc quân đội nước ngoài, xã hội nhiễu nhương, đồng bào khốn khổ... tôi vẫn làm thơ nhưng không hề nghĩ *"đời thơ tài hoa Phương Tấn có bay hay không bay lên những đỉnh ngọn của nền thi ca Việt!?"* Trái lại, những "đỉnh ngọn" của tôi thời gian ấy, năm tháng ấy là đổ hết khát vọng trong thơ văn của tôi vào một hoài bão... Thành viên tích cực trong hai phong trào Hướng Đạo và Du Ca Biên Hòa, tiếp tục phát triển Phong trào NGƯỜI TRẺ VIỆT NAM – Phụng sự Văn hóa và Xã hội mà tôi đã khởi xướng tại Mỹ năm 1970, thực hiện những tờ báo "dấn thân" - tiếng nói của lớp Người Trẻ Việt Nam, in các tác phẩm của chình mình, lấy tiền lời thực hiện các công tác xã hội như cứu giúp đồng bào cùng khổ trong các trại tị nạn, cứu giúp trẻ em lang thang, cơ nhỡ, trao học bổng toàn niên trung học cho các em học sinh nghèo hiếu học miền Nam, lập Làng Cô Nhi Thương Yêu, mua đất xây dựng Trung tâm Sinh hoạt Thanh Thiếu Niên Việt Nam. Đó chính Đạo là Đường mà Mẹ tôi đã dạy tôi phải đi trong những lá thư Mẹ gửi.

Những tạp chí Sau Lưng Các Người, Ngôn Ngữ, Cùng Khổ do tôi chủ trương đã ra đời. Phong trào Anh Em Người Trẻ Việt Nam đã phát triển. Bút ký Hòa Bình Ta Mơ Thấy Em đã xuất bản và tái bản. Tiền bán sách lời trên một triệu đồng đã có. Tôi đã thực hiện được mọi việc theo tâm nguyện đến đồng bạc cuối cùng từ tiền lời bán sách, nơi cuối cùng là Trại Tị Nạn Bà Rịa-Vũng Tàu cho đến tận cuối ngày 30 tháng 4 -1975. Tôi chỉ tiếc và buồn đứt ruột vì "đường đi không đến" của tôi và "Anh em NGƯỜI TRẺ VIỆT NAM" bởi cuộc nội chiến tàn khốc đã thiêu rụi hoài bão mua đất lập Làng Cô Nhi Thương Yêu và Trung tâm Sinh hoạt Thanh Thiếu Niên Việt Nam theo tâm nguyện.

Trần thoại Nguyên bạn tôi,

Cho đến nay, trên 60 tờ báo tôi đã cộng tác, trên hai ngàn bài thơ còn để lại, trên 100 bài viết của văn nghệ sĩ cầm bút và báo chí miền Nam nói về thơ Phương Tấn từ thuở ấy đến bây giờ. Qua lời bày tỏ chí tình của tôi hôm nay, tất cả đã giải đáp cho Trần Thoại Nguyên: *"Có khúc quanh định mệnh nào của đời thơ tài hoa Phương Tấn không anh!?"*

BÙI THANH XUÂN

ĐỂ NHẶT ĐƯỢC "NGỌC" NHƯ TÁC GIẢ THÌ CÒN XA LẮM

Thật khó để viết lên lời cảm nhận về một tác phẩm của người nổi tiếng. Cầm tập thơ trên tay, bìa trang nhã, những trang giấy cứng, mười sáu bài thơ và những bài bình luận của nhiều người nổi tiếng từ cái thời xa lắc, nửa thế kỷ trước nói về tâm trạng một cô gái bán hoa, về tác giả, một người nổi tiếng: Thái Thị Yến Phương.

Không đọc hết, tôi đặt tập thơ trên bàn con gái và nói *"Con đọc đi, cảm nhận và nói cho Ba biết về những bài thơ của chàng trai mười sáu tuổi trong thân phận một cô gái..."* Ngày thứ ba tôi lấy lại tập thơ và đọc. Cô gái xuân thì có cái tên rất "cung đình" như hiện ra trước mặt mình. Khuôn mặt u buồn, cam chịu, những giọt nước mắt âm thầm khóc trong đêm khuya:

"Bầy ác điểu xua vào hồn cào cấu
Mủ bong đầy trên da thịt người ơi
Năm tháng còn chi năm tháng rả rời
Từng sớm từng khuya chong đèn nằm khóc."

Mười sáu bài thơ, mười sáu nỗi đau khác mà giống nhau, mười sáu nỗi buồn trong một thân phận con người. Vậy thôi.

Khi tôi còn là cậu bé bảy, tám tuổi đã biết âu lo mỗi đêm nghe tiếng bom đạn xa xa vọng về, khi những xe quân sự ngập tràn phố xá, lính Mỹ da trắng, da đen mặc áo trận hòa cùng màu da vàng lang thang trên phố, cũng là lúc những nhà thổ mọc lên khắp nơi.

Những chị gái xinh đẹp phấn son váy ngắn xuất hiện trước nhiều ngôi nhà mái tôn lụp xụp dưới cái nhìn khinh miệt của người đời. Quá non nớt để cảm nhận về thân phận mỗi con người, thơ Thái Thị Yến Phương đã có mặt trên nhiều tạp chí ở miền Nam, có thể đã góp phần thay đổi cách nhìn, suy nghĩ của nhiều người về các cô gái bán hoa. Tôi cảm nhận được điều này. Chỉ có là Thái Thị Yến Phương, Phương Tấn, chàng trai còn quá trẻ cảm nhận cái đau của họ giữa thời binh lửa.

Thú thật, tôi chưa hề đọc những bài thơ *"Di Bút Của Một Người Con Gái"* cho đến khi, sau nửa thế kỷ được xuất bản, cầm tập thơ chậm rải đọc từng trang.

Trở về nhà sau ly cafe sáng, con gái nhìn tôi thảng thốt. Cái thảng thốt không phải bởi tại tôi mà là mười sáu bài thơ của Thái Thị Yến Phương: *"Ba! Thế hệ Ba lạ quá, có thể nào mười sáu tuổi mà có được những suy nghĩ, người lớn chưa chắc có được. Những bài thơ có thể làm người ta khóc..."* Có thể làm người ta khóc, chắc chắn vậy rồi.

Con người sinh ra có số phận khác nhau, may mắn và bất hạnh. Điều tôi muốn nói là cái tài hoa, cái tâm, lòng nhân từ của tác giả, chàng trai mười sáu tuổi sống trong thời loạn ly đã biết cúi mình xuống thật thấp, cảm nhận và tìm thấy ngọc trong "rác rưởi" cuộc đời.

Tôi đã viết vài ba truyện ngắn về gái bán hoa, nhưng để nhặt được "ngọc" như tác giả thì còn xa lắm.

*Nhà văn **Bùi Thanh Xuân***
(Đà Nẵng 2018)

TRƯƠNG VĂN BẢO

Cảm Nhận Về Chân Dung Văn Học Nhà Thơ Phương Tấn

Nhiều sách, báo trong nước và hải ngoại đã viết về nhà thơ Phương Tấn. Tôi với nhà thơ Phương Tấn là anh em, anh Phương Tấn hơn tôi bốn tuổi, duyên hội ngộ với nhau qua văn học, nghiên cứu võ thuật, dịch thuật trong nước và nước ngoài.

Nhà thơ Phương Tấn tên thật là Nguyễn Tấn Phương, sinh năm 1946 tại Đà Nẵng, hiện sống tại Hoa Kỳ. Anh sáng tác và đăng báo rất sớm từ khi còn là học sinh 14 tuổi (1960) cho đến nay, anh sáng tác đa năng, biên soạn tài liệu về nhiều lãnh vực, đóng góp tích cực, hữu ích cho nền văn học và võ thuật nước nhà.

Ngày 28 tháng 5 năm 2023, tập san Quán Văn số 96 thực hiện chuyên đề *"Chân Dung Văn Học Nhà Thơ Phương Tấn"*. Buổi tổ chức ra mắt, hội tụ khá đông các nhà văn, nhà thơ hoạt động văn học nghệ thuật từ trước năm 1975 đến nay cùng bạn đọc Quán Văn và anh chị em yêu thơ Phương Tấn.

Anh Phương Tấn trò chuyện: "*Thơ không là hình tướng. Thơ chính là tâm hồn, là máu huyết, là cảm xúc, là ngôn ngữ rất thật của chính tôi. Tôi không là nhạc sĩ, tiết tấu và nhịp điệu có trong thơ vì đó là thơ. Tôi không là văn sĩ, mảnh đời và tâm trạng có trong thơ vì đó là thơ. Tôi không là họa sĩ, màu sắc là sắc màu của nội tâm và cuộc sống vì đó là thơ. Tôi không là nhà viết sử, thơ oằn mình đớn đau cùng quê hương điêu linh vì đó là thơ. Đừng hỏi tôi thơ là gì vì đó là thơ. Tôi cảm xúc, thoát hồn và ngôn ngữ thơ tràn ra giấy... vì đó là thơ, Thơ Phương Tấn*".

Ngùn ngụt buồn xua lên mắt xanh
Mộ kia sầu đọng lá chia cành
Kìa trông tóc trắng nghìn đêm trắng
Hoa đã tàn, xuân cũng tàn canh.
(Phương Tấn - 1963)

Nhưng trong sâu thẳm tâm hồn và những kỷ niệm trân trọng dành cho Nhà thơ Phương Tấn đối với tôi còn có cả một phương trời võ thuật. Nhà thơ Phương Tấn viết cuốn sách để đời đặc sắc mang tính hàn lâm, tựa đề "*Những Người Mở Đường Đưa Võ Việt Ra Thế Giới*" (Pioneers who have paved the way for Vietnamese martial arts to the world). Sách được viết bằng ba ngôn ngữ Việt-Anh-Pháp. Có lẽ cho đến bây giờ tại Việt Nam chưa có một tác phẩm võ thuật nào công phu và hữu ích như thế. Sách được Nhà xuất bản Văn hóa-Văn nghệ phát hành vào tháng 7 năm 2012 và tái bản lần thứ nhất vào tháng 9 năm 2014.

Người xưa thường nói "Văn là người" hay "Văn tức là người". Maksim Gorky, nhà văn kiệt xuất của nền văn học nước Nga vào thế kỷ 20, đưa ra khái niệm "*Văn học là nhân học*". Thật vậy, bản chất cuộc sống cũng chính là bản chất của con người mà văn học thể hiện sự rung động, cảm thông sâu sắc trong tâm hồn của con người với con người và thiên nhiên ở đỉnh cao chân-thiện-mỹ.

Cảm nhận của riêng tôi về anh Phương Tấn thì Nhà thơ Phương Tấn là hình ảnh của một *"Chân dung Văn học"* mà tôi hằng quý trọng và kính mến.

Nhà văn, võ sư **Trương Văn Bảo**
(Chủ tịch Liên đoàn Võ Cổ truyền Việt Nam tỉnh Lâm Đồng)
(Đà Lạt, 04-7-2023)

PHẦN V

THƠ PHƯƠNG TẤN
Bạn Văn, Báo Chí Và Dư Luận Theo Dòng Thời Gian
(Từ năm 1961 đến 2024)

TỪ NĂM 1961 ĐẾN 2024

* Tạp chí GIÓ MỚI (1961) * Tuần báo VĂN NGHỆ TIỀN PHONG (1961&1962) * Tuần san TINH HOA (1962 &1963) * Nhật báo TỰ DO (1963) * Nhà thơ NGUYỄN LỆ TUÂN (1966) * Nguyệt san QUYẾT THẮNG (1968) – Nhà báo Minh Phú * Diễn đàn CLB PHẤN THÔNG VÀNG SÀI GÒN – Nhà thơ Phổ Đức (1969) * NXB NGƯỜI TRẺ VIỆT NAM (1970) * BỘ THÔNG TIN – SỞ PHỐI HỢP NGHỆ THUẬT (1970) * Bán Nguyệt san PHỔ THÔNG (1971) * Tạp chí ĐỜI MỚI SỐ 43 - Giáo sư Tam Ích (1971) * Nhật báo SÓNG THẦN – Nhà báo Đynh Hoàng Sa (1972)* Nhà thơ PHẠM THIÊN THƯ (1987) * Nhà Sản xuất Âm nhạc QUANG QUANG - Nhạc sĩ Đynh Trầm Ca (1995) * Nguyệt san VĂN HỌC & VÕ THUẬT - Nhà báo, võ sư Từ Võ Hạnh (2012) * Tuần báo THỂ THAO VĂN HÓA – Nhà báo Văn Bảy (2013) * Nhà giáo, dịch giả LƯU NHƯ HẢI (2015) * Tiến sĩ, nhà giáo HOÀNG KIM OANH (2015) * Nhà thơ LƯU XÔNG PHA (2015) * Nhà thơ HẠ ĐÌNH THAO (2015) * Nhà thơ NGUYỄN THỊ ÁNH HUỲNH (2015) * Nhà thơ PHẠM NGỌC LƯ (2015) * Bạn đọc VO VI NGUYEN (2016) * Nhà thơ NGUYỄN NHÃ TIÊN (2017) * Nhà thơ, dịch giả THIẾU KHANH (2017) * Nhà thơ NGUYỄN THÀNH XUÂN (2017) * Nhà văn THẾ PHONG (2018) * Nhà báo NGUYỄN THIỆN (2018) * Nhà phê bình, nhận định thơ NGUYỄN XUÂN DƯƠNG (2019) * Nhà thơ XUÂN THAO (2019) * Nhạc sĩ LAM DUY * Nhà giáo, nhà thơ QUYÊN DI (2021) * Nhà thơ NGUYỄN VĂN THỨC (2023) * Nhà giáo LÊ CHUNG (2023) * Tiến sĩ, nhà giáo, nhà báo

NGUYỄN ĐẠI HOÀNG (2023) * Nhà văn, nhà thơ NGUYỄN CÔNG MINH (2023) * Nhà báo VƯƠNG HỒNG ANH (2024) * Nhà văn PHẠM VĂN NHÂN (2024)

*** Năm 1961.**
Tạp chí Gió Mới số 6:

NHỮNG VẦN THƠ MANG NHIỀU
HƯƠNG SẮC ĐIÊN DẠI VÀ NỔI LOẠN.

"... Chính vì bị vây phủ bởi những hình ảnh thù nghịch nhưng mà lại không còn tìm được một tình thương yêu, một nơi ẩn náu cho tâm hồn, nên người trẻ tuổi của chúng ta rơi vào một cơn ác mộng hãi hùng. Trong đó, thế giới biến thành tha ma, phố phường là nghĩa địa.

Thật vậy, một khi quanh mình không còn một tình thân nào nữa, thử hỏi khoảng cách biệt giữa sống và chết có ra gì? Phương Tấn đã phác họa cảnh tượng kinh hoàng ấy trong những vần thơ mang nhiều hương sắc điên dại và nổi loạn."

*** Năm 1961.**
Tuần báo Văn Nghệ Tiền Phong số 129:

AI OAN AI OÁN THAY NHỮNG TIẾNG THƠ
KHÓC CHO THẾ KỶ ĐIÊU LINH.

"... Tôi có cảm tưởng nhìn thấy nét mặt tuyệt vọng của người viết những câu thơ trên. Ai oan ai oán thay những tiếng thơ khóc cho thế kỷ điêu linh. Phương Tấn đến với chúng ta qua những tiếng đau thương ghê gớm."

*** Năm 1962.**
Tuần báo Văn Nghệ Tiền Phong số 152:

NÉT THƠ ĐẶC BIỆT CỦA PHƯƠNG TẤN.

"... Phương Tấn đã có thơ đăng trên Văn Nghệ Tiền Phong và khuynh hướng lúc nào cũng đi tìm những nguồn cảm hứng có ít nhiều kỳ lạ. Tuy nhiên lời thơ của Phương Tấn thường lại rất đơn sơ, dễ dàng. Tất cả những thứ ấy tạo thành nét thơ đặc biệt của tác giả."

*** Năm 1962.**
Tuần san Tinh Hoa số 2 - Nhà báo Hàn Tâm:

TIẾNG KÊU THẤT THANH
TRONG ĐÊM KHÔNG TRĂNG SAO

"... Chúng ta đã phiêu du trong vườn thơ Thái Thị Yến Phương – thế giới rặt u sầu và đầy tội lỗi – chúng ta không thể trách Thái Thị Yến Phương quá bạo dạn nói lên sự thật của một lớp người đang bị đào thải, hay đang được lành mạnh hóa mà chúng ta chỉ nên coi Thái Thị Yến Phương như một nhân chứng. "Tiếng nói" của Thái Thị Yến Phương là tiếng kêu thương cầu cứu. Hiểu như vậy, chúng ta mới đủ tình cảm đi sâu vào tâm hồn Thái Thị Yến Phương."

*** Năm 1963.**
Tuần san Tinh Hoa số 11 - Nhà báo Terèse Thùy Nhiên:

SAY MÊ NHƯ NHỮNG CÂU THƠ
CỦA NGUYỄN DU TẢ CẢNH KIỀU BÁN MÌNH.

"... Thì ra chỉ có chúng ta, chỉ có những người trót "làm thân con gái" như chúng ta mới có thể thông cảm nổi, mới có thể nhìn rõ những tủi sầu của nhau. Và có một tủi nhục nhất của "kiếp đàn bà" là bán thân cho người vì hoàn cảnh, vì cuộc đời hay vì trời bắt vậy. Thái Thị Yến Phương đã diễn tả được sự thực não nề chua chát đó:

Bầy con gái ngực phơi trần
Hồn ca biển loạn môi cười yến oanh
Ôm lênh đênh xác song hành
Môi hôn rướm máu chanh vanh bãi cồn.

Chỉ bốn câu thơ đủ phác họa một cảnh lõa lồ giữa người con gái bán xác thịt với khách làng chơi. Tôi đã đọc bốn câu thơ này của Thái Thị Yến Phương say mê như những câu thơ của Nguyễn Du tả cảnh Kiều bán mình.

*** Năm 1963.**
Nhật báo Tự Do - Nhà báo Người Xứ Huế:

NHỮNG ĐAU KHỔ ĐẾN DỒN DẬP.

"... Ta thấy những hình ảnh con người vô lương tâm - 'bầy ác điểu' - thi nhau xâu xé đời người con gái một cách tàn nhẫn, dã man. Những đau khổ đến dồn dập ứ đọng trong tâm hồn người con gái, làm nàng quằn quại không còn nhận ra đâu là thể xác với linh hồn. Tâm trạng ấy đã được Thái Thị Yến Phương lồng vào bức tranh tối tăm, đường nét sắc cạnh."

*** Năm 1966.**
Nhà thơ Nguyễn Lệ Tuân - Tập thơ "Quê Hương Máu Và Nước Mắt":

TÔI KHẼ GỌI TÊN THÁI THỊ YẾN PHƯƠNG TRONG TRÍ NHỚ.

"...Cách đây 3 năm, thơ Thái Thị Yến Phương xuất hiện hầu hết trên các nhật báo, tuần báo, tạp chí. Giới văn nghệ bắt đầu chú ý đến lối thơ độc đáo của Thái Thị Yến Phương. Nhà thơ đã thể hiện được nguồn rung cảm chua xót nghẹn ngào thân phận người con gái buôn hương bán phấn.

Và tôi thật sửng sốt khi hay tin Thái Thị Yến Phương đã từ trần tại "nhà thương thí Đà Nẵng." Vâng, một cái chết rất âm thầm và đau đớn. Thế là xong một thảm kịch của đời người. Ôi! Không còn một kiếp sống nào bi đát hơn mà người ta thường lên án: "Kiếp làm đĩ".

Phải chăng, chiến tranh tang tóc đã làm cho xã hội tan nát, lòng người ly tán cùng cực và xô đẩy con người vào bước đường cùng. Và tuổi trẻ bỏ ra ngoài cuộc sống để trở lại bản thể của mình. Một bản thể trơ trẽn trên nỗi đau nhọc nhằn của thời gian. Thái Thị Yến Phương tự xóa tên mình trong quyển sổ đời để rồi không còn nhìn thấy kiếp sống oằn oại trong máu lửa.

Trời Đà Nẵng vương nhiều nước mắt. Trên dòng sông một cánh hoa héo úa, tàn tạ trôi lênh đênh như số phận của con người mang trạng thái ngập lụt tâm hồn."

*** Năm 1968.**
Nguyệt san Quyết Thắng số 6 - Nhà báo Minh Phú:

THIÊN TÀI THĂM THẲM Ở CHIỀU SÂU.

"... Trong lúc giá trị quy kết nơi hiếm hoi, cô đọng. Thiên tài thăm thẳm ở chiều sâu. Tôi nghĩ Thái Thị Yến Phương có thể thuộc vào loại sau này. Không phải ngay ở vài bài thơ thơ thứ nhất. Dĩ nhiên. Nhưng khởi hành với hơi thở thoảng mùi gió lạ, Phương có đà để đi xa trên lối vạch ra cho mình. Và tôi tin mong ở Phương những đợt hứng khởi tiếp theo.

... Chỉ còn đây những bài thơ thứ nhất của Phương, hơi gió đầu mùa của một tiết trời lạ lắm. Nhưng tiết trời ấy không bao giờ có nữa, khi con người có thể làm nên một thời tiết đó đã vĩnh viễn ra đi."

*** Năm 1969.**
Diễn đàn CLB Phấn Thông Vàng, Sài Gòn - Nhà thơ Phổ Đức:

ĐÂU PHẢI AI CŨNG LÀM THƠ HAY
NHƯ THÁI THỊ YẾN PHƯƠNG.

"... Theo thiển ý của tôi, thi nhân là người bị hoàn cảnh dồn đến cùng cực thêm với khả năng của trời cho mà người ta thường gọi là thiên tư để trở thành thi sĩ.

Hàng vạn người hỏng thi đâu phải ai cũng trở thành thi sĩ như Tú Xương. Trong số những người bị "hủi" đâu phải ai cũng làm thơ để trở thành thi sĩ như Hàn Mặc Tử. Trong số hàng triệu cô gái lầu xanh đâu phải ai cũng làm thơ hay như Thái Thị Yến Phương."

*** Năm 1970.**
NXB Người Trẻ Việt Nam - Tập thơ Khổ Lụy:

PHƯƠNG TẤN, MỘT KHOẢNG ĐỜI
THÊ THẢM ĐẾN LẠNH NGƯỜI.

"... Khổ Lụy, tập thơ thứ hai của Phương Tấn. Hầu hết những bài trong tập này được viết trước năm 20 tuổi. Tập thơ được in ra như để thu vén một khoảng đời xót xa của quê hương, của cơn bệnh cùng sự đìu hiu tuyệt cùng của Phương Tấn, một khoảng đời thê thảm đến lạnh người."

*** Năm 1970.**
Bộ Thông Tin / Sở Phối Hợp Nghệ Thuật Việt Nam - Quyết Định:

CẤM XUẤT BẢN TẬP THƠ "KHỔ LỤY".
HỒ SƠ GHI RÕ:

"... Thơ Phương Tấn chán nản vì chiến tranh, vì tang tóc, vì bị trị..."

(Dù không có giấy phép nhưng tập thơ "Khổ Lụy" vẫn được Nhà xuất bản "Người Trẻ Việt Nam" in và phát hành rộng rãi trong năm 1971).

*** Năm 1971.**
Bán nguyệt san Phổ Thông số 241:

ĐÊM ĐỌC THƠ
CỦA MỘT NHÀ THƠ TRẺ VIỆT NAM TRÊN ĐẤT MỸ.

"... Mồng một Tết VN 1971 tại Mỹ, nhóm "Người Trẻ Việt Nam" ở Mỹ đã tổ chức một đêm đọc thơ và phát hành tập thơ "Thơ Tình Của Một Thi Sĩ Việt Nam Trên Đất Mỹ" của Phương Tấn tại "Foreign Training Office" thuộc căn cứ Huấn luyện "Sheppard Air Force Base, Texas.

"Thơ Tình Của Một Thi Sĩ Việt Nam Trên Đất Mỹ" là một thành công của Phương Tấn – một nhà thơ trẻ Việt Nam trên đất Mỹ. Được biết, tập thơ hiện được lưu trữ tại Thư Viện Đại học Cornell University Library, USA.

*** Năm 1971.**
Tạp chí Đời Mới số 43 Xuân Tân Hợi - Giáo sư Tam Ích:

HOA GẤM VÀ NGÔN NGỮ DÂN TỘC

"...Thi sĩ Kiên Giang Hà Huy Hà và Sơn Nam: Người trên từ 1946 đã làm vạn câu thơ dân tộc, người dưới làm đôi ba, dăm ba, mươi - nhưng đều thắm tình dân tộc và nhạc tính độc đáo!

Nhưng muốn nói về nhạc tính lạ, ý và lời tuyệt tác thì tôi cầu nguyện cho các văn - thân - hữu đọc những bài sau này mà tôi đã được đọc trong tạp chí Thời Nay. Đây là ba nhà thơ Nhất Uyên, Phan Trần và Phương Tấn, thơ thì tuyệt! Nhạc tính: độc đáo! Nhịp thơ: hiếm! Từ, tứ, ý thơ. Riêng tôi, lần thứ nhất tôi mừng được thưởng thức thơ. Tôi lẩn thẩn nghĩ: cần gì phải làm trăm nghìn câu thơ, cần gì phải in tới nhiều tập thơ! Một bài thơ! Một sắc diện màu sắc và âm thanh! Tôi cầu nguyện cho có người bắt chước được từ thơ, tứ thơ, ý thơ, mạch thơ ấy."

*** Năm 1972.**
Nhật báo Sóng Thần số ra ngày 26-5-1972
Nhà báo Đynh Hoàng Sa:

PHƯƠNG TẤN LÀ MỘT NHÀ THƠ TRẺ.
MỘT NGƯỜI RẤT SAY MÊ VĂN NGHỆ
VÀ RẤT TÍCH CỰC TRONG LÃNH VỰC XÃ HỘI...

"...Tay ốm quá làm sao con che hết
Biển xô nhanh trên cùng suốt dân mình
Khi qua đó e người giong nỗi chết
Nỗi thật đen xòe đôi cánh đao binh..."

Mấy câu thơ trên được trích trong thi tập "Khổ Lụy" của Phương Tấn mới xuất bản năm ngoái đã nói lên phần nào nỗi xót xa dằn vặt của tâm hồn nhà thơ trước nỗi đau thương của người dân trong cuộc chiến hiện đã lên đến độ khốc liệt chưa từng thấy.

Phương Tấn là một nhà thơ trẻ. Một người rất say mê văn nghệ và rất tích cực trong lãnh vực xã hội với tất cả nhiệt tâm và cố gắng của riêng anh. Là tác giả 2 tập thơ: *"Thơ Tình Của Một Thi Sĩ Việt Nam Trên Đất Mỹ"* (1970) và *"Khổ Lụy"* (1971) và hiện chủ trương tạp chí *"Sau Lưng Các Người"* và nguyệt san *"Cùng Khổ."*

Được biết anh vừa cho xuất bản tập bút ký *"Hòa Bình Ta Mơ Thấy Em"* được viết trong thời gian du học tại Mỹ, đã đăng nhiều kỳ trên nhật báo Dân Ta. Tất cả tiền lời, anh dùng cứu giúp đồng bào chiến nạn miền Trung, cấp học bổng toàn niên Trung học cho các em học sinh nghèo hiếu học cùng nhiều công tác xã hội khác...."

*** Năm 1987.**
Nhà thơ Phạm Thiên Thư.

THỦ BÚT CỦA NHÀ THƠ PHẠM THIÊN THƯ
TRONG TẬP THƠ LỤC BÁT PHƯƠNG TẤN:

"... Trời còn để đến hôm nay
Tan sương đầu ngõ thơ vây góc trời"

*** Năm 1995.**
Youtube - Nhà sản xuất Âm nhạc Quang Quang -

Nhạc sĩ Đynh Trầm Ca:

PHƯƠNG TẤN - "BÊN DÒNG SÔNG CHIÊM BAO"

"... Phương Tấn là một nhà thơ cùng thời với tôi ở Đà Nẵng. Tình cờ anh em lại gặp nhau ở Sàigòn trong những năm lưu lạc. Hồi đó, tôi cộng tác với trang Văn Nghệ của báo An Giang. Tôi hay lên Sàigòn để xin bài vở của anh em. Phương Tấn đã đưa cho tôi một bài viết về nhạc sĩ Trịnh Công Sơn cùng mấy bài thơ.

Trên một chuyến xe đò từ Sàigòn về lại Long Xuyên, tôi đã đọc thơ anh và giai điệu đã đến. Tôi đã phổ bài thơ *"Bên Dòng Sông Chiêm Bao"* của Phương Tấn.

Bài thơ này Phương Tấn đã nói với tôi, anh đã viết ở bờ sông Lai Nghi thuộc Điện Bàn, Quảng Nam cách nhà tôi khoảng 3 - 4 cây số. Bài hát mang tâm trạng đau buồn của một người mất một người...

*** Năm 2012.**
Nguyệt san Văn Học & Võ Thuật - Nhà báo, võ sư Từ Võ Hạnh:

LỜI THƠ "TỤC LỤY"
NHƯNG LẠI ĐẦY THANH CAO TRONG SÁNG.
ẤY CHÍNH LÀ ƯU ĐIỂM MÀ MẤY AI "NGỘ" ĐƯỢC

"... Phương Tấn là một chủ bút nhiều tạp chí Võ Thuật sừng sỏ, không những thế ông còn là một nhà tổ chức tầm cỡ quốc tế qua các tổ chức "Liên hoan Quốc tế Võ cổ truyền Việt Nam" và "Liên hoan Võ thuật Quốc tế Hồng Bàng" từ năm 2006 đến nay, thu hút mỗi kỳ hàng ngàn VĐV và trên 40 quốc gia và vùng lãnh thổ tham gia biểu diễn và tranh tài. Chính gương làm việc của ông đã khiến tôi kinh ngạc.

Nên, khen ai chứ khen Phương Tấn thì quá thừa. Theo tôi, từ trước đến nay khó thấy một nhân tài như Phương Tấn - một người "nghiên cứu võ không tập võ" nhưng lại đóng góp thành công quá nhiều cho phong trào "Võ thuật Thế giới" suốt mấy thập niên..."

Ngoài Võ, ông còn là một nhà thơ có tiếng, một nhà văn viết văn hay và một nhà báo lão luyện. Thơ Phương Tấn có nhiều bài mà mỗi bài như một ca khúc tràn đầy nhạc tính. Thơ ông luôn ấp ủ nhiều điều mà trí óc bình thường khó lòng diễn tả...

Thơ rất lạ nhưng lại rất quen. Đọc thơ Phương Tấn chúng ta sẽ thấy mình ẩn hiện trong đó. Lời thơ "tục lụy" nhưng lại đầy thanh cao trong sáng, ấy chính là ưu điểm mà mấy ai "ngộ" được. Trong cái bình dị vẫn toát nét kiêu sa, trong sự thơ ngây vẫn phảng phất một cái gì lạ lắm. Phương Tấn có lối dùng chữ tài tình, mộc mạc như ngô khoai nhưng tràn đầy hương vị tinh khiết và khát vọng của tình yêu - Yêu mình yêu người và yêu quê hương."

*** Năm 2013.**
Tuần báo Thể Thao Văn Hóa:

CÓ SỰ LIÊN ĐỚI
HAY "TRI ÂM" NÀO ĐÓ GIỮA VÕ VÀ THƠ KHÔNG?

- ... Giang hồ từng có câu nói đùa "văn võ bất phân". Chính điều này, làng võ biết tôi là nhà báo võ, làng văn biết tôi là nhà thơ, nhà văn. Hai làng này gần như không có "họ hàng" nên không làng nào tìm hiểu sâu về sự "trái khoáy" của tôi hàng mấy chục năm qua. Không họ hàng nhưng "văn tải võ", nên khi viết võ, chính sự mềm mại và sâu lắng trong thơ văn đã giúp tôi làm nên "võ nghiệp", nói đúng hơn là "võ viết". Lắm khi, tôi cứ ngỡ mình là con - thuyền - văn chở đầy ước vọng của người học võ đến được bờ võ đạo. Tôi chợt nhớ có một câu được ghi trong tôn chỉ của một môn phái: "Tận cùng của võ là văn".

(Trích bài phỏng vấn: Nhà Thơ Phương Tấn – Hơn 40 Năm Bắc Nhịp Cầu Văn Hóa Võ Việt)

*** Năm 2015.**
Nhà giáo, dịch giả Lưu Như Hải - Tập thơ *"Lung Linh Tình Đầu"*:

NƯỚC PHÁP CÓ BÀI SONNET CỦA ALEXIS FELIX ARVERS THÌ Ở VIỆT NAM TA CŨNG CÓ BÀI THƠ "Ở HUẾ NHỚ PHƯƠNG" CỦA PHƯƠNG TẤN

"...Phương Tấn từ thập niên 1960 cho tới bây giờ sáng tác nhiều bài thơ làm rung động lòng người nhưng chỉ một bài *"Ở Huế Nhớ Phương"* cũng đã đủ để làng Thi Ca ngợi khen Phương Tấn với cùng lời thân thương như với Felix Arvers.

Tôi sẽ bị gán nhãn là "Anh em trong nhà khen nhau" khi nói:"Nước Pháp có bài Sonnet của Alexis Felix Arvers mà Khái Hưng chuyển ý thành bài "Tình Tuyệt Vọng" thì Việt Nam ta cũng có bài thơ "Ở Huế Nhớ Phương" của Phương Tấn."

*** Năm 2015.**
Nhà giáo, tiến sĩ văn học Hoàng Kim Oanh

BÀI THƠ DAY DỨT CẮT CỨA TÂM CAN MÀ ÂU YẾM NGỌT NGÀO BIẾT BAO!

"Ở Huế Nhớ Phương" đắm say và tình tứ nhưng buồn như một hoài vọng. Cách sử dụng ngôn ngữ rất tuyệt. Nhiều hình ảnh liên tưởng so sánh triền miên như tình sầu không dứt, như dòng nhớ đang dâng dồn dập ngút ngàn... Những bổ ngữ gọi như từ tiềm thức... Một loạt từ "sao" đầu câu cũng có tác dụng lay động cảm xúc người đọc.

Bài thơ day dứt cắt cứa tâm can mà âu yếm ngọt ngào biết bao! Tôi thích nhất từ khổ thơ:

Phương nghe đó trời thu lên lành lạnh
Lòng cũng vàng theo lá ở trên cây
Vui cũng bay theo gió ở trong ngày
Một chút lệ thêm chút buồn vừa chín.
Nhớ chi lạ biết môi còn mũm mĩm
Cắn ô mai răng là lúa ở trên trời
Tay cầm lược là lụa ở trên mây
Mắt là ngọc ở trong thu vừa trổ.

Buồn chi lạ, buồn không ai buồn hộ
Hồn vi vu bay khuất ở trong trăng
Ngậm chút gió chừng có hơi Phương thở
Phương là sương hay sóng vỗ trong anh...

Một câu kết nhẹ như hơi thở mà gói trọn tình sầu muôn kiếp! Sương thì mờ mờ ảo ảo có có không không... Còn sóng thì đời đời kiếp kiếp khi dào dạt mơn man khi gào thét vỗ bờ... Làm sao có thể thở không Phương!

Tôi thích nhất từ khổ thơ:

"Phương nghe đó trời thu lên lành lạnh / lòng cũng vàng theo lá ở trên cây / vui cũng bay theo gió ở trong ngày / một chút lệ thêm chút buồn vừa chín.... đến hết bài.

*** Năm 2015.**
Nhà thơ Lưu Xông Pha

GIỌNG THƠ PHƯƠNG TẤN
KHÔNG LẪN VÀO ĐÂU ĐƯỢC

...Thi tài Phuơng Tấn đã sớm hiển lộ từ những năm đầu thập niên sáu mươi lúc anh chưa đầy hai mươi tuổi, tôi rất ấn tượng với những bài thơ anh đăng báo lúc đó. Có một bài mà lâu ngày tôi đã quên mất nội dung chỉ nhớ tựa là: *"Hoa Vàng Trổ Muộn"*, không biết anh còn giữ được không?

Với tôi, *"Ở Huế Nhớ Phương"* - Giọng thơ Phương Tấn không lẫn vào đâu được.

*** Năm 2015.**
Nhà thơ Hạ Đình Thao

MỘT BÀI THƠ NHƯ THẾ NÀY CŨNG ĐỦ ĐƯA PHƯƠNG TẤN VÀO CÕI THI CA

...*"Ở Huế Nhớ Phương"* - Bài thơ này tôi đã đọc trước năm 1975, không nhớ là Phương Tấn đăng ở đâu... Cảm xúc xa xưa ấy cũng như bây giờ... quá hay! Tôi nghĩ chỉ cần một bài thơ như thế này cũng đủ đưa Phương Tấn vào cõi thi ca muôn thuở.

*** Năm 2015.**
Nhà thơ Nguyễn Thị Ánh Huỳnh
(Chiec La Tren Canh)

THƠ PHƯƠNG TẤN PHÓNG KHOÁNG VÀ MÊ ĐẮM

...*"Ở Huế Nhớ Phương"* - Đọc đã ghê! Tôi thích bài này, vì nó tình, nó sương mơ, nó mướt và run rẩy lắm... *"Ở Huế Nhớ Phương"* hay vô cùng, từ hình ảnh, lời đến cái tình ý nhị trong đó... Thuở ấy mà viết như thế là rất hiện đại!

Từng chữ từng câu mới, lạ - đã làm bài thơ dâng lên đầy cảm xúc. Áo não mà ngọt ngào! Những hình ảnh nguyên khôi tinh khiết cứ như run rẩy trong thơ... Đọc rồi mà những hình ảnh cứ trở đi trở lại trong lòng!

Bài thơ thật trong trẻo, đẹp như tình yêu lúc ban mai! Lòng thi sĩ đã thương như thế, thì làm sao đời ghét bỏ được đây!

Thơ Phương Tấn phóng khoáng và mê đắm! Hay lắm nhà thơ!

*** Năm 2015**
Nhà thơ Phạm Ngọc Lư

ÔI, MỘT THỜI LÃNG MẠNG VÀNG SON ĐÃ TUYỆT TÍCH

... *"Ở Huế Nhớ Phương"* - Ôi, một thời lãng mạng vàng son đã tuyệt tích, may còn những bài thơ như thế này lưu dấu – Thơ Thái Thị Yến Phương, bút danh của Phương Tấn thời đó...

*** Năm 2016.**
Bạn đọc Vovi Nguyen

NHÀ THƠ PHƯƠNG TẤN THẬT DIỄM PHÚC

...Vo Vi Nguyen ở Pháp mới mười lăm năm. Hôm nay tình cờ đọc 5 bài thơ tình của anh Phương Tấn viết cho Phương thật dễ thương được đông đảo bạn đọc yêu quý, làm em như sống lại tuổi học trò với những kỉ niệm của ngày xưa ấy. Em vẫn nhớ ngôi nhà của Phương mà em đã đến ở đó mười lăm ngày. Những buổi chiều cùng Phương đi dạo trên lối đi nhỏ men theo cánh đồng đến một đồi cát đầy hoa bướm để nghe Phương kể về một người... thường làm thơ về bạn ấy với đôi chân trần trên cát. Và bao giờ cũng với đôi mắt long lanh và nụ cười chúm chím khi bạn ấy nhắc đến tên người ấy.

Ngôi nhà ấy đúng là nằm gần một đồi cát, Vo Vi Nguyen vẫn nhớ như in. Qua câu chuyện kể của Phương thì hình ảnh đôi chân trần ấy đã ghi dấu ấn trong lòng em, một hình ảnh rất đỗi ngây thơ mộc mạc của một cô bé chân quê vùng ngoại ô (ngày ấy). Đến nỗi thuở ấy đôi khi em cũng bắt chước đi chân trần không giày dép, nô đùa trên đồi cát cùng Phương để tìm cảm giác thoải mái, thú vị.

Và cũng chính dấu ấn ấy mà hôm nay trên Facebook, Vo Vi Nguyen mới phát hiện ra mối dây mật thiết của anh Phương Tấn với cô bạn thuở xa xưa... Nhà thơ Phương Tấn thật diễm phúc vì nhờ Phương - cô bạn của Vo Vi Nguyen, anh mới có đến "5 bài thơ tình" thật dễ thương được đông đảo bạn đọc yêu quý.

*** Năm 2016.**
Nhà thơ Nguyễn Nhã Tiên

ĐÃ BAY LÊN, ĐÃ NEO ĐẬU
VÀO TÂM HỒN MỌI NGƯỜI

...Đừng nói nhạc chấp cánh cho thơ bay lên nghe tội thơ quá. Tự thơ thi sĩ Phương Tấn bằng âm thanh và ngôn từ của mình đã bay lên, đã neo đậu vào tâm hồn mọi người rồi. Còn nhạc, thì đấy là cái duyên hội ngộ thôi. Công bằng mà nói, nếu Phạm Duy không phổ một số bài thơ của một số tác giả, thì có lẽ người ta còn xa lạ với một số tên tuổi nhà thơ. Nhưng trường hợp Phương Tấn lại khác. Đôi chân thi sĩ đã bước đi vạn dặm tự bao giờ.

*** Năm 2016.**
Nhà thơ, dịch giả Thiếu Khanh

NHƯNG ĐIỀU TÔI KHÔNG NGỜ

...Có một lần, lâu rồi, chắc là phải hơn... nửa thế kỷ, tôi tình cờ nghe một chương trình Tao Đàn của thi sĩ Đinh Hùng trên đài phát thanh Sài Gòn dành cho thơ của một người con gái chết trẻ tên Thái Thị Yến Phương. Tôi chưa được đọc bài thơ nào của người nữ thi sĩ trẻ này. Và chỉ biết có chừng đó.

Hôm tôi còn ở ngoài Qui Nhơn, được nhà thơ Phương Tấn cho biết anh đã gởi biếu tôi một cuốn sách. Về nhà thấy một bao thư Bưu điện nằm trên bàn, và bên trong là tập thơ *Di Bút Của Một Người Con Gái*, và không ngờ tác giả tập thơ mang tên Thái Thị Yến Phương!

Thi sĩ Phương Tấn (Nguyễn Tấn Phương) nổi tiếng từ cuối thập niên 60 thế kỷ trước, là thi sĩ Việt Nam (dường như đầu tiên) đã cho in thơ mình tại nước Mỹ xa xôi từ khoảng đầu thập niên 1970, với tác phẩm "*Thơ Tình Của Một Thi Sĩ Việt Nam Trên Đất Mỹ*"!

Nhưng điều tôi không ngờ Thái Thị Yến Phương là bút hiệu của thi sĩ văn võ đều tài hoa này!

*** Năm 2017.**
Nhà thơ Nguyễn Thành Xuân

MANG BÊN MÌNH MÁY ẢNH
ĐI KHẮP BỐN VÙNG CHIẾN THUẬT

...Tôi với anh Phương Tấn đã xa nhau từ thập niên 1980 đến nay (lần cuối cùng gặp anh tại nhà riêng ở Q. Phú Nhuận, Sài Gòn cùng các văn hữu như: Nhà thơ Ngô Nguyên Nghiễm, Yên Bằng, Lưu Nhữ Thụy, Phù Hư, Phạm Nhã Dự, nhà văn Kinh Vương Dương tức họa sĩ Rừng...

Tập thơ "*Di Bút Của Một Người Con Gái*", anh góp nhặt được 16 bài lúc anh vừa 16-20 tuổi làm phóng viên cho các tờ báo trước năm 1975. Vì chiến trường ở miền Nam lúc đó rất cao độ, khoảng năm 64 - 65, anh mang bên mình máy ảnh đi khắp bốn vùng chiến thuật, có khi ra tận miền

Trung, và gặp một người con gái bán dâm tài hoa và cô đã mất lúc tuổi còn rất trẻ (theo báo đài) nên Phương Tấn cảm xúc viết nên tác phẩm này.

*** Năm 2018.**
Nhà văn Thế Phong, trang thang-phai.blogspot.com:

ĐẢO NGƯỢC 2 TỪ CUỐI; CHÍNH LÀ PHƯƠNG TẤN.

"... Vậy là, tôi cũng như độc giả đã biết tác giả đích thực tập thơ *"Di Bút Của Một Người Con Gái"* là ai rồi. Đó là một ex-airman Không lực VNCH tên thật là Nguyễn Tấn Phương - tôi bật nhớ ra ngay ở thời tiền chiến, một thành viên chủ lực "Tự Lực Văn Đoàn," có một thi nhân tên thật là Nguyễn THỨ LỄ - đảo ngược 2 từ cuối thành THẾ LỮ, từng nổi danh với: Nhớ Rừng (thơ) + Vàng & Máu (văn)... -- thì, cuối thập niên '60s, ở miền Nam (VNCH) cũng có một tay cầm bút có tên thật Nguyễn TẤN PHƯƠNG, đảo ngược 2 từ cuối; chính là PHƯƠNG TẤN".

Phương Tấn không những viết văn làm thơ mà còn rất xông xáo, tay không vào hang hùm; xắn tay áo, tự lực cho xuất bản 2 tạp chí võ thuật hàng đầu ở Việt Nam: "Ngôi Sao Võ Thuật" + "Sổ Tay Võ Thuật". Và, cho xuất bản cuốn sách về võ thuật rất kỳ vĩ: "Những Người Mở Đường Đưa Võ Việt Ra Thế Giới" (Pioneers Who Have Paved The Way For Vietnamese Traditional Martial Arts To The World) -- (sách dày 312 trang, kích cỡ sách 21x 28,5 cm + hình ảnh -- một số bài viết trong sách được chuyển ngữ tiếng Anh + Pháp. Sách được tái bản, không chỉ phát hành trong nước mà còn đưa ra quốc tế)."

*** Năm 2018.**
Nhà báo Nguyễn Thiện - Tập thơ "Lục Bát Phương Tấn:

THƠ LỤC BÁT CỦA PHƯƠNG TẤN
THẤM ĐẪM THI NHẠC

"... Thi nhạc là nhạc cảm, luôn có trong quốc thi lục bát. Khởi đầu phát cảm từ tâm hồn của nhà thơ, nhịp lục bát của Phương Tấn nâng thành bằng trắc, trắc bằng những cung bậc như là dân ca. Thơ lục bát của thi sĩ Phương Tấn rong chơi trong cung bậc cảm xúc, rồi đi vào cảm thụ của lòng người. Thoát ra từ thanh, vần, điệu của ngôn ngữ lục bát. Có thể nói thanh, vần, điệu là những dụng cụ để hòa tấu nhạc trong thơ.

Cảm thụ thi nhạc còn trừu tượng và khó hơn cảm thụ âm nhạc. Cảm thụ thi nhạc phải cảm thụ bằng lòng, bằng hồn chứ không phải bằng tai. Nếu các bạn đọc một bài thơ mà thấy hồn mình hòa vào hồn của bài thơ thì bạn sẽ cảm thấy cái tuyệt vời của thơ. Là tôi muốn nói, thơ lục bát của thi sĩ Phương Tấn thấm đẫm thi nhạc."

*** Năm 2019.**
Nhà phê bình, nhận định thơ Nguyễn Xuân Dương trong tác phẩm 'Những Vần Thơ Chạm Lửa' - NXB Đại Học Thái Nguyên:

CHÍNH LÀ SỰ VỤT HIỆN, SỰ LÓE SÁNG CỦA THIÊN TÀI

"...Điều thứ hai sau khi đọc 18 đoản khúc lục bát *"Ngọt Ngào Bướm Hót Giữa Lòng Thế Gian"* đã củng cố thêm về suy nghĩ của tôi. Tôi luôn coi thơ đích thực - những bài thơ tồn tại vĩnh hằng theo thời gian - chính là sự vụt hiện, sự lóe sáng của thiên tài. Mặc dù trong đời họ không phải là những thiên tài. Trong lịch sử thi ca đã xuất hiện những tác phẩm như thế."

*** Năm 2019.**
Nhà thơ Xuân Thao –
"Phương Tấn - Bạn văn - Báo chí & Dư luận":

50 NĂM VỀ TRƯỚC ĐÃ LÀM THƠ HAY NHƯ THẾ, QUẢ LÀ THIÊN TÀI THI CA

...Ở bài thơ: "*Khoai Lang Vỏ Đỏ L*òng Vàng" - Một bài thơ mà tôi tâm đắc nhất của Phương Tấn. 50 năm về trước mà Phương Tấn đã làm thơ hay thế này, quả là thiên tài thi ca. Tôi chỉ lặp lai lời khen của cụ Nguyễn Vỹ năm 1962 khi đăng thơ và hình của Phương Tấn trên tạp chí Phổ Thông. Ai đã sống trong thời kỳ ấy chắc còn nhớ.

Nói đến thơ Phương Tấn tôi không thể không nhắc đến những bài thơ mang tên: "*Di Bút Của Một Người Con Gái*" với bút hiệu Thái Thị Yến Phương đã một thời gây sóng gió trên thi đàn miền Nam Việt Nam mà tác giả chỉ là một cậu học sinh mới 14 - 15 tuổi đang học lớp đệ ngũ, đệ tứ trường trung học Phan Tây Hồ, Đà Nẵng.

Và, tôi cũng không thể không nhắc đến những lá thư gửi Mẹ của Phương Tấn trong tập bút ký "Hòa Bình Ta Mơ Thấy Em" cùng những bài thơ gửi Mẹ của Phương Tấn trong tập thơ "Thưa Mẹ" là tâm cảm của Phương Tấn gửi Mẹ Quê Hương với tấm lòng đau xót vô biên của người con khi thấy Mẹ Việt Nam còn tang thương trong chiến tranh và thù hận. Tất cả mang ý nghĩa như một thông điệp đầy tính nhân văn, dưới bút pháp tài hoa của Phương Tấn - một thi sĩ chân tài."

*** Năm 2019**
Nhạc sĩ Lam Duy tâm sự về nguyên nhân ra đời của ca khúc "Trăng Nhớ":

TÔI ĐÃ XÍCH LẠI
VỚI ANH PHƯƠNG TẤN TỪ TÂM SỰ ĐÓ.

... Nhạc sĩ Lam Duy viết: "Hôm nay tôi đã đọc được trên dòng thời gian Facebook của anh Phương Tấn:

"Sau 1975, đồng bào miền Nam ròng rã nhiều năm trong nước ngụp lặn giữa khổ nạn. Nếu không chết trong đáy vực thì cũng vất va vất vưởng thật não nề. Tôi một thời đẩy xe ba gác trên đường nhựa cháy bỏng không có dép để mang, đạp xích lô thì đâm xe vào trụ điện, bỏ mối sách báo thì bị giựt hết tiền, làm tài xế thì lái luôn xuống ruộng...

Có một lần, tôi suýt bỏ mạng ở lưng đèo Long Khánh khi lái chiếc xe chở đầy khách và than củi, chao nghiêng chỉ còn 3 bánh đổ đèo trong mưa lớn. Và cũng vì cùng khổ mà một người thân yêu nhất của tôi cùng đứa con trong bụng đã chết khi bị văng xuống đường ở một chuyến xe buôn than để kiếm chút tiền sinh con chỉ còn một hai ngày nữa!

Các bài thơ: "Bên dòng sông chiêm bao, Buồn như trăng nhớ ai, Đùa giữa vườn u minh, Thắp hương 100 ngày, Trời mưa ở Xuân Lộc, Biển đời vô tâm, Một buổi sáng trở lại ngã ba Tân Phong, Một vì sao, Ngược dòng"... được viết trong sự cùng khổ ấy của tôi trong năm 1983".

Anh Phương Tấn thân quý, những người từng sống trong giai đoạn những năm sau "giải phóng" 1975 thường xích lại gần nhau do cùng cảnh ngộ với những trầm uất hằn sâu của quá khứ cuộc đời. Tôi đã xích lại với anh Phương Tấn từ tâm sự đó – từ hoàn cảnh ra đời bài thơ BUỒN NHƯ TRĂNG NHỚ AI và hoàn toàn tự nhiên, tự nguyện.

Hôm nay, tôi xin tặng riêng anh Phương Tấn ca khúc TRĂNG NHỚ phổ từ bài thơ của anh với tiếng hát của ca sĩ Tâm Như như một chia sẻ."

*** Năm 2021.**
Nhà giáo, nhà thơ Quyên Di –
Tập thơ "Di Bút Của Một Người Con Gái":

ĐÃ MỘT THỜI KHUẤY ĐỘNG
GIỚI LÀM VĂN CHƯƠNG NGHỆ THUẬT
MIỀN NAM VIỆT NAM (THẬP NIÊN 60 , 70)

"... Tên tuổi và những bài thơ của Thái Thị Yến Phương đã một thời khuấy động giới làm văn chương, nghệ thuật miền Nam Việt Nam (thập niên 60,70) với những bài nhận định, ngợi khen, kết án, tranh luận; thậm chí "tưởng niệm" khi hay tin "nữ thi nhân" này đã "mệnh một."

Thật ra, Thái Thị Yến Phương là một trong những bút hiệu khác của Phương Tấn. Giữa thập niên 60, khi mới mười mấy tuổi, tôi viết văn, làm thơ cho các cô cậu "húi cua, thắt bím, thích ô mai" thì cùng lứa tuổi ấy, Phương Tấn đã múa bút trong chốn giang hồ, làm thơ cho người lớn đọc. Những bài thơ trong *"Di Bút Của Một Người Con Gái"* là tâm sự não nề của nàng kỹ nữ đem thân cho khách mua vui."

*** Năm 2023.**
Nhà thơ Nguyễn Văn Thức
- Tập thơ "Lục Bát Phương Tấn":

THI SĨ DƯỜNG NHƯ KHÔNG Ở THẾ GIỚI NÀY

"... Rừng thơ lục bát của Phuong Tấn. Như mùa xuân, gió bay, về trời. Về đâu... tôi cũng ngại nói đến những nặng nề suy tư khổ lụy. Tôi đang muốn nói đến mênh mông, mênh mang. Kỳ lạ. Hồn xiêu phách lạc.

MÈO ĐÊM
Ta giong thơ, chạy quanh người
Lửa khuya hồn mỏng ta cười đầy tay

Người theo ta, xuống phương này
Ta theo người xuống chăn bầy nhân gian...
(Gửi NT Thụy Vũ 1963)

Bài này làm từ 1963. Hồi ấy còn nhỏ, Phương Tấn làm thơ hay quá. Tôi không ngờ đọc được bài thơ lục bát hay đến như vậy. Vô cùng tận. Không phải thơ và người nữa mà như phảng phất một thiên tài.

Và:

VÁN KHUA LÁCH CÁCH
HỒN KHE KHẼ VỀ

Khuya xa xác đổ về trời
Phố cao sầu cũng nghe dời vóc hoa

Tay lùa con nước xót xa
Chân lùa bóng vỡ phôi pha thiên tài

Từ anh bỏ lại tuổi mai
Cát vàng thả gió chia hai bạn bè

Bừng bừng xô dạt lòng khe
Ván khua lách cách hồn khe khẽ về...

THÔI YÊN SẦU THỔI
NHẠC VÀNG XUỐNG THÂN

Dấy từ bão cát trôi lên
Cỗ xe người trắng lênh đênh theo về

Ngàn con nước kéo lê thê
Một vùng biển lạ trăm bề hoang mang

Xôn xao lụa gió điêu tàn
Thôi yên sầu thổi nhạc vàng xuống thân...

(Hội An 25 Tết năm Quý Mẹo 1964,
gửi Nguyễn Nho Sa Mạc)

Thi sĩ viết 2 bài này vào năm 1964. Trẻ quá, rất trẻ. Hồn xiêu phách lạc. Lạ quá. Hấp háy dưới phố. Đứng quần ống thấp ống cao. Thi sĩ dường như không ở thế giới này. Gió bay. Hay hai tay sải ra bay. Thơ, trời ơi thơ. Như đã nói ở trên dường như gió bay về, báo hiệu một thiên tài có thật.

*** Năm 2023.**
Nhà giáo Lê Chung

NẠN NHÂN
CỦA MỘT LỊCH SỬ ĐẦY OAN TRÁI

...Năm 2009, khi tham gia học lớp trung cấp lý luận chính trị, tại trường chính trị Nguyễn Văn Cừ tỉnh Bắc Ninh, một ông thầy giáo dạy Triết học Mác - Lê Nin, đã phát biểu một câu như sau: *Các nhà văn Việt Nam đã nợ hai cuộc chiến ở Việt Nam, một tác phẩm văn học mang tầm cỡ thế giới như kiểu CHIẾN TRANH VÀ HOÀ BÌNH, của LépTônxtôi.* Thì tôi đã trả lời ông ấy rằng: *Không phải các nhà văn Việt Nam nợ hai cuộc chiến, mà chính hai cuộc chiến đó đã nợ các nhà văn, nhà thơ Việt Nam một sự trung thực, sự chính trực, sự tiến bộ, sự văn minh, trong sự hoà hợp dân tộc.*

Hôm nay, được đọc bài phát biểu *"Một Chút Gì Về Phương Tấn – Đời & Thơ"* của Tiến sĩ, nhà giáo Nguyễn Đại Hoàng, tôi bỗng nhận thấy, mình đã rất đúng, rất thỏa đáng với câu trả lời như trên. Một điều chắc chắn là: *Dân tộc Việt Nam, không thiếu những nhà văn, nhà thơ thiên tài kiểu như LépTônxtôi. Nhưng hai cuộc chiến tranh đó đã không những không tạo cho họ một không gian để sản sinh ra những tác phẩm văn chương vĩ đại. Mà trái lại, nó đã kéo một thứ gì đó vô cùng đẹp để vào trong một cuộc chiến PHI Ý THỨC lầy lội của loài người. Nó đã làm cho các nhà văn, nhà thơ như Phương Tấn, Tô Thùy Yên, Trần Hoài Thư, Trần Trung Đạo, Lê Mai Lĩnh... trở thành những nạn nhân của một lịch sử đầy oan trái.*

Xin gửi lời tri ân sâu sắc của một bạn đọc yêu Thơ & Đời Phương Tấn, đến Tiến sĩ, nhà giáo Nguyễn Đại Hoàng về một bài phát biểu thật hay, thật sâu sắc về một nhà văn hóa rất lớn, một nhân cách vĩ đại, trong nhiều lĩnh vực của văn hóa, văn học - PHƯƠNG TẤN. Qua bài phát biểu này, chắc chắn mọi người đọc sẽ hiểu sâu hơn về một thiên tài XỨ QUẢNG, của Miền Nam Việt Nam. Một điều mà nền Giáo Dục XHCN ở Miền Bắc không bao giờ có thể có được.

*** Năm 2023**
Hồi đáp của Tiến sĩ, nhà giáo,
nhà báo Nguyễn Đại Hoàng:

MỘT NHẬN ĐỊNH
RẤT KHOA HỌC VÀ CHÍNH XÁC.

... Bài viết chân thành và khiêm tốn của thầy giáo Lê Chung. Điều mà chúng ta thấy đằng sau thi tài của nhà thơ Phương Tấn chính là lòng yêu đất nước và ngôn ngữ Việt. Điều mà chúng ta nhận ra nữa ở Phương Tấn chính là một phong cách sống giản dị mộc mạc của người Việt xưa. Bởi vậy khi thầy giáo Lê Chung nói Phương Tấn là một nhà Văn Hóa - thì đó là một nhận định rất khoa học và chính xác. Xin cảm ơn thầy giáo Lê Chung.

*** Năm 2023.**
Nhà văn, nhà thơ Nguyễn Công Minh:

PHƯƠNG TẤN – MỘT THIỀN SĨ NGHỆ NHÂN SÁNG TÁC VĂN CHƯƠNG ĐỂ THỎA CHÍ TANG BỒNG HỒ THỈ.

Thêm vài nét chấm phá về bài phê bình *"Nhân vật văn chương"* của nhà nghiên cứu văn học nghệ thuật: Giáo sư Nguyễn Đại Hoàng (Sài Gòn) nói về thế giới thơ Phương Tấn (chưa thấy đề cập đến lãnh vực văn xuôi).

Thật ngắn gọn:

Nói đến Thi văn sĩ quân đội Phương Tấn thì trong làng ngoài ngõ Văn Học Việt Nam ai cũng đều quen mặt biết tên. Một Thiền sĩ nghệ nhân sáng tác văn chương để thoả chí tang bồng 桑弧 hồ thỉ 蓬矢. Ông múa bút như hảo hán mang túi Kinh Luân (經 綸), vác bảo đao đi ngao du giang hồ.

Do vậy.

Ngoài sức sáng tạo văn chương vũ bão ra, ông còn là một hiền sĩ có một chừng mực đạo đức nhất định mà, sự lễ độ và khiêm tốn là một ưu điểm khó tìm thấy ở những người sáng tác.

*** Năm 2024**
Nhà báo Vương Hồng Anh

PHƯƠNG TẤN, NGƯỜI SINH RA ĐỂ LÀM THƠ TẶNG MẸ VÀ CUỘC ĐỜI

... Rất tình cờ, tôi được đọc tập thơ *"Lục Bát Phương Tấn"* xuất bản vào năm 2018, tái bản vào năm 2023. Đây là một trong những thi phẩm nổi tiếng của nhà thơ Phương Tấn, một tên tuổi của thi ca Việt Nam trong 6 thập niên qua. Những ghi chép trong đoạn viết này là những cảm nhận cá nhân của một người đọc thơ. Chúng tôi đã đọc thơ của Phương Tấn từ thập niên 60, và những bài thơ của nhà thơ này được nhiều nhà phê bình đánh giá là "đặc sắc".

Riêng với chúng tôi, không phải là một người làm thơ, nhưng có một thời gian dài hoạt động trong ngành truyền thông, và do công việc, thường được đọc nhiều tác phẩm về văn thơ để viết bài giới thiệu, nên chúng tôi có những nhận xét riêng khi đọc thơ của Phương Tấn, từ khi ông còn là một học sinh. Chúng tôi bị thu hút khi đọc được những bài thơ lục bát của ông. Tôi không có ý so sánh thi tài của ông với các nhà thơ khác, vì mọi sự so sánh trong văn chương và thi ca đều là khập khiễng. Đọc thơ của ông, nhất là những bài thơ lục bát, tôi chỉ muốn được chia sẻ với bạn bè rằng trong 60 năm qua, trong những hoàn cảnh khác nhau của cuộc sống, có những khoảng lặng của cá nhân, tôi đã đọc những bài thơ của Phương Tấn, và chập chùng trong từng câu thơ của Phương Tấn là lời ru của Mẹ, là tình yêu thương giữa người và người. Trong dòng cảm xúc đó, tôi muốn được chia sẻ rằng "Phương Tấn, người sinh ra để làm thơ tặng Mẹ và cuộc đời".

*** Năm 2024.**
Nhà văn Phạm Văn Nhàn

VIẾT NGẮN VỀ PHƯƠNG TẤN

... Mới đó mà gần 20 năm Phương Tấn nhỉ. Ngày về Việt Nam, những bạn bè họp mặt tại nhà Nguyên Minh tham dự buổi ra mắt sách của 3 tác giả: Pham Văn Nhàn, Lê Văn Trung, Nguyên Minh.

Anh em bạn bè qui tụ về. Với tôi, những người bạn một thởi, hôm ấy tôi mới gặp lại. Nào Lê Ký Thương, Lữ Kiều, Thân Trong Minh, Đỗ Hồng Ngọc, Mường Mán, Lại Quảng Nam, Phương Tấn, Sâm Thương, Trần Duy Phiên, Trần Dzạ Lữ, vợ chồng Lê Văn Trung, và nhiều anh em khác nữa, tôi không nhớ hết. Những bạn bè một thời cầm bút trước 1975 nay gặp lại, còn niềm vui nào hơn. Phải không Phương Tấn? Những bạn bè nay gặp lại trong nước cũng như ngoài nước đều góp mặt trên tạp chí Thư Quán Bản Thảo do tôi và Trần Hoài Thư chủ trương.

Để rồi hôm nay, tôi nhận được 2 tập thơ: *Di Bút Của Một Người Con Gái* và *Thơ Phương Tấn – Tuyển tập 1* của bạn gởi tặng tôi. Tôi lại nhớ những kỷ niệm ngày nào. Những kỷ niệm một thời lại về với tôi. Và, tôi cũng đã nghe về *Thái Thị Yến Phương* (Phương Tấn). Khi ấy lâu rồi trên đài phát thanh Sài Gòn xưa. Cô Hồ Điệp ngâm bài thơ của *Thái Thị Yến Phương* trong chương trình Tao Đàn do thi sĩ Đinh Hùng phụ trách. Bài thơ lục bát chỉ có 6 câu thôi đã gây cho tôi một cảm xúc mạnh Phương Tấn ơi! *BÀI CA TRUY ĐIỆU:*

Mai thân con gái vào đời
Hồn cao nuối tiếc rã rời thanh xuân
Bạn bè nghe, buồn bâng khuâng
Ơi xin giã biệt ngôi trường thân yêu.

Tiếc chi một chút mỹ miều
Phận lay bóng hắt buồn thiu giữa đời.

Cầm 2 tập thơ của Phương Tấn trên tay. Tôi như người quay về bến giác. Một thời lăn lộn trong cuộc chiến. Rồi hòa bình lập lại. Lăn lộn kiếm sống qua ngày. Thù thù oán oán nặng lòng. Nhưng, chợt đọc những câu thơ trong bài *PHÚT TÂM RỚT HẠT BỤI TRẦN* của Phương Tấn, tôi tỉnh lại...

www.ingramcontent.com/pod-product-compliance
Lightning Source LLC
LaVergne TN
LVHW090220051026
849517LV00001B/132
* 9 7 9 8 3 4 8 2 2 9 3 8 2 *